D1679838

திராட்சைகளின் இதயம்

நாகூர்ரூமி

சிக்ஸ்த்சென்ஸ் பப்ளிகேஷன்ஸ்
10/2 (8/2) போலீஸ் குவார்ட்டர்ஸ் சாலை
(தியாகராயநகர் பேருந்து நிலையத்திற்கும் காவல் நிலையத்திற்கும் இடைப்பட்ட சாலை)
தியாகராயநகர், சென்னை – 600 017
Phone: 2434 2771, 2986 0070 Cell: 72000 50073
Sixthsense Publications 6 th sense_karthi
e-mail : sixthsensepub@yahoo.com
Website: www.sixthsensepublications.com

ஆசிரியர்
நாகூர் ரூமி

முதற்பதிப்பு
மே 2012

இரண்டாம் பதிப்பு
ஜூன் 2015

பக்கங்கள்: 176

விலை ரூ.199

சிக்ஸ்த்சென்ஸ் பப்ளிகேஷன்ஸ்
10/2 (8/2) போலீஸ் குவார்ட்டர்ஸ் சாலை
(தியாகராயநகர், பேருந்து நிலையத்திற்கும் காவல்
நிலையத்திற்கும் இடைப்பட்ட சாலை)
தியாகராயநகர், சென்னை – 600 017
தொலைபேசி : 2434 2771, 2986 0070.
கைபேசி: **72**000 **5**00**73**
மின்னஞ்சல்: sixthsensepub@yahoo.com

இந்தப் புத்தகத்திலுள்ள எந்த ஒரு பகுதியையும் பதிப்பாளர் மற்றும் எழுத்தாளர் அனுமதியை எழுத்து மூலம் பெறாமல் பதிப்பிக்கக் கூடாது.

ISBN : 978-93-82577-74-4

Author:
Nagore Rumi

Publisher:
K.S. Pugalendi

Address:
Sixthsense Publications
10/2(8/2) Police Quarters Road,
(Between ThiyagarayaNagar Bus Stop & Police Station)
T.Nagar, Chennai - 17
Phone: 2434 2771, 2986 0070
Cell: **72**000 **5**00**73**

Sixthsense Publications
6 th sense_karthi
e-mail : sixthsensepub@yahoo.com
Website: www.sixthsensepublications.com

Edition:
First : December 2012
Second: June 2015

No part of this book may be reproduced or transmitted in any form without permission in writing from the author or publisher

Layout:
M.Magesh

Pages: 176

Price:₹**199**

சமர்ப்பணம்

நிறைய அன்பும்
நிறைய பொறுமையும் கொண்ட
என் மனைவி நஸீஹாவுக்கு

என்னுரை

மனித வாழ்வில் அறிவே பிரதானம் என்று கொஞ்ச காலம் வாழ்ந்தவர்களில் நானும் ஒருவன். பிறகு கொஞ்ச காலம் உணர்ச்சியே பிரதானம் என்றும் இருந்துள்ளேன். உணர்ச்சிக்கும் அறிவுக்குமான போராட்டங்களிலெல்லாம் உணர்ச்சியே ஜெயித்திருக்கிறது. அதில் எனக்கு சந்தோஷமே. தமிழன் உணர்ச்சிமயமானவன்தான். காதலும் வீரமும் அறிவு சார்ந்த செயல்பாடுகளா என்ன?!

ஆனால் அறிவென்று நான் எதை நினைத்துக் கொண்டிருந்தேனோ அது அறிவுகெட்டத்தனம் என்பதை எனக்கு நிரூபித்துக் காட்ட ஒருவர் கிடைத்தது என் அதிர்ஷ்டமே.

ஓ அஹ்மதே !
ஆத்மாவின் சுல்தானே !
இதுதான் எனது எல்லை !
இதற்குமேல் ஓரடி வைத்தாலும்
ஒழிந்து போவேன் நான் !
நீங்கள் செல்லுங்கள் மேலே !
என்றார் ஜிப்ரயீல் மிஃராஜின்போது !
மனித அறிவும் ஜிப்ரயீலே !

எவ்வளவு உண்மை ! நாம் ஒரு அறிவு ஜீவி என்று சொல்லப்படுவதே நம்முடைய உண்மையான மதிப்பை எந்த அளவு கேவலப்படுத்துவது என்று, அறிவு என்று சொல்லப்பட்டதன் எல்லைகளை ஒருவர் எடுத்துக் காட்டிய பிறகுதான் புரிந்தது!

தாகித்தவர் இந்த உலகில்
தண்ணீரைத் தேடுகின்றனர் !
தண்ணீரும் தேடிக்கொண்டிருக்கிறது
தாகம் கொண்டவர்களை !

என்பார் மௌலானா ஜலாலுத்தீன் ரூமி. முற்றிலும் உண்மை. குரு சிஷ்யன் உறவை இதைவிட அழகாக ஒருவர் சொல்லிவிட முடியாது. குழந்தையைத் தேடித் தாய் சென்றாலும், தாயைத் தேடி குழந்தை சென்றாலும் ஒன்றுதான் என்று என் குரு சொல்லுவார்.

ஆன்மீகம் என்பது நம்முடைய அன்றாட வாழ்க்கையிலிருந்து வேறுபட்டதல்ல என்பதைப் புரியவைத்தவர் அவர். அந்த அற்புத மனிதரிடமிருந்து நான் கற்றுக்கொண்டது ஏராளம்.

என்னுடைய கருத்தில், இந்த உலகில் உள்ள மனிதர்கள் மூன்று வகைப்பட்டவர்களாக இருக்கிறார்கள். உணர்ச்சியை

வைத்து வாழ்பவர்கள். அறிவை வைத்து வாழ்பவர்கள். இவை இரண்டுமில்லாத, இவை இரண்டையும்விட மேலான உண்மையைக் கண்டு, அதில் வாழ்பவர்கள்.

முதல் வகை மனிதர்கள்தான் பெரும்பான்மையானவர்கள். அதாவது பாமர மனிதன். இரண்டாம் வகையில் விஞ்ஞானிகள் போன்ற சிந்தனையாளர்கள் வருவர்.

மூன்றாம் வகையை ஞானிகள் என்றும், ஸூஃபிகள் என்றும் அவ்லியா என்றும் பல பெயர்களால் நாம் அழைக்கிறோம். (இதில் துறவிகளைச் சேர்க்க முடியாது). உண்மையான ஞானிகளை சந்திப்பது அரிதினும் அரிதாக உள்ளது. திராட்சைகளின் இதயத்தில் மது இருப்பதை அறிந்தவர்கள் அவர்களே! அவர்களை சரியாகப் புரிந்துகொண்டு, அவர்கள் சொன்னதைப் பின்பற்றி நடப்பதிலும் பல சிக்கல்கள் உள்ளன.

அப்படி ஒரு குருவை சந்தித்த மனிதனைப் பற்றியும், அவனுக்கு அவர் எப்படி குருவானார், உண்மைகளின் பின்னால் மறைந்து நிற்கின்ற அந்த உண்மையான உண்மையை அவர் எப்படி அடையாளம் காட்டினார், அதை அவன் கண்டு கொண் டானா, அதில் என்னென்ன பிரச்சனைகளை அவன் சந்திக்க நேர்ந்தது போன்றவற்றை எடுத்துச் சொல்வதே இந்த நாவலின் நோக்கம்.

என்னுடைய மற்றும் எங்கள் குழுவில் இருந்த நண்பர்களுடைய வாழ்விலிருந்து எடுக்கப்பட்ட சம்பவங்களை வைத்தே இந்த நாவல் எழுதப்பட்டது. ஆனால் இது எந்த ஒரு தனிமனிதனையும் பற்றியதல்ல. பிரபஞ்ச மகா சக்தியோடு தொடர்புகொள்ள முயன்று, அதில் கொஞ்சம் வெற்றியும் கண்டது எப்படி என்பது பற்றிய கதை இது.

இது எல்லாருக்குமான உண்மைதான். உண்மை என்று சொல்லும்போதே அது கால தேச வர்த்தமானங்களையும், ஜாதி மத வேறுபாடுகளையும் கடந்தது என்பது உட்குறிப்பு.

நீங்கள் சாக்கடையில் பார்த்துக்கொண்டிருப்பது நில வல்ல, நிலவு அதோ அங்கே வானத்தில் பிரகாசமாக ஒளி வீசிக்கொண்டிருக்கிறது என்று சுட்டும் விரலாக இந்த நாவல் செயல்பட்டுவிட்டதென்றால் அதுவே என் நோக்கத்தின் வெற்றியாக அமையும்.

இதன் புதிய பதிப்பை அழகுற வடிவமைத்து வெளியிடும் சிக்ஸ்த்சென்ஸ் பப்ளிகேஷன்ஸ் பதிப்பகத்தாருக்கு, என் நன்றிகள்.

அன்புடன்

நாகூர் ரூமி

நூலடக்கம்

1. கடலுள் வீழும் அலைகள்
2. ஒரு வீடு ஒரு மனிதர்
3. ஒரு விவாதம்
4. முதல் கோணல்
5. கடற்கரை வெளிச்சம் –I
6. கடற்கரை வெளிச்சம் –II
7. நின்னைச் சரணடைந்தேன்
8. இதயங்களைத் திருப்புகிறவன்
9. என்ன வேண்டும்?
10. மறக்கின்ற ஞானம்
11. நான் போட்ட அலீஃப்
12. இப்படித்தான்
13. நிகழ்காலத்தின் எதிர்காலம்
14. சிகரெட் புகை
15. விஷப்பரீட்சை
16. நூலறுந்த பட்டம்
17. தப்புக் கணக்கு
18. தங்கச் சுரங்கத்தின் சாவி
19. உயிர் மூச்சு
20. கட்டியும் தண்ணீரும்
21. ப்ரேக்கிங் பாயிண்ட்

கடலுள் வீழும் அலைகள்

1

கடலைப் பார்த்துக் கொண்டிருப்பதே ஒரு சுகம்தான். ஊருக்குள்ளே இல்லாத என்னமோ அதில் நிச்சயம் இருக்கிறது. கடைகளில், மார்க்கெட்டில், கூட்டத்தில், குடும்பத்தில் கிடைக்காத ஒன்று அங்கே கிடைத்தது. ஆனால் அது என்னவென்றுதான் தெரியவில்லை. ஒருவகையில் பார்த்தால் அது என்னவென்று தெரிய வேண்டிய அவசியமில்லை என்றே தோன்றுகிறது. மருந்துக்குள் என்ன இருந்தால் என்ன, குணமாவதுதானே முக்கியம்?

திரும்பத் திரும்ப ஓடிவரும் அந்த அலைகளை அலுக்காமல் சலிக்காமல் பார்க்கலாம். அலைகளின் முயற்சி அபாரமானது. அந்த அலைகளினூடே பயமில்லாமல் கட்டுமரங்களில் செல்லும் வெற்றுடம்பு மனிதர்களை நினைத்து எனக்கு எப்போதுமே ஆச்சரியம்தான். வெகு தூரம் செல்லும் அவர்கள் திரும்பி வரும்போது என்ன கொண்டு வருவார்கள் என்று ஒரு நாள்கூட நான் பார்த்தது கிடையாது. ஆனால் கடல் அவர்களை ஏமாற்றாது என்று தெரியும். ஈரம் கலந்த கடற்கரைக் காற்றில்கூட என்னவோ உள்ளது. அந்த காற்றும், அந்த வெல்வெட்டு மண்ணும்,. அதில் ஓடும் நண்டுகளும், ஆங்காங்கு கிடக்கும் சிப்பிகளும், அந்த அலைகளின் ஆர்ப்பரிப்பும், அதைப் பார்த்துக் கொண்டு ஒரு புன்னகைகூட செய்யாமல் இருக்கும் கடலின் மஹா மௌனமும் எனக்கு ரொம்பப் பிடிக்கும்.

சமயங்களில் சிப்பிபோலக் கிடக்கும் ஒன்றின்மீது அலை வந்து போனதும் அது உயிர் பெற்று நகர்வதைப் பார்க்க ரொம்ப அற்புதமாக இருக்கும். அப்படி ஓடும் பல உயிர்களை நான் பிடித்து வைத்துப் பார்த்து ரசித்திருக்கிறேன். சின்னச் சின்ன சங்குகளிலும், ஐஸ்க்ரீம் கோன் மாதிரி இருக்கும் சிலவற்றிலும் உள்ள டிசைன் மாதிரி எந்த மனிதனாலும் போட முடியாது. அப்படி ஒரு அழகு. ஒரு சில சமயங்களில் செத்துப்போன ஆமைகள் கிடக்கும். அதன் முரட்டு முதுகை காலால் நிமிண்டி புரட்டிப்போட்டால் கீழே உள்ள மிருதுவான வயிற்றுப் பகுதி தெரியும். அதை கால் பெருவிரலால் அமுக்கிப் பார்ப்பேன். அழுத்த அழுத்த அமுங்கும் அந்த வயிற்றுப் பகுதியைவிட அழுத்தமான அதன் ஓட்டுப் பகுதிதான் எனக்குப் பிடிக்கும்.

நண்டுகளைப் பார்க்க ரொம்ப வேடிக்கையாக இருக்கும். நண்டுகளுக்கு நடையே கிடையாது. எப்போது பார்த்தாலும் யாரோ கொலை செய்ய வருவது மாதிரி பயந்த ஓட்டம்தான். நகரத்து மனிதர்களின் அவசரம் நண்டுகளின் நன்கொடையோ என்னவோ. அந்த ஓட்டத்திலும் ஒரு விஷேஷமுண்டு. அது ஓடும் திசைதான் அந்த

விஷேஷம். எந்த நண்டும் நேராக ஓடி நான் பார்த்தே இல்லை. எல்லா நண்டுகளுமே லெஃப்ட்டிஸ்ட்டுகளாகவோ, ரைட்டிஸ்ட்டுகளாகவோ பக்கவாட்டில்தான் ஓடுகின்றன.

மக்ரிபு[1] நேரத்தில் பெரிய மினாராவில் விளக்கேற்றி விடுவார்கள். நேரம் அறிவிக்க தர்காவில் குண்டு போட்டிருப்பார்கள். புறாக்கள் யாவும் மினாராக்களிலிருந்தும் தங்க கலசத்திலிருந்தும் பயந்து, பறந்து கலைந்து போயிருக்கும். ஆனால் கொஞ்ச நேரத்திற்கெல்லாம் மறுபடியும் தத்தமது இடங்களில் வந்து அமர்ந்திருக்கும். குண்டு போடும்போது பயப்பட்டு அப்படி அடித்துப் பிடித்துக்கொண்டு பறந்து போகத் தேவையில்லை என்பதை அவைகள் புரிந்து கொண்டதே இல்லை. அது சரி, மனிதர்களாகிய நமக்கே அந்த பயம் போகவில்லையே!

ஒவ்வொரு முறை குண்டு போடும்போதும் ஒரு கணம் தூக்கிவாரிப் போடும். வயிற்றுக்குள்ளிருந்து ஏதோ கிளம்பி நெஞ்சுக்கு ஏறும். அதில் பயப்படுவதற்கு ஒன்றுமில்லை என்று புரிந்து கொண்ட பிறகும் பயம் அடங்கி இதயத்துடிப்பு நார்மலுக்கு வர சற்று நேரமாகும். அடுத்த முறை குண்டு போடும்போது தூக்கி வாரிப் போடாமல் பார்த்துக்கொள்ளவேண்டும் என்று சங்கல்பம் எடுத்துக்கொள்வேன். மறுநாளின் அந்த நேரத்திற்காகக் காத்திருப்பேன். ஆனால் எப்படியோ அந்த கணம் மட்டும் என் பிரக்ஞையிலிருந்து கையிலெடுக்கும் கானாங்கழுத்தான் மீனைப்போல நழுவிவிடும். மறுபடி தூக்கிவாரிப் போட்டபிறகு, தோற்றுவிட்ட மாதிரியான ஒரு வித அவமான உணர்ச்சி தவிர்க்க முடியாமல் வரும். அடுத்த நாளுக்கான சபதத்துக்கு அது உரம் போடும். ஆனாலும் எண்ணற்ற தூக்கிவாரிப் போடல்களும் அவற்றின் கீழே ஒளிந்துகொண்டிருக்கும் அவமான உணர்ச்சிகளுமாக வருடங்கள் ஓடிவிட்டன. நமக்கே இப்படி, பாவம் அந்த புறாக்கள் என்ன செய்யும்? பயந்து விட்டோமே என்ற அவமான உணர்ச்சி அவைகளுக்கு இருக்குமா என்ன?

குண்டு போடுவது கடற்கரையிலிருந்து காதில் விழாது என்றாலும் மக்ரிபு நேரத்தை அறிந்து கொள்வது சுலபம். ஒரு மாதிரியான ஆரஞ்சு நிறத்துக்கு வானம் வந்து விடும். கடல் கறுத்து, அலைகளின் வாயில் நுரை தள்ளி பூப்போல இருக்கும். காற்றின் ஈரம் கூடியிருக்கும். லேசாக குளிரெடுக்க ஆரம்பிக்கும். ஒரு நாலு மணி வாக்கில் கடற்கரைக்குச்

1 - அந்தி நேரம்

சென்று, போகும் வழியிலேயே 'உள்ளடம்'² வைத்த 'வாடா'³ வாங்கி சாப்பிட்டுவிட்டு, கடலுக்குப் பக்கத்தில் உள்ள மணல் திட்டுகள் ஏதாவதொன்றில் உட்கார்ந்து இவ்வளவையும் ரசித்துவிட்டு, மக்ரிபு நேரத்தில் திரும்பி நேராக தர்காவுக்குப் போய்விட்டு வீட்டுக்கு போவது பழக்கமாகிவிட்டிருந்தது.

பெரிய எஜமான்⁴ கடற்கரையில் நாற்பது நாட்கள் 'சில்லா' (எனும் தனிமைத் தவத்தில்) இருந்தார்களாம். அவர்கள் கடற்கரையைத் தேர்ந்தெடுத்ததற்கு என்ன காரணமாக இருந்திருக்கும்? தெரியவில்லை. ஆனால் கடற்கரைக்கு வந்து விட்டுப் போகும்போது ஆரோக்கியத்தை மீறிய வேறு ஏதோ ஒன்று கூட வருகிறது. அது வீட்டுக்கு வந்து சேர்ந்த பின்னரும் கொஞ்சம் நேரம் இருக்கிறது. அது என்னவென்று தெரியவில்லை. ஆனால் தியானம் செய்வதற்கு நிச்சயம் கடற்கரை சிறந்த இடம்தான். சந்தேகமேயில்லை. யோசித்துக்கொண்டே வந்த போது ஹனீஃபா பாட்டு ஒன்று காற்றில் உறுமிக் கொண்டு வந்தது. அதைக் கேட்டவுடன் குலாம் மாமாவின் ஞாபகம் வந்தது.

குலாம் மாமாவுக்கு கவிக்கடல் என்று யார் பட்டம் கொடுத்தார்கள் என்று தெரியவில்லை. ஒரு வேளை மாமாவே அப்படி ஒரு பட்டத்தை தன் மீது போர்த்தியிருக்கலாம். ஆமாம், அப்படித்தான் தோன்றுகிறது. ஆனாலும் அந்த பட்டம் குலாம் மாமாவுக்கு ரொம்ப பொருத்தமானதாகத்தான் தோன்றுகிறது. குலாம் மாமாவின் பாடல்கள் தமிழ்நாடு முழுவதும் பலவிதமான கச்சேரிகளின் மூலமும் கேஸட்டுகளின் மூலமும் பல பேருடைய குரல்களில் அலறிக்கொண்டு பிரபலமாக இருக்கத்தான் செய்தன. என்றாலும் எனக்கு என்னவோ மாமாவின் பாடல்களை நினைத்தால் மூன்று மாச மசக்கைக்காரி மாதிரி குமட்டியது. பத்துப் பாட்டை எடுத்துக்கொண்டால் அதில் ஒன்பது பாட்டு வாயில் வைக்க முடியாதபடி பயங்கர உப்புக் கரிப்பு. சந்தேகமே இல்லை, கவிக்கடல்தான்.

மாமாவின் வீடு பெரிய எஜமானின் தலைமாட்டு வாசல் பக்கமிருந்தது. தெருவின் பெயரே தலைமாட்டுத் தெரு தான். தர்காவைச் சுற்றிப் போகவேண்டும். தர்காவுக்கு உள்ளே போய் முதுபக் ஷரீஃபுக்கு⁵ அந்தப் பக்கமிருக்கும் ஒரு வாசல் வழியாக வெளியே வந்து தலைமாட்டுத் தெருவுக்கு போகலாம். தர்கா ஆபீஸ் வழியாகவும் போகலாம். எப்படிப்

---

2 - ஒருவிதமான வடை
3 - வாடாவின் உள்ளே வைத்துக் கொடுக்கப்படும் வெங்காயம் இத்யாதி
4 - நாகூரில் அடக்கமாகியுள்ள வலியுல்லாஹ் (இறைநேசர்) அப்துல் காதிர் ஷாஹுல் ஹமீது ஆண்டகை அவர்கள்
5 - பெரிய எஜமான் காலமான பிறகு அவர்களைக் குளிப்பாட்டிய இடத்துக்கு பின்புறம்,

போனாலும் பெரிய எஜமானின் கல்லறை மேல் இருக்கும் தங்க கலசமும், தர்கா உள்ளே இருக்கும் மினாராவும், கீழே உள்ள தோட்டத்திலிருந்து சில அழகான மரங்களும் தெரியும். என்ன மரம் என்று பெயர் தெரியவில்லை. ஒருவேளை கொம்பு முளைத்த தேங்காய்களைக் கொடுத்த வித்தியாசமான தென்னையாக அது இருக்கலாம். ஆனால் பார்க்க ரொம்ப அழகாக இருக்கும். தர்கா ஆபீஸ் வழியாக போனால், சிமெண்ட் போடப்பட்ட ஒரு சின்ன தெரு அல்லது சந்து வழியாக போகவேண்டி வரும். அது சுருக்கு வழி. ஆனாலும் அந்த வழியாகப் போவதில் எனக்கு ஒரு பிரச்சனையிருந்தது.

முன்னாடியெல்லாம் சிமெண்ட் கிடையாது, வெறும் மண்தான். '*ஹந்திரி*'[6]யின்போது அந்த சந்து பூரா நிறைய கடைகள் வந்துவிடும். பெண்களுக்கான அழகுச்சாதனங்களான வளையல், கண்ணாடி, ஹேர்பின், தலை பேண்டு, லிப்ஸ்டிக் இத்யாதி விற்கும் கடைகளும், ப்ராட்டா, முர்தபா, சம்சா என்று வயிற்றுப்பாட்டுக்கான - சமயங்களில் வயிற்றுப் போக்குக்கான- கடைகளும்.

பக்திமானாக விளங்கிய யாரோ ஒரு மத்திய மந்திரி தர்காவுக்கு '*ஜியாரத்*'[7]துக்கு வந்தபோதுதான் தர்காவைச் சுற்றி வரும் இந்த சந்து பொந்துகளையெல்லாம் பார்த்துவிட்டு, உடனே அரசு செலவில் தர்காவைச் சுற்றி வரும் பாதை பூரா சிமெண்ட் போட்டு அதை பக்தர்களின் பாதையாக மாற்றிக் கொடுத்தார். பக்தர்களின் பாதை முடியும் இடத்தில் தர்கா சுவரை ஒட்டி சாக்கடை ஓடியதால் பக்தகோடிகள் குந்தி உட்கார்ந்து பக்தியோடு ஒண்ணுக்கிருக்க வசதி செய்து கொடுத்த மாதிரி ஆகிப்போனது. அந்த சந்தைக் கடக்கும்போது மூக்கைப் பொத்திக் கொண்டுதான் போக வேண்டும். மூத்திர வாடை சகிக்காது. ஆனால் என்னால் மூக்கை ரொம்ப நேரம் பொத்திக் கொண்டிருக்க முடியாது. மூக்கை விடுவிக்க நேரிடும் அந்த ஒரு சில வினாடிகளில் வாடை உள்ளே புகுந்துவிடும். ஒரு வெறுப்போடு கார எச்சிலைப் போல காற்றை வெளியே துப்பி, மறுபடியும் மூக்கைப் பொத்திக் கொள்வேன்.

ஒரு பெரிய *குத்பு நாயகத்துடைய்*[8] கல்லறையைச் சுற்றி இப்படி நாற்றமெடுக்க வைத்திருக்கிறார்களே என்று ஒவ்வொரு தட்வை அந்த சந்து வழியாகப் போகும்போதும் ரொம்ப

6 - இறை நேசர்களின் அடக்க ஸ்தலத்தில் நடத்தப்படும் கந்தூரி அல்லது உரூஸ் எனப்படும் ஆண்டு விழா

7 - இறைநேசர்கள் அடங்கியுள்ள தர்காக்களுக்கு விஜயம் செய்தல்.

8 - குத்பு என்பது இறை நேசர்களில் உயர்ந்த அந்தஸ்த்தை அடைந்தவர்களைக் குறிக்கும். நாயகம் என்பது பொதுவாக பெரியவர்களை மரியாதையாகக் குறிக்கும் வார்த்தையாகும்.

வேதனையாக இருக்கும். அங்கே உட்கார்ந்து எப்படித்தான் ஒண்ணுக்கு இருக்க மனசு வருகிறதோ?

"இந்த கும்மால ஓ...ட சாமான் அலுவுனாத்தான் எஜமான்ற *'கராமத்'*[9] இங்க உக்கார்றவனுவளுக்கு புரியும்" என்று என்னோடு பள்ளியில் படித்த மீரான் சாபு சாபம் கொடுப்பான்.

பெரிய எஜமானின் அற்புதங்களுக்கு எல்லையில்லைதான். ஆன்மீகத்தை அசிங்கப்படுத்தும் ஆண்குறிகளை அழுக வைப்பது அந்த காரணகடலுக்கு - அற்புதங்கள் நிகழ்த்தும் சக்தி கொண்டவர் என்று சொல்ல அந்தக் காலப் பெரிசுகள் 'காரணக்கடல்' என்றுதான் சொன்னார்கள்; என்ன காரணம் என்று தெரியவில்லை ஒன்றும் பெரிய காரியமாக இருக்காதுதான்.

ஆனால் மீரான் சாபு குறிபார்த்து சாபம் விட்டதற்குக் காரணம் பெரிய எஜமான் மேல் அவன் கொண்டிருந்த பக்தி என்று சொல்லிவிட முடியாது. ஒண்ணுக்கு அடிக்கும் அந்த சுவற்றுக்கு எதிரில் இருந்த பல வீடுகளில் அவனுடையதும் ஒன்று. (வீடு என்றுகூட சொல்ல முடியாது. சுவரோடு சுவராக ஒரு வாசல் நிலையும் ஒரு கதவும் இருக்கும். உள்ளே வீடுதான் இருக்கும் என்று ஒரு ஹேஸ்யம்தான். போய்ப் பார்த்ததில்லை).

ஆசையாக கானாங்கழுத்தான், வவ்வா, சுரும்பு என்று எந்த மீன் வாங்கிக்கொண்டு வீட்டுக்கு வந்தாலும் மீன் வாடையோடு 'அந்த' வாடையையும் முகர்ந்து கொண்டுதான் வீட்டுக்கு உள்ளே போக வேண்டும். சமைக்கும் போதும் சாப்பிடும் போதும்கூட துர்நாற்ற உணர்விலிருந்து முற்றிலுமாக விடுபட்டு சாப்பிட முடியாது. இதை அவனே என்னிடம் பலமுறை பள்ளிக்கூடத்தில் பகல் உணவுக்கான இடைவேளையில் மீன் சாப்பிட்டுக்கொண்டே சொல்லி புலம்பியிருக்கிறான்.

அவனுடைய வீட்டுக்கு அடையாளம் யாராவது கேட்டு விட்டால் போதும். அவனுடைய முகத்தில் ஒரு கறுமேகம் சூழ்ந்துவிடும். "அட, அந்த மூத்தர நாத்தமடிக்குமே, அந்த தர்கா சந்து இல்லெ..அதுக்கு எதிர்ல" என்று நண்பர்கள் சிரித்துக் கொண்டே சொல்லும்போது அவனுடைய ரோஜாப்பூ முகம் கோபத்திலும் அவமானத்திலும் நீர்க் கடுப்பு வந்தமாதிரி ஆகிவிடும். சாய்மார்களுக்கே ரோஜாப்பூ நிறம்தான். மரைக்கார் மாலிமார்களாகிய நாங்களும் நல்ல நிறமுடையவர்கள்தான். என்றாலும் சாய்மார்களை இந்த விஷயத்தில் அடித்துக்கொள்ள

9 - இறைநேசர்கள் நிகழ்த்திய அற்புதம்

முடியாது. சாய்மார்களுக்கு மட்டும் குங்குமப்பூவிலும் ரோஜாப்பூவிலும் செய்த சதையும் நிறமும் வருவதற்கு என்ன காரணம்? அதுவும் பெரிய எஜமானின் காரணமாகத்தான் இருக்க வேண்டும். சாய்மார்கள் பெரிய எஜமானின் பேரப் பிள்ளைகளல்லவா!

காதிரியா மத்ரஸாவில் நான் ஓதிக் கொண்டிருந்தபோது, என்னோடு ஸஃபியாம்மா என்று ஒரு பெண் ஓதினாள். ஒரு நாள் நான் சின்ன முடுக்கு வழியாக வந்து கொண்டிருந்த போது ஒரே வெள்ளைத் துப்பட்டிக் கூட்டமாக இருந்தது. என்னவென்று பார்த்தால் செல்லம்மா மாதிரி இருந்த ஒரு பெண்ணை பல பெண்கள் பாதுகாப்பாக அணைத்து அழைத்து வந்தார்கள். அது ஸஃபியாம்மாதான் என்று புரிந்து கொள்ள எனக்கு ரொம்ப நேரம் ஆகவில்லை. ஸஃபியாம்மாவைவிட அழகி அகில உலகிலும் கிடையாது என்பது அப்போதுதான் எனக்கு புரிந்தது. ஆண்டவன் சொல்லும் சொர்க்கத்து ஹுருல்ஈன் எனும் பெண் அப்படித்தான் இருப்பாளோ? காதிரியா மத்ரஸாவில் எனக்கு எதிரில் உட்கார்ந்து தப்புத் தப்பாக பாடம் சொல்லும்போது இல்லாத அழகு இப்போது எப்படி வந்தது? அதற்கும் சீக்கிரமே விடை கிடைத்துவிட்டது. அவள் *'பாலிக்'*[10] ஆகிவிட்டாள் என்று ரொஹையாலாத்தா சொன்னார்கள். ரொஹையாலாத்தா என்னை வளர்த்தவர்கள். பெண்கள் பருவமடையும்போதுதான் இயற்கை தன் வசந்தத்தின் ரகசியங்களை கொஞ்சம் கொஞ்சமாக அவிழ்க்க ஆரம்பிக்கிறது. சாம்ராஜ்ஜியங்களைக் கவிழ்க்கும் அந்த அற்புதத்தின் அழகே அழகு!

என்ன செய்வதென்று தெரியாமல் போரடிக்கும் நேரங்களில் நான் குலாம் மாமாவின் வீட்டுக்கு போவேன். என்னுடைய 'பெண் ஃப்ரண்ட்ஸ்' அங்குதான் இருந்தார்கள். மெஹ்ருன்னிஸா, தாஜுன்னிஸா, நஜ்முன்னிஸா. மூன்று எம்ஜியார் வீராங்கனைகள். மூன்று குட்டிகள் என்று சொல்வதைவிட குட்டிப் பிசாசுகள் என்று சொல்லலாம். அவள்களுடைய லூட்டி தாங்க முடியாது.

மூத்தவள் மெஹ்ரு. அவளுக்கு ஆம்பளை குரல். ஆனால் அவள்தான் அறிவானவள். (என்னைப்போல)! அதனால் குரலை மன்னித்துவிடலாம். ஒருமுறை எனக்கு ஒரு தொலைபேசி அழைப்பு வந்தது. எடுத்து ஹலோ சொன்னால் மறுமுனையில் மெஹ்ரு! "அட, ரொம்ப நாள் கழிச்சு இப்பதான் ஒரு பொம்பளைட்டேருந்து ஆம்பளை

10 - வயதுக்கு வருதல்

கொரலெ கேக்குறேன்" என்று சொன்னேன். அதற்கு அவள் ஆண் குரலில் சிரித்துவிட்டு, "நானும் ரொம்ப நாள் கழிச்சு இப்பத்தான் ஒரு ஆம்பளைட்டேருந்து பொம்பளெ கொரலெ கேக்குறேன்" என்றாள்!

ரெண்டாவது தாஜ். வாப்பாவைப்போல கறுப்பி. ஆனாலும் மாமா அளவுக்கு கறுப்பல்ல. கருவிலேயே தீக்குளித்து விட்டுப் பிறந்த மாதிரி மாமா அப்படி ஒரு கறுப்பு. எங்கள் குடும்பத்திலேயே கறுப்பான ஒரே ஆள் மாமாதான். எங்கள் குடும்பத்தின் வெள்ளை சிவப்பு நிறங்களையெல்லாம் அவமானப்படுத்தும் கறுப்பு. ஆனால் மாமா ரொம்ப ஜாலியான ஆள். "இது காரன்ட்டி கலரப்பா" என்று அடிக்கடி சொல்லி சிரித்துக் கொள்ளும். ஒரு மெல்லிய கோடு மாதிரி மேலுதட்டின் மேல் வரையப்பட்ட மீசையை அந்த நேரத்தில் பார்க்கும் யாருக்கும் சிரிப்பு வராமல் இருக்காது.

மாமாவின் மருமகனிடம் எனக்கு தம்பி முறை ஒருமுறை நான் கேட்டேன். "டேய் ஷாஜு, ஒனக்கு மாமா மாதிரியே கறுப்பா புள்ளெ பொறந்தா என்னா செய்வ?"

அதுக்கு அவன், "அப்புடியே கலுத்தெ நய்ச்சு சாவடிச்சுடு வேன்" என்றான், பின்னால் மாமா நின்று கொண்டிருந்தது தெரியாமல். தொலைக்காட்சி சீரியல்களின் பின்புலச் சிரிப்பொலி மாதிரி குட்டிப் பிசாசுகளால் கலகலத்தது வீடு.

கறுப்பானாலும் தாஜ் அழகி. சளிபிடித்த மாதிரி ஒரு குரல். என்னவோ ஒரு வசீகரம் அவளிடம் இருந்தது. கடைக்குட்டியை நான் சிலுக்கு என்று அழைத்தேன். பொன் மேனி உருகுதே என்ற பாடலுக்கு ஒரு அரை ட்ராயரைப் போட்டுக்கொண்டு சூப்பராக சிலுக்கு மாதிரியே ஆடுவாள். மெஹ்ரும் தாஜும் வயதுக்கு வந்தவர்கள். இந்த மூவரில் தாஜை எனக்கு மிகவும் பிடித்ததற்கு இன்னொரு காரணம் இருந்தது. அது...வேண்டாம் அது ரகசியம். நான் அவ்வப்போது கவிக்கடலின் வீட்டுக்கு போய்வந்ததற்கு அந்த கறுப்பு காந்தமும் ஒரு காரணம்.

கவிக்கடல் குலாம் மாமா வீட்டுக்குப் பக்கத்தில்தான் முசலியார் ஹஜ்ரத்தின் வீடு இருந்தது.

ஒரு வீடு ஒரு மனிதர் 2

மாமாவின் வீட்டுக்கு அடிக்கடி முசலியார் ஹஜ்ரத் வருவார்.

முசலியார் ஹஜ்ரத் என்றால் ஊருக்கே தெரியும். ஃபாதர் ஆஃப் த நேஷன் மாதிரி ஃபாதர் ஆஃப் த டவுன். முக்கியமாக பெண்கள் மத்தியில் அவர் மிகவும் பிரபலம். மாமா வீட்டுக்குப் பக்கத்து சந்தில்தான் அவர் வீடு இருந்தது.

மாமா வீட்டிலிருந்து வெளியே வந்து ஒரு பத்தடி நடந்து வலது பக்கம் திரும்பினால் முசலியார் வீட்டு சந்து. சந்து ஒன்றும் பெரியதல்ல. அதுவும் ஒரு இருபதடி இருக்கலாம். அவ்வளவுதான். அது முடியும் இடத்தில் 'டெட் எண்ட்' மாதிரி ஒரேயொரு வீடு. அதுதான் முசலியார் வீடு. வாசல்படி ஏறும் இடத்தில் வலது பக்கமாக ஒரு திண்ணைமாதிரியான அமைப்பு இருக்கும். அதை எதிலும் சேர்க்க முடியாது. அதில் யாரும் உட்காருவதும் இல்லை. காரணம் வாடைதான். முசலியாரின் சொந்தக்காரப் பையன்கள் இரவுகளில் தம்மடிப்பதற்கும், காரித் துப்புவதற்கும், குந்தி ஒண்ணுக்கிருந்துவிட்டு கழுவாமல் போவதற்குமாக அர்ப்பணிக்கப்பட்டிருந்தது அது.

முசலியார் வீட்டுக் கதவு பல நேரங்களில் மூடியே இருக்கும். 'முசலியார்' என்று எழுதப்பட்ட ஒரு போர்டு தொங்கும். வேறு பட்டங்கள் எதுவும் இருக்காது. குறிப்பிட்ட நேரங்களில்தான் அவர் மக்களைப் பார்ப்பார். காலை பத்து

முதல் பகல் ஒரு மணிவரை. சாயங்காலங்கள் அவருடைய சீடர்களுக்காகவும் அவசரகால நோயாளிகளுக்காகவும் ஒதுக்கப்பட்டிருந்தன. நோயாளிகளென்றால் சாதாரண நோயாளிகளல்ல. மருத்துவ அறிவை ஸ்தம்பிக்க வைக்கும் நோயாளிகள். முசலியாரும் எம்.பி.பி.எஸ். படித்த மருத்துவரோ, யூனானி ஹகீமோகூட அல்ல. சாய்பாபா 'டைப்'பும் அல்ல. ஆனால் அவர் குணப்படுத்திக் கொண்டிருந்தார்.

அவர் வீட்டுக்கு எதிரில் முசலியார் வீட்டோடு இணையாமல், இரண்டு பக்கங்களிலும் சின்ன செவ்வக வடிவ திண்ணைகள் இருக்கும். எப்போது பார்த்தாலும் அதில் தண்ணீர் பாட்டில்கள், தூக்குகளுடன் ஆண்களும் பெண்களும் காத்திருப்பார்கள். கதவு திறக்கும் வரை உட்கார்ந்திருக்கவும் ஊர் கதை பேசவும் திண்ணை உதவியது. உள்ளூர்க்காரர்களுக்கு முசலியார் கதவு திறக்கும் நேரம் தெரியுமாதலால் அவர்கள் 'கன் டய'த்துக்குத்தான் வருவார்கள். வெளியூர்க்காரர்கள்தான் நேரங்கெட்ட நேரத்தில் வந்து மாட்டிக்கொண்டு *'திண்ணைத் தோழர்க'ளாகி*[1] விடுவார்கள்.

மூடி இருந்த அவர் வீட்டு வாசலில் எந்த நேரமும் வெள்ளைத் துப்பட்டிகளைப் பார்க்கலாம். வந்து கொண்டே இருப்பார்கள்.

முசலியார் ஹஜ்ரத் யாரையும் தேடி எங்கும் வெளியே போக மாட்டார். அவர் எங்காவது வெளியில் போகிறார் என்றால் அது குலாம் மாமாவின் வீடுதான். அதிலும் அந்த மூன்று குட்டிப் பிசாசுகளின் மேல் அவருக்கு அலாதி பிரியம் இருந்தது.

முசலியார் ஹஜ்ரத்துக்கும் என் வீட்டுக்கும் என் பாட்டனார் காலத்திலிருந்தே தொடர்பிருந்திருக்கிறது. அப்போதெல்லாம் எங்கள் வீட்டுக்கே அடிக்கடி வருவாராம். வந்து என் சின்னம்மாவின் கையால் நாட்டுக்கோழி முட்டை ஊற்றிய தோசை கேட்டு சாப்பிடுவாராம். சின்னம்மாவே சொல்லியிருக்கிறது. பின்பு இதுபற்றி முசலியார் ஹஜ்ரத்தே என்னிடமும் சொல்லியிருக்கிறார். அது ஒரு காலம். இப்போது அவரைத் தேடித்தான் எல்லாரும், எல்லாமும் போய்க்கொண்டிருந்தன. முட்டை தோசைகள், மட்டன் சோறு, பிரியாணி உட்பட.

1 - பெருமானார் (ஸல்) அவர்கள் காலத்தில் அவர்களோடு நெருங்கிய தோழர்களாக இருந்த, வறுமையில் வாடிய ஸூஃபிகள்.

அவரைச் சுற்றி எப்போதுமே ஒரு கும்பல் இருக்கும். அவருக்கு அருகே எதிரில் பெண்கள் உட்கார்ந்த நிலையில் குனிந்திருப்பர். அவர்களுடைய தலையில் கிடக்கும் துப்பட்டியை விலக்கி தலையில் கையை வைத்து என்னவோ முணுமுணுப்பார். என்ன சொல்கிறார் என்று ஆண்டவனுக்குக்கூட விளங்காது. ஜக்தித்சிங் கஜல் பாடும்போது அவனுடைய உதடுகள் லேசாக நடுங்கும். ஆப்பிரிக்காவை கொஞ்சம் நினைவு படுத்தும் முசலியாரின் உதடுகளும் அப்படித்தான் முணுமுணுக்கும்போது நடுங்குவது போல இருக்கும். அவ்வளவுதான். பின், குடித்துக் கொண்டிருந்த சிகரெட் புகையோடு சேர்த்து 'ச்சூ' என்று ஊதிவிடுவார்.

அந்த ஊதல் சடங்கு முடிந்த உடனே பெண்கள் கையோடு கொண்டு வந்திருக்கும் பாட்டிலை அவரிடம் கொடுப்பார்கள். மூடியைத் திறக்காமல் கொடுக்கின்ற பாட்டில்களை வாங்க மாட்டார். பெண்கள் வேறு எங்கோ பார்த்துக் கொண்டு பாட்டிலை அவர் பக்கம் நீட்டினாலும் வாங்க மாட்டார்.

"எங்கெ பாக்குற? இங்கெ பராக்கு பாக்கவா வந்த?" என்று திட்டு விழும்.

மூடியைத் திற என்று சைகை காட்டுவார். மூடியைத் திறப்பார்கள். பின் அவர் அதைக் கையில் வாங்கி ஒரு சில வினாடிகள் அதை முறைத்துவிட்டு அதில் ஊதுவார். பின் அவர்கள் அதை மூடி எடுத்துக்கொண்டு போவார்கள். போகுமுன் மறக்காமல் அவர் காலைத் தொட்டு கண்ணில் ஒற்றிக்கொண்டு போவார்கள். அவர் அதைத் தடுக்க மாட்டார். யார் காலிலோ விழுகிறார்கள் என்பதைப்போல பார்த்துக்கொண்டிருப்பார். எனக்கு அதையெல்லாம் பார்க்க பற்றிக்கொண்டு வரும். நான் சின்னப் பிள்ளையாக இருந்தபோது பெரிசுகள் காலில் நல்ல நாள் பெரு நாளில் விழுந்திருக்கிறேன். அது காசுக்காக. வளர்ந்த பிறகு, காலில் விழுவது கேவலம் என்பதைப் புரிந்து கொண்டேன்.

சரி, பெண்கள்தான் அப்படி புத்தி கெட்டுச் செய்கிறார்கள் என்றால் பல ஆண்களும் அப்படிச் செய்ததுதான் எனக்கு மிகுந்த ஆச்சரியத்தைக் கொடுத்தது. அதிலும் நான் மிகவும் மதித்த கவிஞரும் சுயசிந்தனையோடு பேசும் பேச்சாளருமான ஜப்பார் நானாவும் முசலியார் ஹஜ்ரத்தின் சிஷ்யரைப் போல நடந்து கொண்டதுதான் என்னால் புரிந்து கொள்ள முடியாமல் இருந்தது.

ஜப்பார் நானா சாதாரண ஆளா என்ன? அவரிடம் பேச்சுக் கொடுத்து யாரும் மீள முடியாது. ஒருமுறை முசலியார் வீட்டில் நடந்ததாக ஜப்பார் நானாவின் நண்பர்களே என்னிடம் சொன்னது இது. அவர் சொன்ன ஒரு பதில் முசலியாரின் கோபத்தை சம்பாதித்திருந்தது.

'தஹஜ்ஜத்'[2] தொழுகை எந்த நேரத்தில் தொழ வேண்டும் என்று ஒரு கேள்வியை யாரோ முசலியாரிடம் கேட்டிருக் கிறார்கள். அதற்கு, "கோழி கூவுறதுக்கு, அதாவது சேவ கூவுறதுக்கு கொஞ்ச நேரத்து முந்தி தொலுவணும்" என்று முசலியார் சொல்லிவிட்டு, "என்னா வெளங்குதா?" என்று கேட்டிருக்கிறார் இந்த 'வெளங்குதா'

என்பது சாலமனின் முத்திரை மாதிரி முசலியாரின் முத்திரை.

"நல்லா வெளங்குது ஹஜ்ரத்" என்று ஜப்பார் நானா சொல்லவும், "நீ வில்லங்கம் புடிச்சவனாச்சே, ஒனக்கு என்னா வெளங்குனுச்சு சொல்லு" என்று முசலியார் கேட்டிருக்கிறார்.

2 - கடமை என்ற லிஸ்ட்டில் வராத, நள்ளிரவுக்குப் பிந்திய / மிக அதிகாலை நேரத் தொழுகை

“சேவல் இல்லாத ஊர்லெ *தஹஜ்ஜத்* தொழ முடியாதுன்னு வெளங்கிடுச்சு” என்று பதில் சொன்னாராம் ஜப்பார்.

“இந்த ஹராமி வேலையெல்லாம் இங்கெ வாணா” என்று கடுப்பாக சொல்லியிருக்கிறார் முசலியார்.

எனக்கு தூரத்து சொந்தக்காரர் ஒருவர் இருந்தார். அவர் ஒரு நாவல் பைத்தியம். நாவல் படிக்கும் பைத்தியம் அல்ல. நாவல் எழுத ஆசைப்படும் பைத்தியம். நான் ஒரு நாவல் எழுதிக் கொண்டிருக்கிறேன் என்று என்னைப் பார்க்கும் போதெல்லாம் சொல்வார். இப்படி என்னிடம் ஒரு பத்துப் பதினைந்து வருஷங்களாகச் சொல்லிக் கொண்டிருக்கிறார். “கன்னித்தீவு ஏற்கனவே வந்துடுச்சு நானா” என்று சொன்னால்கூட அவர் புரிந்து கொள்வதில்லை. பாவம், ரொம்ப நல்லவர். அவர் தன் லட்சிய சிகரத்தை ஒரு நாள் தொட்டே விட்டார். புலி வந்தேவிட்டது. நாவல் என்று ஒன்றை எழுதி அதை அவரே புத்தகமாகவும் போட்டுவிட்டார்.

“காயா பழமா?” என்று தலைப்பிடப்பட்ட அந்த நாவலின் ஒரு பிரதியை என்னிடம் கொண்டுவந்து கொடுத்தார். “அன்புச் சகோதரர் ஜுனைதுக்கு அன்புடன்” என்று எழுதி கையெழுத்தும் போட்டிருந்தார். அவருடைய நாவலை நான் வாங்கிப் புரட்டிப் பார்த்தபோது அவர் முகத்தில் பூரிப்பைப் பார்க்க வேண்டுமே! நான் அவருடைய புனைப்பெயரைப் பார்த்துவிட்டு அசந்தே போனேன். ‘பித்தன்’ என்றிருந்தது.

“நானா, பித்தன்னா பேர் வச்சிக்கிறிங்க?” என்று கேட்டேன்.

“இல்லெ தம்பி, சித்தன்னுதான் வச்சேன். ப்ரின்டிங் மிஸ்டேக்குலெ பித்தன்னு ஆயிடுச்சி. ‘புக்’கு வந்த பொறவுத்தான் எனக்கு விசியமே தெரியும். இப்ப ஒண்ணும் செய்ய முடியலெ. சரின்னு அப்புடியே வுட்டுட்டேன்” என்றார். அவர் சொன்ன விதத்தைப் பார்த்தால் பெயர்ப் பொருத்தத்தைப் பெருந்தன்மையாக ஏற்றுக் கொண்டுவிட்ட மாதிரி இருந்தது.

“சரி, நல்லாத்தான் இருக்கு வுடுங்க” என்றேன். அதற்கும் சிரித்துக் கொண்டார். விஷயம் இதுவல்ல. காயா பழமா என்ற அவரின் நாவலுக்கு, “இது கனிந்த பழம்” என்ற தலைப்பில் முன்னுரை கொடுத்திருந்தது கவிஞர் ஜப்பார் நானா!

முன்னுரையின் முதல் வாக்கியமே “தம்பி பித்தன் ஒரு நாடறிந்த எழுத்தாளர்” என்று தொடங்கியது.

எனக்குத் தெரிந்து தத்துப்பித்தனின் உலகம் யானை கொட்டாய் சந்து, பண்டக சாலை தெரு, மீன் மார்க்கெட், ஆண்டிக்குளம், அலங்கார வாசல் இவற்றால் ஆனது. அதற்கு மேல் வருஷத்தில் ஒரு நாள் மாஞ்சூர் தர்காவுக்கு அல்லது சில்லடிக்கு போவார்.

“எப்புடி நானா மனசறிஞ்சு ஒரு பொய்யெ இப்புடி சொல்லியிருக்கீங்க?” என்று ஜப்பார் நானாவிடம் கேட்டேன்.

ரொம்ப தீவிரமாக வலது கையால் கவட்டியைச் சொரிந்து கொண்டே, “எந்த பொய்யெ சொல்றீங்க தம்பி? நா நெறைய பொய் சொல்லியிருக்கேன். எல்லாமே புரை தீர்ந்த நன்மை பயப்பதுதான். எந்த பொய்யி?” என்றார்.

பொய் வேண்டுமானால் புரை தீர்ந்த நன்மை பயக்கலாம், ஆனால் பொது இடத்தில் கவட்டியைப் பிராண்டிக் கொண்டிருப்பது நிச்சயமாக அவருக்கு நன்மை பயக்காது என்று சொல்லலாமா என்று நினைத்தேன். ஆனால் பித்தன் எப்படி ஒரு நாடறிந்த எழுத்தாளரானார் என்று தெரிந்து கொள்கின்ற அரிப்பு அதிகமாக இருந்ததால் கவட்டி பற்றிச் சொல்லவில்லை.

“பித்தன் நாவல் முன்னுரைல...”

“அதா? அது உண்மதானே” என்றார் சர்வசாதாரணமாக. நான் விடவில்லை.

“அது எப்புடி நானா?”

“தம்பி ஜுனைத், நீங்க தப்பா புரிஞ்சிக்கிறீங்க” என்று ஆரம்பித்தார்.

இப்ப என்ன ‘ட்விஸ்ட்’ கொடுக்கப் போகிறார் என்று அறிய நானும் ஆவலாக இருந்தேன்.

“நாடறிஞ்ச எழுத்தாளர்ன்னா, இப்ப நம்ம இந்தியாலெ தமிழ்நாடு, ஆந்திரா, கர்நாடகா, கேரளாவெல்லாம் இரிக்கிதுல்ல? அதெல்லாம் அவருக்கு தெரியும்டு சொன்னேன். நாட்டுக்கு அவரெத் தெரியணும்னு அவசியமில்லெ. இவருக்கு நாட்டெத் தெரிஞ்சா போதுமில்ல, அப்பவும் நாடறிஞ்ச எழுத்தாளர்தானே?” என்றாரே பார்க்கலாம்!

அந்த ஜப்பார் நானாவும் முசலியாரின் காலைத் தொட்டுப் போகும் உலக அதிசயம் ஏன் என்றுதான் எனக்கு விளங்கவே இல்லை.

முசலியார் எப்போதுமே சட்டை போட மாட்டார். ஒரு மர சாய்மான நாற்காலியில்தான் எப்போதும் அமர்ந்திருப்பார். கையில் எப்போதும் சிகரெட் இருக்கும். ஆட்காட்டி விரலுக்கும் நடுவிரலுக்கும் இடையிலிருந்து முளைத்த ஆறாவது விரல் மாதிரி. முசலியார் ஒரு செயின் ஸ்மோக்கர். வெளிநாட்டு சிகரெட்டுகளை கார்ட்டன் கார்ட்டன்களாக வைத்திருப்பார். அதை ஒரு ஃபில்டரில் செருகி பின் அதை வாயில் வைப்பார். ஆரோக்கியத்தைப் பற்றிய முன் ஜாக்கிரதை முயற்சியாக இருக்கலாம். லைட்டர்களும் கூட விதம் விதமாக அழகழகாக வைத்திருந்தார். எல்லாமே வெளி நாட்டில் இருந்த முட்டாள் சிஷ்யர்கள் அனுப்புவது.

முசலியாருக்கு தாடி கீடி எதுவும் இருக்காது. அடிக்கடி ஷேவ் செய்து கொள்ளும் முகம். கை வைத்த வெள்ளை பனியன், ஒரு காலத்தில் வெள்ளையாக இருந்த ஒரு கைலி. அவ்வளவுதான் அவர் உடை. (ஜட்டி போட மாட்டார் என்றும் பின்னாளில் தெரிந்து கொண்டேன்). முகம் ஒன்றும் லட்சணமாக இருக்காது. மூக்கு சப்பை. நிறமும் மாநிறம்தான்.

அவரிடம் ஏன் கூட்டம் கூடியது? தெரியவில்லை. எல்லாம் முட்டாள்தனம்தான் வேறென்னவாக இருக்க முடியும்? மூட நம்பிக்கைகளுக்கா பஞ்சம்? நூல் ஓதி கொடுப்பார். தாயத்து கொடுப்பார். 'பட்டை'[3] ஓதிக் கொடுப்பார். கணக்கு போடுவார். இது பல மார்க்க விஷயதாரிகள் செய்வதுதான். ஆனால் இவர் தாடியில்லாமல், தொப்பியில்லாமல், பச்சை சால்வையால் உடலை போர்த்திக்கொள்ளாமல், சிகரெட் புகையுடன் அதைச் செய்து கொண்டிருந்தார். அதுதான் அவருடைய கவர்ச்சிக்கு காரணமோ என்று தோன்றியது.

ஆனால் அவரை மார்க்க அறிஞர்கள் யாரும் கேள்வி கேட்க முடியாது. அவர் பெரிய எஜமானின் பிள்ளை. அவர்களுடைய பரம்பரையில் வந்தவர். அவர்களுடைய பேரன் முறை. அதுமட்டுமல்ல, அவரே ஒரு மார்க்க அறிஞர். வேலூரில், தேவ்பந்தில், மதினாவிலெல்லாம் படித்து மார்க்க அறிஞருக்கான பல பட்டங்களை வாங்கியவர். அவர் செய்தால் தவறாகவா இருக்க முடியும் என்று மற்ற ஆலிம்கள் நினைத்திருக்கலாம். ஊரில் அவருக்கு எதிர்ப்பே

---

3 - பில்லி, சூனியம், ஏவல் முதலிய தீங்குகளிலிருந்து பாதுகாப்பு பெறுவதற்காக ஒரு தகரத்தல் கோடுகள், எழுத்து எல்லாம் முறைப்படி போட்டு கொடுக்கப்படும். இதை தாயத்துக்குள்ளும் சுருட்டி வைத்துக்கொள்ளலாம். அல்லது வீட்டில் ஃப்ரேம் போட்டும் மாட்டி வைக்கலாம். இதை யந்திரம் என்று சொல்வர்.

கிடையாது. அல்லது வெளிப்படையாகக் கிடையாது. பெண்களின் ஆதரவு பெற்ற ஒருவரை யார்தான் என்ன செய்துவிட முடியும்?

எனக்கும் அவருக்குமான முதல் சண்டை குலாம் மாமா வீட்டில்தான் நடந்தது.

சண்டை என்றுகூட சொல்லமுடியாது. அவரை எதிர்த்து நான் முதல் முதலாக பேசியது அங்குதான்.

ஒரு அவதாரம் 3

மாமாவின் வீட்டில் வழக்கம்போல பிசாசுகளிடம் நான் பேசிக்கொண்டிருந்தபோது தாடி இல்லாத கரடி மாதிரி திடீரென்று முசலியார் நுழைந்தார்.

மாமா வீட்டு முற்றத்தில் இரண்டு மர ஊஞ்சல்கள் எதிரெதிர் திசைகளில் இருக்கும். ஓட்டு வீடு. காற்றுப் பந்தல். ஊஞ்சலில் உட்கார்ந்து ஆடும்போது காற்று சுகமாக அடிக்கும். அப்படி ஆடிக்கொண்டே பேசிக் கொண்டிருந்தபோதுதான் அவர் நுழைந்தார்.

உடனே உட்கார்ந்திருந்த அனைவரும் எழுந்தார்கள்.

"வாங்க மாமா" என்று பிசாசுகள் அவரை வரவேற்றன. மாமியின் வெற்றிலை போட்ட வாயும் அந்த வரவேற்பில் கலந்து கொண்டது. மாமியின் வாய் அசை போடாமல் இருந்த கணங்களை நான் பார்த்ததே கிடையாது. மாமி நல்ல அன்பாகத்தான் எப்போதும் பேசும். ஆனால் அந்த 'நித்திய செவ்வாய் தோஷம்'தான் எனக்கு ஒரு மாதிரியாக இருக்கும். சாப்பிடும்போது எப்படி வெற்றிலை போட்டுக் கொண்டே சாப்பிடும் என்று யோசித்து யோசித்து குழம்பிப் போவேன்.

நான் எழுந்து கொள்ளவில்லை.

வடமேற்கை நோக்கி ஒரு காலையும் தென் கிழக்கை நோக்கி மறுகாலையும் வைத்து வீட்டை அளப்பதுபோல் அடியெடுத்து நடந்து வந்த முசலியார் எனக்கு எதிரில்

காலியாக இருந்த ஊஞ்சலில் உட்கார்ந்தார். நான் என் ஊஞ்சலில் லேசாக ஆட ஆரம்பித்தேன். அவர் உட்கார்ந்த ஊஞ்சல் கொஞ்சம் தாழ்வாக இருக்கும். நான் உட்கார்ந்திருந்த ஊஞ்சல் சற்று மேலே இருக்கும். முசலியாரைவிட என்னை கொஞ்சம் உயரத்தில் அது வைத்தது. அது எனக்கு கொஞ்சம் பெருமை தரக்கூடிய உயரமாக இருந்தது. நான் உள்ளூற மகிழ்ந்தேன்.

செவ்வாய் மாமி நைஸாக நகர்ந்து முசலியாரின் பின்னால் போய் நின்றது. 'இறங்குங்க தம்பி' என்ற செய்தியை எனக்கு விழிகளாலேயே அனுப்பியது. குதப்பிக் கொண்டிருந்த மாமியின் வாயும் லேசாக அந்த உத்தரவை அல்லது வேண்டுகோளை அபிநயம் பிடித்துக் காட்டியது.

நான் இறங்கவில்லை.

ஆனால் முசலியார் அதைக் கண்டு கொண்டதாகவே தெரியவில்லை. முசலியார் சாதாரண ஆளில்லை. ரொம்ப விபரமானவர். கொஞ்ச நேரம் அவரைப் பேசவிட்டால் தெரியும்.

பெரும்பாலும் கச்சேரி கிச்சேரி என்று வெளியூரில்

இருக்கும் குலாம் மாமாவும் அப்போது வீட்டில்தான் இருந்தது. திடீரென்று மாமா ஒரு கேள்வியைத் தூக்கிப் போட்டது.

"ஹஜ்ரத், ஒரே நாள்லெயே நா ஒலகப்புகழ் அடைய ணும். அதுக்கு எதாவது வழி இருக்குதா?" என்று கேட்டு விட்டு கவிக்கடலுக்கே உரிய பாணியில் வெள்ளை பற்கள் தெரிய ஹெஹ்ஹெஹ்ஹே என்று சிரித்தது. சின்ன கறுப்பு எறும்புகளின் வரிசையை நினைவுபடுத்தும் வரையப்பட்ட நோஞ்சான் மீசையை ஒருவித கற்பனையான பெருமிதத்துடன் தடவிக்கொண்டது.

"இப்ப ஏன் உங்களுக்கு இந்த விபரீத ஆசை?" என்று சொல்லிச் சிரித்தார் முசலியார். மாமாவும், மாமியும், குட்டிப் பிசாசுகளும் சிரித்தனர். முசலியார் சிரித்துவிட்டால் பதிலுக்கு சிரிக்காமல் இருப்பது மரியாதைக் குறைவல்லவா?

கொஞ்சம்கூட தயங்காமல் முசலியார் தொடர்ந்து சொன்னார். "மக்காலெ *ஜம்ஜம்*1 கெணறு இருக்கிதுல்ல? அதுல போய் ஒண்ணுக்கு அடிச்சு உடுங்க. ஒரே நாள்லெ ஒலகப் புகழ் வந்துடும். இந்தியால உள்ள ஹிண்டு எக்ஸ்ப்ரஸ்லேர்ந்து அமெரிக்காலெ உள்ள டைம்ஸ், ந்யுஸ்வீக் எல்லாத்துலயும் ஃபோட்டோவோட சேதி வரும். என்னா ஒன்னு, அதுக்கப்பறம் நீங்க உயிரோட இரிக்க மாட்டிங்க. ஜ௳ம்ஆல தலையெ வெட்டி கம்புல குத்தி வச்சுடுவான். ஆனா ஒலகப்புகழ் கெடச்சிடும்" என்றார் படபடவென்று. அவருடைய பேச்சு எப்போதும் அப்படித்தான்.

எல்லாரும் மறுபடியும் சிரித்தார்கள். அந்த பதிலுக்குப் பிறகு என்னாலும் சிரிக்காமல் இருக்க முடியவில்லை. முசலியாரால்தான் அப்படிப் பேச முடியும்.

நூற்றுக்கு மேற்பட்ட புத்தகங்களை அதுவரை அவர் எழுதியிருந்தார். ஆனால் எல்லாம் மார்க்க சம்மந்தமான புத்தகங்கள் என்பதால் எனக்கு ஆர்வம் வரவில்லை. நான் ஒன்றும் நாத்திகனல்ல என்றாலும், சுகமான தூக்கத்துக்கு நான் மார்க்க சம்பந்தமான புத்தகங்களை விட மிருதுவான தலையணைகளையே நம்பினேன். ஆனாலும் ஒரு

1 - மக்காவில் உள்ள புனித நீரூற்று. 5000 ஆண்டுகளாக அதிலிருந்து தண்ணீர் வந்து கொண்டுள்ளது. புனித யாத்திரை செல்லும் பயணிகள் அதிலிருந்து கொஞ்சம் நீர் எடுத்துவரத் தவறமாட்டார்கள். நபி இபுராஹீம் காலத்தில் அவருடைய குழந்தை இஸ்மாயீல் பாலைவனத்தில் தனியாக அழுது கொண்டிருந்தபோது, அவருடைய தாயார் ஹாஜிரா உதவிக்காக அங்குமிங்கும் ஓடியபோது, இறைவனின் அற்புதமாக பாறையில் இருந்து பொங்கிவந்த நீரூற்று அது.

சில புத்தகங்களை அவருடைய மாஸ்டர் பீஸ் என்று சொல்லலாம். குறிப்பாக "தொழுகை எனும் இறைவணக்கம்" என்று ஒரு புத்தகம். அது என்னை மிகவும் கவர்ந்திருந்தது. காரணம் முசலியார் தொழுவதில்லை என்பது ஊரறிந்த ரகசியம்!

எனக்கும் அவருக்கும் இருந்த ஒரே ஒற்றுமை நாங்கள் இரண்டு பேருமே தொழ மாட்டோம் என்பதுதான்!

ஒருமுறை நான் ஒரு பணக்கார மார்க்க அறிஞர் ஒருவர் ஆங்கிலத்தில் எழுதிய ஒரு புத்தகத்துக்கு உதவி செய்ய அழைக்கப்பட்டிருந்தேன். அவருடைய ஆங்கிலத்தை தேவைப்படும்போது திருத்துவது, மாற்றுவது, சேர்ப்பது, குறைப்பது, கருத்து சொல்வது போன்ற உதவிகள். நான் போன அன்றே அவர் என்னிடம் ஒரு கேள்வி கேட்டார்.

"நீங்க எட்டு *ரக்அத்தா*[2] இருவது ரக்அத்தா?"

"ஏன் அப்புடி கேக்குறிங்க ஆலிம்சா?" அவரை ஆலிம்சா என்றுதான் அழைத்தோம்.

"இல்லெ, உங்க சின்ன தாடியெ பாக்கும்போது சந்தேகம் வருது. எட்டா இருந்தா தயவு செஞ்சு மன்னிச்சுகிங்க, போயிடுங்க. நா காசு வேணும்னாலும் குடுத்துடுறேன்" என்றார்.

"இல்லே ஆலிம்சா, நா ஒரு ரக்அத்தும் இல்லெ" என்றேன். அவருக்குப் புரியவில்லை.

"என்னா சொல்றீங்க?" என்றார்.

"தொழுவுனாத்தானே எட்டா இருவதாங்குற கேள்வியே வரும்? நா தொழுவுறதே இல்லெ. அப்புடியே தொழுவுனா, இருவதுதான் தொழுவுவேன்" என்றேன். ஒருகணம் ஸ்தம்பித்துப் போனார். ஆனாலும் எனது நேர்மை அவருக்கு மிகவும் பிடித்திருந்தது. என்னை உதவிக்கு அமர்த்திக் கொண்டார்.

ஆனால் ஒரு மார்க்க அறிஞராக இருந்த முசலியார் தொழாமல் இருந்ததுதான் எனக்கு விளங்காத பெரும் புதிர்ப்பூங்காவாக இருந்தது. நானாவது வெள்ளிக் கிழமைகளில் அப்துல் ஹமீது சாபுவின் '*க்ராஅத்*'[3]தைக்

---

2 - ரக்அத் என்பது தொழுகையின் மிகச்சிறிய அளவைக் குறிக்கும். ரமலான் மாதத்தில் நடத்தப்படும் தராவீஹ் என்னும் பிரத்தியேகமான தொழுகை பாரம்பரிய மரபுப்படி 20 ரக்அத்துகளைக் கொண்டது. ஆனால் புதிய சிந்தனைப் பள்ளியைச் சேர்ந்த சிலர் எட்டு ரத்அத்துகள் மட்டுமே தொழுதனர்.

3 - திருக்குர்ஆனை அழகான முறையில் ஓதுதல்.

கேட்டவுடன் காந்தம் இழுக்கும் இரும்புத்துண்டு மாதிரி ஜும்ஆ தொழுகைக்கு ஓடிவிடுவேன். ஆனால் வெள்ளிக் கிழமைகளில்கூட முசலியார் தர்கா பள்ளி வாசலுக்கு வந்து தொழுது யாருமே பார்த்ததில்லை. வெள்ளிக்கிழமைகள் என்ன, பெருநாள் தொழுகைகளுக்குக் கூட அவர் வெளியில் வருவதில்லை. பள்ளிவாசல், தர்கா, கஃபதுல்லாஹ் எல்லாமே அவருடைய வீடுதான் என்பதுபோல அவர் நடந்து கொண்டிருந்தார்.

அதுதான் சமயம் என்று நான் அந்த கேள்வியை அவரிடம் கேட்டேன்.

“ஹஜ்ரத், நீங்க இமாம் கஸ்ஸாலிட புக்ஸையெல்லாம் ட்ரான்ஸ்லேட் பண்ணுறீங்கள்ள?” என்று ஆரம்பித்தேன்.

“புக்ஸையெல்லாம் அல்ல, ஒரு புக்கெ.” அவர் கொடுத்த அந்த பதில் என்னை கொஞ்சம் இளக்காரமாகப் பார்த்தது.

நான் அசடு வழிவதை தவிர்க்கும் விதமாக, அவர் பதிலில் இருந்த திருத்தத்தைக் கண்டுகொள்ளாமல் தொடர்ந்து கேட்டேன். “இமாம் கஸ்ஸாலி என்னா ஒரிஜினல் திங்க்கரா? க்ரீக் தத்துவங்களையெல்லாம் படிச்சிட்டு அதிலேருந்து எடுத்து எழுதினதாக சொல்றாங்களே?” என்றேன்.

“என்னா ஔர்றிங்க? நீங்க எந்த க்ரீக் ஃபிலாசஃபி படிச்சிருக்கிங்க? மொதல்ல படிச்சிட்டு சொல்லுங்க” என்றார் படபடவென.

அவர் கண்களில் கோபம் தெரிந்தது. பொதுவாக அவர் அப்படி உணர்ச்சிவசப்படுவதில்லை. எனக்கு மிகவும் ஆச்சரியமாக இருந்தது. இமாம் கஸ்ஸாலி மீது அவ்வளவு மதிப்பா? அல்லது உண்மையில் இமாம் கஸ்ஸாலி எதுவுமே சொல்லவில்லையோ? இவர்தான் அவர் பெயரில் எழுதுகிறாரோ? அதனால்தான் இவ்வளவு கோபமோ? என்றெல்லாம் தோன்றியது. ஒருவேளை இவர் கிரேக்க தத்துவங்களையெல்லாம் படித்திருப்பாரோ என்ற கேள்வியையும் தவிர்க்க முடியவில்லை. இருக்கலாம். முசலியார் தமிழ், அரபி, உர்து, பாரசீகம் இவற்றோடு ஆங்கிலத்திலும் நல்ல புலமை பெற்றிருந்தார். அவரைப் பற்றிய எனது பல ஆச்சரியங்களில் அவருடைய ஆங்கிலமும் ஒன்று.

அதற்குமேல் நான் விவாதத்தை வளர்க்க விரும்பவில்லை. குட்டிப் பிசாசுகள் மத்தியில் என் மானம் போவதை நான் விரும்பவில்லை.

கொஞ்ச நேர இறுக்கமான அமைதிக்குப் பிறகு, "ஹஜ்ரத், 'அனல் ஹக்'குனு மன்ஸூர் அல்ஹல்லாஜ் சொன்னது உண்மையா?" என்று வேறு திசையில் ஒரு கேள்வியைக் கேட்டேன். என்னைப் பற்றிய உயர்ந்த எண்ணம் முசலியாருக்கு ஏற்படுத்த வேண்டுமென்றுதான் அப்படிக் கேட்டேன்.

வெற்றிலை வாய் பிளக்க மாமியும், மாமாவும், குட்டிப் பிசாசுகளும் என்னையே பார்த்துக் கொண்டிருந்தனர். என் கேள்வியை அவர்களால் புரிந்து கொள்ள முடியவில்லை. அவர்கள் முகத்தில் தெரிந்தது வியப்பா அல்லது முசலியாருக்கு இணையாக அவர் எதிரில் உட்கார்ந்து கொண்டிருந்ததை ஜீரணிக்க முடியாத வெறுப்பா என்று விளங்கிகொள்ள முடியவில்லை.

"ம்''என்றார் முசலியார் அலட்சியமாக. எனது முதல் கேள்வியால் ஏற்பட்ட கோபத்தின் மிச்சமா?

"ஆனா உண்மையெ சொன்னதுக்காக அவரெ வெட்டிக் கொலெ பண்ணது சரியா?" என்று அடுத்த கேள்வியைக் கேட்டேன்.

"ரெண்டுமே சரி" என்றார் முசலியார்.

எனக்கு விளங்கவில்லை. "எந்த ரெண்டுமே?" என்றேன்.

"அனல் ஹக்குனு சொன்னதும் சரி. அதுக்காக அவங்களெ வெட்டுனதும் சரி" என்றார். என்னுடைய 'அவர்' முசலியாரின் வாயில் 'அவங்க'ளாகிவிட்டதையும் என் ஞாபகப் பெட்டிக்குள் போட்டுக்கொண்டேன்.

அது எப்படி என்று நான் கேட்க நினைத்தேன். அதற்குள், "ஏம்ப்பா, நீ எம்.ஏ. படிச்சவன்தான். அதுக்காக எங்களுக்கு புரியுற மாதிரி பேசவே கூடாதுண்டு முடிவு செஞ்சிட்டியா?" என்று வழக்கம்போல சிரித்துக்கொண்டே கேட்டது மாமா.

"அது ஒண்ணுமில்லெ குலாமு, மன்ஸூர் ஹல்லாஜுண்டு ஒரு சூஃபி இருந்தாஹா. அவுஹ ஒரு நாள் 'திக்ர்'[4] செய்யும்போது அன்தல் ஹக் அன்தல் ஹக்குன்டு திக்ர் செய்யுறதுக்கு பதிலா அனல் ஹக்குண்டு செஞ்சாஹா. அன்தல் ஹக்குண்டா நீதான் ஆண்டவன்டு அர்த்தம். அனல் ஹக்குண்டா நாந்தான் ஆண்டவன்டு அர்த்தம். ஆனா அவுஹ அதெ வேணும்னே சொல்லலெ. வேற ஒரு நெலையிலெ சொன்னது. அதுக்காஹ நம்ப ஆலிம் சாக்களுவ உட்டுடுவானுவளா? சட்டப்படி அவுஹலெ

4 - இறைதியானம்

வெட்டிப்புட்டானுவ. அதெப்பத்தி கேக்குறாரு" என்றார் முசலியார்.

"அட, அப்புடியா? அது என்னா வார்த்தெ? என்னமோ ஹக்குண்டு சொன்னிங்களெ?"

"ஏன், அந்த அரபி வார்த்தெ உங்களுக்கு எதுக்கு? பாட்டுல யூஸ் பண்ணவா?" என்று சிரித்துக்கொண்டே முசலியார் கேட்கவும், மாமாவும் சிரித்துக் கொண்டது.

வந்த உணர்ச்சியை அப்படியே வெட்டிச் சாய்த்துப் போட்டுவிட்டு, சகஜ நிலைக்குத் தாவும் கலையை முசலியார் நன்றாகக் கற்று வைத்திருந்தார் என்றுதான் சொல்ல வேண்டும். சூழ்நிலை இளகுவதை உணர்ந்து கொண்டு நான் சும்மா இருந்துவிட்டேன்.

கொஞ்ச நேரத்தில் டீ வந்தது. அது முசலியார் ஸ்பெஷல். பூப்போட்ட ஒரு குட்டி கண்ணாடி க்ளாஸில் பாதி அளவுக்கு முசலியாருக்கு டீ. முசலியார் இரண்டு விஷயங்களை எப்போதும் செய்து கொண்டிருந்தார். ஒன்று ஸ்மோக்கிங். இன்னொன்று இந்த டீ குடித்தல். செயின் டீ ட்ரிங்கிங்? ஆனால் அளவு ரொம்பக் கொஞ்சம்தான்.

அப்படியே எனக்கும் தரப்பட்டது. கொடுக்கும்போது தாஜ் என்னை முறைத்துக்கொண்டே கொடுத்தாள். அதன் அர்த்தம் எனக்குத் தெரியும். போடி என்று கண்ணால் சொல்லிவிட்டு டீ கோப்பையை வாங்கிக் கொண்டேன்.

டீ குடித்து முடித்தவுடன் என்ன நினைத்துக் கொண்டாரோ திடீரென்று முசலியார் எழுந்தார்.

"பெய்ட்டு வரவா? பெய்ட்டு வரவா?" என்று ஊசி சிக்கிக் கொண்ட ஓட்டை எல்.பி. ரெகார்டு மாதிரி படபடவென பலமுறை வீட்டில் இருந்த ஒவ்வொருவரையும் பார்த்துக் கேட்டுவிட்டு கிளம்பினார். அவர் பேசும் தமிழை அந்த வேகத்தில் முதல் முறையாகக் கேட்பவர்களுக்கு அதை நிதானமான தமிழில் மொழிபெயர்த்துச் சொன்னால்தான் புரியும்.

அவர் கிளம்பியதுதான் தாமதம். வீட்டில் இருந்த அனைவரும் டைனோசர்களாக மாறினார்கள். என்னை நோக்கி ஒருவித வெறியுடன் குட்டி டைனோசர்களும் பெரிசுகளும் பாய ஆயத்தமாயின.

4

முதல் தோணல்

ஒரு நாள் முசலியார் வீட்டுக்கு நான் போனபோதுதான் அது நடந்தது.

அவர் வீட்டுக்கு பல தடவைகள் போய் இருக்கிறேன். வெறும் பார்வையாளனாக. ஆனால் அன்றைக்கு எனக்குள் ஏதோ நடந்துவிட்டது. திரும்பி வந்தபோது நான் கிட்டத்தட்ட வேறு ஒரு மனிதனைப்போல வந்தேன். இத்தனை நாள் பார்வையாளனாக சென்றேன் என்று சொல்வது தவறு. ம்ஹூம். பார்வையே இல்லாதவன் எப்படி பார்வையாளனாக இருக்க முடியும் என்பதைப் புரிந்து கொண்டவனைப்போல வெளியே வந்தேன்.

நான் எப்போது போனாலும் முசலியாரோ அவருடைய சிஷ்யர்களோ என்னை எதுவும் சொல்வதில்லை. நான் போகும் நேரங்கள் பெரும்பாலும் சிஷ்யர்களுக்காக ஒதுக்கப் பட்டிருக்கும் நேரம்தான். என்றாலும் என்னை அவர்கள் அனுமதித்தனர். ஆனால் இந்த அனுமதி மற்றவர்களுக்கு கிடையாது. என்னை ஏன் அப்படி அனுமதித்தார் என்றும், நானும் ஏன் அடிக்கடி அப்படிப் போனேன் என்றும் ஒரு கட்டம் வரும்வரை எனக்குப் புரியவில்லை.

எனக்கும் முசலியாருக்கும் இடையில் எந்தக் காலத்திலும் ஈர்ப்பு இருந்தது கிடையாது. சொல்லப் போனால் நான் முசலியாரின் ரகசியமான எதிரிகளில் ஒருவனாகத்தான் இருந்தேன். அவரை உளவு பார்க்கப் போனேனோ என்றுகூட

எனக்குத் தோன்றியது. ஆனால் இதெல்லாம் அப்போது தோன்றியவை. இப்போது எனக்கு எல்லாம் விளங்கிவிட்டது.

நான் போனபோது முசலியார் யாரோ ஒரு பெண்ணின் தலையில் கை வைத்து ஓதிக் கொண்டிருந்தார். அந்தப் பெண்ணுக்கு ஒரு முப்பத்தைந்து வயதிருக்கும். நல்ல வாளிப்பான உடம்பு.

முசலியார் வீட்டுக்குள் போகும்போது மஸ்ஜிதுன் நபவி[1]க்குள் பிரவேசிப்பதுபோல ரொம்ப அமைதியாகத்தான் போக வேண்டும். செருப்பைக்கூட சப்தமாக கழட்டக் கூடாது. முசலியாரின் வீட்டுக்கு வெளியே மதக்கலவரமே நடக்கலாம். ஆனால் அவர் இருக்கும் இடம் மட்டும் அமைதிப் பூங்காவாக இருக்க வேண்டும். அவருடைய சிஷ்யர்கள் அனைவரும் கடைப்பிடித்த எழுதாத விதி அதுவாகத்தான் இருந்தது. நானும் அதைப் பின்பற்றுவதைத் தவிர வேறு வழி இல்லை. அதோடு, அமைதியாக இருந்து ஒரு விஷயத்தை உள்வாங்குவது எனக்கும் பிடித்தமானதாகவே இருந்தது. கூச்சல் குழப்பம் எனக்கும் பிடிக்காது.

பின் அந்தப் பெண் சகஜ நிலைக்கு வந்து அவர் எதிரே உட்கார்ந்து கொண்டாள். அது மக்களைப் பார்க்கும் நேரமல்ல. அப்படியானால் அந்தப் பெண்ணும் அவருடைய சிஷ்யையாகத்தான் இருக்க வேண்டும். முதலியாருக்கு நாடெங்கிலும், ஏன் உலகெங்கிலும் சிஷ்யர்களும் சிஷ்யை களும் இருக்கத்தான் செய்தனர். அவ்வப்போது வெளி நாட்டில் இருந்து தொலைபேசி அழைப்புகள் வந்த வண்ணமிருக்கும்.

முசலியார் சிகரெட்டை இழுத்துக்கொண்டிருக்கும்போது பல தடவைகள் இவ்வாறு தொலைபேசி அழைப்புகள் வந்துள்ளன. ஆனால் செவிடு மாதிரி அவர் பாட்டுக்கு புகையை உள்ளிழுத்துக்கொண்டு, அப்படி ஒரு ஓசையே கேட்காதமாதிரி உட்கார்ந்திருப்பார். அவருடைய சொந்தக்காரப் பையன்களில் யாராவதுதான் பதறியபடி தொலைபேசியை எடுப்பார்கள். யாரென்று கேட்டுவிட்டு முசலியாரிடம் சொல்வார்கள். அவருக்கு இஷ்டமிருந்தால் வாங்கிப் பேசுவார்.

பேசுவது பெரும்பாலும் காதோடு காதாக ரகசியம் பேசுவது மாதிரி இருக்கும். பக்கத்தில் நெருக்கமாக இருப்ப

---

1 - நபிகள் நாயகம் (ஸல்) அவர்களின் பள்ளிவாசல். மதினாவில் உள்ளது.

வர்களுக்குக்கூட காதில் விழாது. எப்படி வெளி நாட்டில் ரிசீவரை காதில் வைத்துக்கொண்டிருப்பவர்களுக்கு விழும் என்று தெரியவில்லை. வளவளவென்று பேசமாட்டார். ஓரிரண்டு வார்த்தைகள். "சரி நா பாத்துக்குறேன்" என்றுதான் அவர் அடிக்கடி சொல்லி நான் கேட்டிருக்கிறேன். (அந்த 'நா பாத்துக்குறேன்'தான் அவருடைய உண்மையான முத்திரை என்பதை நான் பின்னாளில் புரிந்து கொண்டேன். அப்படி சொல்வதற்கு ஒரு மனிதர் இல்லாமல் போவது எவ்வளவு பெரிய வேதனை, எவ்வளவு பெரிய இழப்பு என்பது எனக்கு அப்போது புரியவில்லை.)

ஆனாலும் தன்னுடைய வாழ்வையும் பிரச்சனைகளையும் தொலைபேசி மூலம் இன்னொருவரிடம் ஒப்படைப்பவர்களை நினைத்து ரொம்ப எரிச்சலாக வந்தது.

"கொஞ்சம் டீ குடு" என்றார்.

அந்தப் பெண் சிஷ்யை தன் வெள்ளைத் துப்பட்டியை தூக்கிக் கொண்டு எழுந்து அடுப்பங்கரைப் பக்கம் சென்றாள். வெள்ளைத் துப்பட்டியைவிட்டு பிதுங்கிக் கொண்டு, உருண்டு திரண்டு மேலும் கீழும் மெல்ல ஏறி இறங்கிய அவளின் பிருஷ்டங்களை ரசித்தேன். இப்படித் தேர் போல் பிருஷ்டங்கள் அசையப் போகும் பெண்களைப் பார்க்கும்போது, "அடடா, ஒண்ணு அள்ளுது, ஒண்ணு அரைக்கிது" என்று என் நண்பன் அபி சொல்வான். தவிர்க்கமுடியாமல் அது ஞாபகம் வந்தது. அப்போது ஒருவர் முசலியாரை நெருங்கி வந்து மண்டியிட்ட மாதிரி அமர்ந்து கொண்டார்.

"ஹஜ்ரத், ஒரு பீரவு வாங்கியிருக்கேன். அதெ புது வூட்லெ எந்தப் பக்கம் வைக்கணும்?" என்று ரொம்ப பவ்யமாகக் கேட்டார்.

அடடா, கல்பகோடி காலங்களாக மனித வாழ்வின் மிகமிகக் கடினமான, அவிழ்க்க முடியாத பிரச்சனையாக இருந்த அந்த கேள்விக்கு முசலியார் என்ன பதில் சொல்லப் போகிறார் என்று அறிய ஆவலோடு காத்திருந்தேன். கொஞ்ச நேரம் முசலியார் யோசித்த மாதிரி தெரிந்தது. பின் டிஜிட்டல் டைரி மாதிரி இருந்த ஒன்றை எடுத்துத் திறந்தார்.

"ஸலாவுதீன், நீங்க எப்ப குடி போனிங்க?" என்று கேட்டார்.

"போன வெள்ளிக்கெலமெ ஹஜ்ரத்" என்று பதிலை மெல்ல முசலியாரின் காலடியில் வைத்தார் பவ்ய ஸலாவுதீன்.

ஏதோ புரிந்துகொண்ட மாதிரி லேசாக தலையை ஆட்டி விட்டு, அந்த சின்ன கம்ப்யூட்டரில் விரல்களால் ஏதேதோ செய்தார். நான் முசலியாருக்கு எதிரில் அமர்ந்திருந்ததால் அவர் என்ன செய்தார் என்று என்னால் பார்க்க முடியவில்லை. அதற்குள் கண்களை உறுத்தும் அந்த வெள்ளைப் பிருஷ்ட சிஷ்யை, டீ க்ளாஸைக் கொண்டு வந்து முசலியாருக்கு எதிரில் குனிந்து ஏந்தியபடி நின்றுகொண்டிருந்தாள். கொடுக்கவில்லை. கொடுப்பது மரியாதைக் குறைவு. காத்திருக்க வேண்டும். அதுவே மரியாதை.

“கெழக்கு பக்கமா உள்ள அறையில வைங்க” என்று சொல்லிக் கொண்டே அந்தப் பெண் கொண்டு வந்து கொடுத்த டீ க்ளாஸின் காதில் ஒரு விரலை விட்டு வாங்கி அதைப் பிடித்துக்கொண்டு வாயில் வைத்து ஒரு உறிஞ்சு உறிஞ்சினார்.

சிதம்பர ரகசியத்தை விளங்கிக்கொண்டுவிட்ட மாதிரி ஒரு நன்றியுணர்ச்சியுடன் தலையை ஆட்டினார் ஸலாவுதீன். நான் உள்ளுக்குள் பொங்கிக்கொண்டு அமர்ந்திருந்தேன். எரிமலை வெடிக்கத் தருணம் பார்த்துக் கொண்டிருந்தது.

இரண்டு மூன்று மணி நேரம் இப்படி அங்கேயே போயிருந்திருக்கும் என்று நினைக்கிறேன். மெல்ல மெல்ல எல்லாரும் விடை பெற்றுக்கொண்டார்கள். நான் மட்டும் அங்கிருந்தேன். எனக்கு அதைக் கேட்காமல் போகத் தோன்றவில்லை. முசலியாரும் என்னை போகச் சொல்லவில்லை. நான் காத்திருந்தேன். காத்திருப்பது மரியாதை. என் காத்திருப்பு வீணாகவில்லை. நான் ஏதோ கேட்கக் காத்திருப்பதை அறிந்தவர் போலவே முசலியாரும் ஒன்றும் சொல்லாமல் இருந்தார்.

நான் மெல்ல முசலியார் அருகில் நகர்ந்து சென்றேன்.

“கேளுங்க ஜுனைத். அதுக்காகத்தானே வெய்ட் பண்ணிட் டிருக்கிங்க?” என்றார்.

தூக்கிவாரிப் போட்டது. வேண்டாம் மகனே. ஆச்சரியப் படாதே. இது ஒன்றும் பெரிய விஷயமல்ல. அறிவுள்ள யாரும் இப்படி அனுமானிக்க முடியும். ஓகே ஓகே. கூல் கூல்.

“ஹஜ்ரத், ஒருத்தரு ஏதோ பீரவு வாங்கியிருக்கிறேன், அதெ எங்கெ வைக்கணும்டு கேட்டாரு. நீங்களும் கெழக்குப் பக்கமா வைங்கன்னு சொன்னிங்க. அப்புடி சொன்னது ஸய்ன்ட்டிஃபிக்கா ஹஜ்ரத்?”

கேட்டுவிட்டேன். ஒரு அலமாரியை எந்த எழவுப் பக்கம் வைத்தால் என்ன? அதை வைப்பதற்கென்று ஒரு திசை!

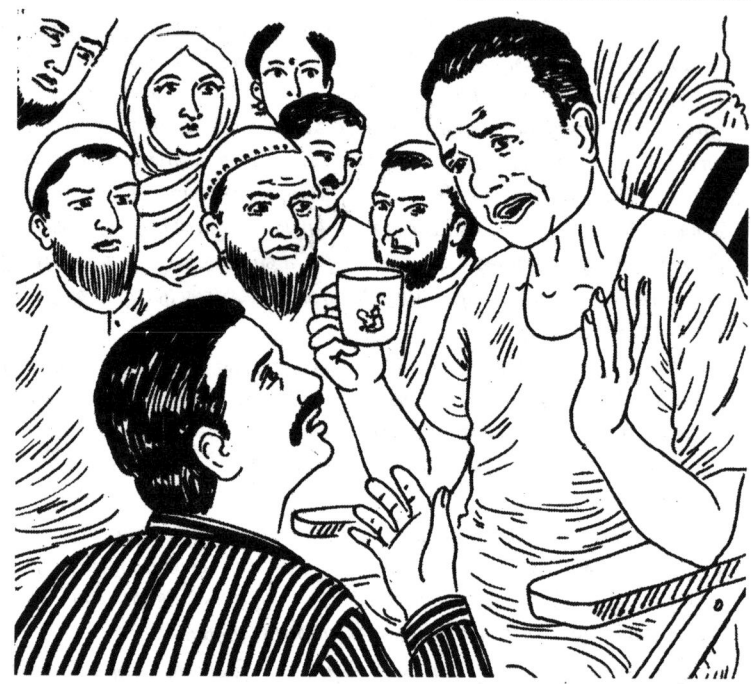

அதைச் சொல்வதற்கு ஒரு குரு! அதையும் கேட்டுக்கொண்டு தலைமேல் வைத்து, எடுத்து நடக்க ஒரு சிஷ்யன்!

"நீங்க இங்க்லீஸ் லிட்ரேச்சர்தானே படிச்சிங்க?"

"ஆமா ஹஜ்ரத்?"

நான் என்ன கேட்டேன், அவர் என்ன சொல்கிறார்?

"அப்ப லிட்ரேச்சர்ன்னா என்னான்டு ரெண்டு வார்த்தைலெ சொல்ல முடியுமா?"

இந்த கேள்வியை நான் எதிர்பார்க்கவில்லை. ஏன் எனது கேள்வியை திசை திருப்புகிறார்? இருந்தாலும் நான் சொன்னேன்.

"அதெ ரெண்டு வார்த்தைலெ சொல்ல முடியாது ஹஜ்ரத். அதுல கவிதை, கட்டுரை, நாவல், நாடகம், வரலாறு, விமர்சனம் இப்புடி நெறைய இருக்கிது. ஒரு மூணு வருஷம் படிச்சா ஓரளவு புரியும்" வேண்டுமென்றே 'மூணு வருஷ'த்தில் ஒரு அழுத்தம் கொடுத்து சொன்னேன்.

"கரெக்ட். நீங்க சொன்னது ரொம்ப கரெக்ட். லிட்ரேச்சர்னா என்னான்னு அதெ படிச்சுப் பாத்தாத்தான் புரியும். அதே மாதிரித்தான் இதுவும். நா முப்பது வருஷமா பண்ணிட்டிருக்கேன். நீங்க வந்து ஒரு பத்து வருஷம் பண்ணுங்க.

அப்பறமா கேள்வி கேளுங்க. பதில் சொல்றேன். வெளியே இருந்துகிட்டு கேள்வி கேட்டா, பதில் சொன்னா புரியாது"

முசலியார் சொன்னபோது அவர் பதிலில் கடுப்போ கோபமோ எதுவும் இல்லை. ரொம்ப தெளிவாகச் சொன்னார். சாட்டையடி, செருப்படி, நெத்தியடி. ஏதோ ஒன்று. ஆனால் அடிவாங்கிய மாதிரித்தான் இருந்தது. சரிதான். பிகாஸோவின் ஓவியம் புரியவில்லை என்று சொன்னவனிடம் இதே மாதிரிதானே நானும் விளக்கம் சொன்னேன்! என்ன ஒரு லாஜிக்! கொஞ்சம் வியப்பாக இருந்தது. சரிதான். அவர் என்ன செய்கிறார் என்று கற்றுக் கொள்ள வேண்டும் எனக்கும் ஆர்வம் பிறந்தது. ஆனால் முசலியார் அந்த பதிலோடு நிறுத்தவில்லை.

சிகரெட்டை இழுத்துக் கொண்டே தொடர்ந்தார்.

"அப்பறம் இன்னொம் ஒண்ணு கேட்டிங்களே என்னா அது? ஆங், இது ஸய்ன்ட்டிஃபிக்கான்னு? அது என்னா அது? எந்த ஸயின்ஸ்? யார்ற ஸயின்ஸ்? எக்ஸ்பாண்டிங் யுனிவர்ஸ் தியரி சொன்ன ஸயின்ஸா? கான்ட்ராக்டிங் யுனிவர்ஸ் தியரி குடுத்த ஸயின்ஸா? ஈ இஸ் ஈகொல்டு எம்சி ஸ்கொயர் சொன்ன ஸயின்ஸா? இல்லெ க்வாண்டம் தியரி ஸயின்ஸா? ஐன்ஸ்ட்டீனோட ஸயின்ஸா? அவனை தப்புன்னு சொன்ன ஸயின்ஸா? மாறிக்கிட்டே இருக்கிற ஸயின்ஸா? மாறாத ஸயின்ஸா? எந்த ஸயின்ஸ்?"

முசலியார் கேள்விகளை அடுக்கிக்கொண்டே போனார். எனக்கு வாயடைத்துப் போனது. நான் அவரை ஆச்சரியத்தோடு பார்த்தேன். விஞ்ஞானத்தில் இத்தனை வகையா? இந்த ஊருக்குள் இருந்து கொண்டு முசலியாருக்கு இதெல்லாம் எப்படித் தெரிகிறது? மண் தின்ற கிருஷ்ணனின் வாயை அவன் அம்மா திறக்கச் சொன்னபோது, வாய்க்குள் உலகமே தெரிந்ததாமே அது என்ன என்று இப்போது புரிந்த மாதிரி இருந்தது.

"கேள்வி கேக்குறது ரொம்ப சுலபம். ஆனா கேள்வி கேக்குற எல்லாருக்கும் குடுக்குற பதிலெ வாங்கிக்கிற பக்குவம் கெடையாது. கேள்வி கேக்குற பழக்கத்து மனுசன் அடிமையாயிட்டான். அவ்வுளவுதான். மனுசன் ரொம்பப் பாவமுல்ல?" என்று ஒரு கேள்வி மாதிரி தன் பதிலை முடித்துக் கொண்டார்.

எனக்குப் புரிந்தது. ஊருக்குத் தெரிந்த முசலியார் வேறு. சிகரெட் புகையை பாட்டிலின் மீது ஊதும்போது

உள்ள முசலியார் வேறு. எனக்கு அந்த உள்ளே உள்ள முதலியாரைத் தெரிந்து கொள்ள வேண்டும். அவரை சரியாகப் புரிந்துகொண்டதனால்தான் என் பாட்டனார் இந்த முதலியாரோடு நெருக்கமாக இருந்தார்களோ?

வியப்பில் விளைந்த பல கேள்விகளோடு நான் அன்று முசலியார் வீட்டை விட்டு வெளியே வந்தேன். அடுத்த முறை முசலியாரோடு எனக்கு ஏற்படப்போகும் சந்திப்பு என் வாழ்க்கையின் திருப்பு முனையாக இருக்கப் போகிறது என்பது எனக்கு அப்போது தெரிந்திருக்க வாய்ப்பில்லை.

கடற்கரை வெளிச்சம் 5

கடற்கரைக் காற்று குளிர ஆரம்பித்திருந்தது.

இவ்வளவு லேட்டாக கடற்கரைக்கு வந்ததில்லை. திரும்பிப் போகும் நேரத்தில் உள்ளே நுழைந்தோம். ஆனால் நான் ஒரு முடிவோடு இருந்தேன். இன்று எப்படியாவது முசலியாரோடு முழு நேரத்தையும் கழித்துவிட வேண்டும். அதற்குத் தோதாகவே சூழ்நிலையும் அமைந்திருந்தது.

கூட ஐந்தாறு சிஷ்யர்கள் இருந்தனர். எல்லாரும் பணக் காரர்கள். வி.ஐ.பி.க்களின் பிள்ளைகள். சென்னையிலிருந்து முதலியாரைப் பார்ப்பதற்காக வந்திருந்தார்கள். அது ஒரு விஷேஷமான நாள். முசலியாரே சிஷ்யர்களோடு கடற் கரைக்கு வந்த நாள்! அதில் இன்னொரு விஷேஷமும் இருந்தது. முதலியார் ஏதோ சப்ஜக்ட் பற்றிப் பேசயிருக்கிறார். அதைக் கேட்கவும், அது தொடர்பான சந்தேகங்களை நீக்கிக் கொள்வதற்கும் சிஷ்யகோடிகள் ஊர் கோடியில் இருந்த கடற்கரைக்கு வந்திருந்தனர்.

முசலியார் பேசப்போகிறார். அவர் அவ்வப்போது சமயோசிதமாகவும் கிண்டலோடும், வெகு சுவாரஸ்யமாகவும், ஏன் கோபமாகவும் பேசி கேட்டிருக்கிறேன்.

ஒருமுறை அவர் வீட்டில் இருந்த புத்தகங்களையெல்லாம் நோட்டம் விட்டுக்கொண்டிருந்தேன். பல புத்தகங்கள் அரபி யிலும் ஆங்கிலத்திலும் இருந்தன. தமிழில் ஒருசிலவே

இருந்தன. எல்லா ஷெல்ஃபுகளுக்கும் மேலே, சிவப்பு அட்டை போட்டு பைண்ட் பண்ணப்பட்ட சின்ன சின்ன புத்தகங்கள் வரிசையாக இருந்தன. அதே போன்றவற்றை நான் ஹைஸ்கூலில் படித்துக்கொண்டிருந்த காலத்தில் என் வீட்டு அலமாரியில் பார்த்திருக்கிறேன். நெல்சன்ஸ் என்சைக்ளோபீடியா என்று போட்டிருக்கும். நன்றாக ஞாபகமிருக்கிறது. என் பாட்டனார் படித்ததாம்.

யோசித்துக்கொண்டே இருக்கும்போது முதலியார் வந்தார்.

“என்னா பாக்குறிங்க?”

“இல்லே, அந்த மேலெ உள்ள புக்?” என்றேன்.

“நெல்சன்ஸ் என்சைக்ளோபீடியா. எல்லாம் உங்க பாட்டனோடதுதான். ஒரு நாள் உங்க வூட்டுக்கு போனேன். உங்க சின்னம்மா என்னத்தையோ பிச்சு பிச்சு அடுப்புல வச்சு எரிச்சு தோசெ சுட்டுகிட்டு இரிந்திச்சு. என்னான்டு கேட்டேன். தெரியலெ மொசலியார், ஆனா நல்லா எரியுதுன்டு சொல்லி காட்டுச்சு. எல்லாம் நெல்சன்ஸ் என்சைக்ளோபீடியா! அப்புடியே லபக்னு புடுங்கி எல்லாத் தையும் எடுத்துகிட்டு வந்து பைண்ட் பண்ணி வச்சேன். நல்ல வேளை உங்க பாட்டனார் உயிரோட இல்லெ” என்றார்!

என் பாட்டனார் அந்தக் காலத்திலேயே ஒரு ப்ரிட்டிஷ் கப்பலின் கேப்டனாக இருந்தார். கோட்டு போட்டு டை கட்டிய கறுப்பு வெள்ளை நிழல்படம் ஒன்றுதான் அவர் ஞாபகமாக உள்ளது.

அவர் ஒரு நாள் முசலியாரிடம், “ஏன் மொசலியார், எல்லா இறைத்தூதர்களைவிடவும் நபிகள் நாயகம்தான் ரொம்ப சிறந்தவர்னு சொல்றீங்க. ஆனா ஆதம் நபி, நூஹு நபி, மூஸா நபியெல்லாம் நூறு எரநூறு வருஷத்துக்கு மேலே வாழ்ந்ததாவும் சொல்றீங்க. நபிகள்லெயே மிகச்சிறந்தவர் ஏன் அற்பாயுசுல போயிட்டாரு?” என்று கேட்டாராம்.

அதற்கு முசலியார், “ஆண்டவன் நபிகள் நாயகத்தோட ஆயுளை நிர்ணயிக்கும்போது நா பக்கத்துல இல்லெ” என்றாராம்.

அதற்கு என் பாட்டனார் சிரித்துவிட்டு, “ஆனா இது ப்ராப்பர் ஆன்ஸர் அல்ல” என்றாராம்.

அதற்கு முசலியார், “மற்ற நபிமார்களெல்லாம் பல நூறு வருஷங்கள் வாழ்ந்தும் அவங்களை எந்த நோக்கத்துக்காக ஆண்டவன் அனுப்புனானோ அந்த நோக்கத்தெ முழுமையா

அவங்களால நெறவேத்த முடியல. ஆனா ரஸூலுல்லாஹ் மட்டும் அறுவத்து மூனு வயசிலேயே, அதாவது இருவத்தி மூணு வருஷத்திலேயே மார்க்கத்தெ பரிபூரணப்படுத்திக் குடுத்துட்டாங்க. வந்த வேலெ முடிஞ்சு போனதாலெ ஆண்டவன் திருப்பி கூப்புட்டுகிட்டான்னு நெனக்கிறேன்" என்றாராம்.

அதற்கு என் பாட்டனார், "நீங்க சாய்மாரா?" என்று கேட்க, முசலியார் ஆமாம் என்று சொல்லியிருக்கிறார்.

அதற்கு என் பாட்டனார், "இருக்க முடியாதே, *'சாய்மார்ல'* [1] அறிவாளி ஏது?" என்று கேட்டாராம்! இதைச் சொல்லும்போது ரொம்ப ரசித்து சிரித்துக்கொண்டு முசலியார் சொன்னார்.

அந்த முசலியார்தான் இன்று பேசப்போகிறார். ஆனால் இந்த வாய்ப்பு என்னைப் பொறுத்தவரை ரொம்ப வித்தியாசமானது. இது அவர் சிஷ்யர்களுக்கான பேச்சு. நிச்சயம் *'கலிமா'*[2] சொல்லுங்கள், *'ஈமான்'*[3] கொள்ளுங்கள், ஐந்து வேளை தொழுங்கள், நோன்பு பிடியுங்கள், *'ஜகாத்'*[4] கொடுங்கள், *'ஹஜ்'*[5]ஜை நிறைவேற்றுங்கள் என்றெல்லாம் இருக்காது. கொட்டாவி வரவழைக்காது. கொட்டாவியை அழிக்கும் பேச்சாக இருக்கலாம். தாயத்து போட்டு, தண்ணி ஓதிக் கொடுக்கும் ஒருவர் பேசமுடியாத பேச்சாக, தொடர்ந்து சிகரெட் ஊதிக்கொண்டே, டீ குடித்துக்கொண்டே இருக்கின்ற ஒருவரிடமிருந்து வரமுடியாத பேச்சாகவும் இருக்கும்.

என் ஆர்வம் அதிகமானது. அது என்னவாக இருக்கும்? ஒருவேளை சிஷ்யர்களுக்கு மட்டும் பிரத்தியேகமாக ரகசியமாகச் சொல்லப்பட்டதோ? கடல்வரை போன பிறகு என்னை போகச் சொல்லிவிடுவார்களோ? கடற்கரைக் காற்றை என் சந்தேகம் கொஞ்சம் சூடு படுத்தியது. ஆனால் அப்படியெல்லாம் ஒன்றும் நடக்கவில்லை.

எல்லாரும் ஒரு மணல் மேட்டில் போய் வசதியாக உட்கார்ந்தோம். கடற்கரை மண்ணில் உடல் படும்போது

---

1 - சாஹிப்மார்கள் என்பதன் மரூஉ. நாகூரில் அடங்கியிருக்கும் இறைநேசர் ஷாஹூல் ஹமீது ஆண்டகை அவர்களின் மகனார் யூசுஃப் அவர்களின் வழித்தோன்றல்களே நாகூரில் சாஹிப்கள் என்றழைக்கப்படுகிறார்கள்.

2 - இறைவன் ஒருவன், நபிகள் நாயகம் அவனுடைய இறுதித்தூதர் என்ற இஸ்லாத்தின் அடிப்படை நம்பிக்கையை கூறும் சொற்றொடர்.

3 - நம்பிக்கை

4 - ஏழைவரி

5 - மக்காவுக்குச் செல்லும் புனிதப் பயணம்.

மெத்தையில் இல்லாத சுகம் கிடைக்கிறது. ஏன், ஊரில் இருந்த வேல்முருகன் டூரிங் டாக்கீஸில் சினிமா பார்க்கும்போது, தரை டிக்கெட்டில் மண்ணைக் குவித்து அதன் மீது உட்கார்ந்து கொள்ளும்போதும்தான் நாற்காலியில் உட்காரும்போது கிடைக்காத சுகம் கிடைக்கிறது. மண்ணின் மகிமை என்பது அதுதானோ?

நடுவில் முசலியார் கொண்டுவந்த பாயை விரித்து அதன் நடுவில் டேப் ரிகார்டரையும் வைத்தார் ஸலாவுதீன். புத்தருக்கு ஆனந்தன். முசலியாருக்கு ஸலாவுதீனா? அந்தி இருள் அனைவரையும் மெல்லத் தழுவத் தொடங்கியது.

"ஆரம்பிக்கலாமா?" என்று முசலியார் கேட்டார். உற்சாக மாக எல்லோரும் 'ம்' கொட்டினர். டேப்ரிகார்டரில் சிவப்பில் இருந்த பதிவு செய்யும் பட்டனை அமுக்கினார் ஸலாவுதீன்.

"அன்னக்கி, பேசும்போது சொன்னேன். ஒடம்பெ நல்லா ரிலாக்ஸ் பண்ணிக்கிடணும். ஒவ்வொரு தசையும் ரிலாக்ஸ்டா இருக்கணும், கால் தசெ, தொடெ தசெ, இடுப்பு தசெ, எல்லாமே கம்ப்ளீட்டா ரிலாக்ஸ்டு பொசிஷன்லெ இருக் கணும். ஒடம்புலெ எந்த அசைவும் இருக்கக் கூடாது,

அப்புடி செய்யும்போது, மொஹறத்துல உள்ள தசையெ ரிலாக்ஸ் பண்றதுதான் கொஞ்சம் கஸ்டம், அதுக்கு தலையெ ரெண்டு பக்கத்துலயும் ஆட்டி ரிலாக்ஸ் பண்ணிட வச்சுபுட்டு, கற்பனையானது முழு ஆற்றலோட வேலெ பண்ணணும்னு சொன்னேன். ஞாபகம் இருக்கா நா சொன்னது?"

இருக்கிறது என்பதாக பிரதம சிஷ்யர்கள் சிலர் தலையை ஆட்டினர். ஆனால் அது பழக்க தோஷ, மரியாதை நிமித்தமான தலையாட்டலாக எனக்குப் பட்டது. முசலியார் தொடர்ந்து பேசிக்கொண்டே போனார். எந்தவித முன்னேற்பாடுகளுமின்றி எப்படி முசலியாரால் இப்படிப் பேசமுடிகிறது?

"அப்புடி கற்பனெ பண்ணும்போது, ஒரு பொருள் இன்னொரு பொருளுக்குத் தாவி, ரொம்ப தீவிரமான, உணர்ச்சியெ தூண்டக்கூடிய ஒரு பொருளெ, ஒரு விஷயத்தெ உங்க கற்பனெ தொட்டவுடனெ, அது ஒடம்புலெ அசைவெ உண்டாக்கிவுடும். ஒடம்பு மூலமா சக்தியானது வெளிவர ஆரம்பிக்கும். அது வெளிவராம நீங்க தடுத்திங்கன்னு சொன்னா, அது உள்ளுக்குள்ளேயே போயி, உள்ளெ இருக்குற ரஹ்மானியத்தெ, உள்ளெ இருக்குற சக்தியெ, தூங்கிக்கிட்டிருக்கிற அந்த அசுரனெ, தூண்டி வுட்றும். நம்ம காரியங்கள்ளாம் தனக்குத் தானாகவே நடக்க ஆரம்பிக்கும்ன்டு சொன்னேன்"

சிஷ்யர்கள் ரொம்ப கவனமாகக் கேட்ட மாதிரித்தான் இருந்தது. தூங்கிக் கொண்டிருக்கிற அசுரனை எப்படியும் எழுப்பிவிட வேண்டும் என்ற முடிவுக்கு அவர்கள் வந்துவிட்டதாகத் தோன்றியது.

"கற்பனை ரொம்ப தீவிரமா ஆவுறதுக்கு, அது சரியா வேலெ பண்றதுக்கு, ரெண்டு வழி இருக்கு. முதல் வழி, மனுசனுக்கு சிக்கல், வேதனெ, சங்கடம், அவமானம் ஏற் பட்டு, நம்ப வாழுற மொறெ தப்புன்னு அவன் ஒணர்ந்து, புதிய பாதெய அவன் கண்டு புடிக்கிறதுக்கு கற்பனையெ பயன் படுத்துறது."

"இப்புடி வாழ்ந்தோம், அப்புடி வாழ்ந்தோம், இப்புடி வாழ்ந்திருந்தால் எப்புடி, இன்ன தப்பு செஞ்சோம், இன்னின்ன விளைவுகள் வந்துச்சு, இந்தத் தப்பெ இப்புடி மாத்தியிருந்தா எப்புடியிருந்திருக்கும்? இந்த மாதிரி யோசனையெல்லாம் அவசியம் ஏற்பட்டு செய்யுறது."

கடந்த காலத்தில் செய்த தப்புகளெல்லாம் ஒரு வினாடியில் மறுபடி நினைவில் வந்துபோன மாதிரி

ஸலாவுதீனின் தலை லேசாக அசைந்தது, முசலியார் சொன்னதை ஆமோதிப்பதைப் போல.

“சரி, இது ஒரு வழிண்டு சொன்னேன்ல, மனுசனுக்கு சிக்கல் வரும்போது, அந்த சிக்கல் ஒன்னா தெரண்டு, அவன்ற பாதெ, way of life, philosophy of life, இதுல மாறுதலெ ஏற்படுத்துறது இயற்கெ, அது மிருகம் செய்யுற வேலென்டு சொன்னம் பாத்திங்கள்ள? அது வழியே அல்ல. வழியாக இருக்குன்டு சொன்னேன். நா காட்ற வழியல்ல.”

நாலைந்து கிலோ மீட்டர் தொலைவிலிருந்த துறைமுக ஊரின் கடற்கரையில் நிறுவப்பட்டிருந்த கலங்கரை விளக்கத்திலிருந்து ஒளி ஒரு சுற்று எங்கள் பக்கம் வந்து, அதிகமாகி பின் குறைந்து வேறு திசையில் மறைந்து போனது.

“அப்ப, முதல் வழின்னு சொன்னேம் பாத்திங்கள்ள, அது உண்மையில வழியே அல்ல. அதையும் வழியாக நம்ப திரட்டணும் மொதல்ல. எப்புடி? எங்கே மனசுல பட்டா சொல்லுங்க”

இந்த இடத்தில் ஒலி நாடாவின் சுழற்சி தற்காலிக நிறுத்தம் செய்யப்பட்டது. சிஷ்யர்கள் பதில் என்று ஒன்றை யோசிப்பதற்கு முன்பே மறுபடியும் அவர் தொடர்ந்தார். அவசர அவசரமாக ஸலாவுதீன் மறுபடியும் ‘பாஸ்’ பட்டனை ரிலீஸ் செய்தார்.

“இது ரொம்ப தொல்லையால்ல இரிக்கிது? இதுதான் ஷைத்தாங்கிறது. பெசாம அந்த டேப்பெ ஓட வுட்டா என்னா?” என்று கடுப்படித்துவிட்டு முசலியார் தொடர்ந்தார்.

“சிக்கல் வரும்போது மனம் திரள்வது இயற்கெ. ஆயிர ரூவா கொடுத்து வாங்குன சாமான் கீலெ உளுந்து ஒடையும்போது, மனம் வேதனைப் படுறது இயற்கெ. நம்ம கஸ்டப்பட்டு வகுத்து வச்ச way of life தப்பான விளைவைக் குடுக்கும்போது, அதெ திருத்த முயற்சி பண்றது, அதுக்காக நாளெல்லாம் பாடுபடுறது இயற்கெ. இன்னும் தெளிவா சொல்லப் போனா, நாமெல்லாம் archetype உடைய அடிமையா இருக்கோம். Archetype நம்பள அப்டி வாழ வச்சிருக்குது. இதெ மாத்தணும். இல்லென்னா, மத்த மனுசனெப் போலத்தான் நீங்க இருப்பிங்க. அடுத்த வூட்டுக்காரன், எதுத்த வூட்டுக்காரன் மாதிரித்தான் இருப்பிங்க. ஒரு கால் அங்குலம்கூட நீங்க மேலெ போவ முடியாது. நீங்க மேலெ வளரணும்னு ஆசப்பட்டிங்கன்னா, இந்த

வாழ்க்கையிலெ மாறுதலெ உண்டாக்கணும். ('இந்த'வில் ஒரு அழுத்தம் கொடுத்தார்). உங்க கற்பனை இருக்குதுல்ல, அதுல மாறுதலெ ஏற்படுத்தணும்."

எனக்கு ஒன்றும் புரியவில்லை. ஆர்க்கிடைப் என்றால் என்ன என்று தெரியாமல் எப்படி மேற்கொண்டு புரிந்துகொள்வது? என்ன செய்வதென்று தெரியாமல், சந்தேகமும் கேட்க முடியாமல் மௌனித்தேன். அந்த மௌனத்தில் ஒரு டென்ஷன் இருந்ததை என்னால் உணர முடிந்தது. நல்ல வேளையாக, சீனிவாசன் அந்த கேள்வியைக் கேட்டு என் வயிற்றில் பாலை வார்த்தார்.

"ஹஜ்ரத், ஆர்க்கிடைப்புன்னா என்னா?"

"ஓஹோ, நீங்க அந்த கேஸட் பேசும்போது வரலியோ? இப்ப அதப்பத்தி பேச ஆரம்பிச்சா அதுக்கே மூனு கேஸட் வேணும். சரி, ஆர்க்கிடைப் பத்தி இங்கே உள்ள யாராவது சீனிவாசனுக்கு புரியுற மாதிரி சொல்லுங்களேன்" என்று சொல்லி நிறுத்தினார்.

அவ்வளவுதான். அந்த மாலை இருளிலும் சிஷ்யர்கள் முகத்தை பார்க்கப் பாவமாக இருந்தது. ஒருவர் முகத்தை ஒருவர் பார்த்துக் கொண்டனர். நீங்க சொல்லுங்களேன் என்ற வேண்டுகோளை ஒவ்வொருவர் முகமும் அடுத்தவர் முகத்துக்கு அனுப்பிக் கொண்டிருந்தது.

"நீங்க சொல்லுங்க ஸலாவுதீன்" என்று முசலியாரே சொல்லவும் வேறு வழியின்றி ஸலாவுதீன் வாயைத் திறந்தார்.

"ஆர்க்கிடைப்புங்குறது ஒரு மூளை" என்று தொடங்கினார்.

"என்னா மூளெ, ஆட்டு மூளையா, மாட்டு மூளையா? யார்ற மூளெ? இஸ்மாயில் தம்பி ராவுத்தர்ற மூளெயா? ஹபீப் நூர்தீன்ற மூளெயா? என்னா சொல்றீங்க? இப்புடியா சொல்லிக் குடுத்தேன்?" என்று முசலியார் கேட்கவும் கடலலை களுக்குப் போட்டியாக சிரிப்பலை எழுந்தது. ஸலாவுதீன் அசடு வழிந்து கொண்டே, அது என்ன மூளை என்று ஞாபகப்படுத்த மூளையைக் கசக்கிக் கொண்டிருந்தார்.

முசலியார் பேசும்போது அடிக்கடி இந்த இஸ்மாயில் தம்பி ராவுத்தரும், ஹபீப் நூர்தீனும் வந்துவிடுவார்கள். ஆரம்பத்தில் எனக்கு அவர்கள் யார் என்று புரியவில்லை. அவர்கள் யாருமே அல்ல, அல்லது அவர்கள் யாராக வேண்டுமானாலும், எந்த டாம், டிக் அன் ஹார்ரியாகவும்

இருக்கலாம். அவர்கள் மனிதர்களாக இருக்க வேண்டிய அவசியம்கூட கிடையாது. சூழ்நிலைக்கு ஏற்ப அவர்கள் அவ்வப்போது பொருள்களாகக்கூட மாறிக்கொள்வார்கள் என்று பிறகுதான் விளங்கியது.

"சரி நானே சுருக்கமா சொல்லித் தொலைக்கிறேன். ஆர்க்கிடைப்புங்குறது சீனிவாசன், ஒரு பேங்க் மாதிரி. கண்ணுக்குத் தெரியாத பேங்க். சமுதாயத்துல உள்ளவன்லாம் ஒரே மாதிரி சிந்திச்சு சிந்திச்சு, அந்த சிந்தனை சக்தி எல்லாம் ஒரு பேங்க் அக்கௌன்ட் மாதிரி தெரண்டு இருக்கும். பத்துபேர் மாதிரியே நாமலும் சிந்திக்கும்போது, நம்ம சிந்தனையெ அந்த பேங்க்தான் கட்டுப்படுத்தும். Collective Unconsciousன்டு இதெ சைக்காலஜி சொல்லுது. இந்த ஆர்க்கிடைப்புக்கு அடிமையாத்தான் பொதுவா சாதாரண மனுசன் எல்லாரும் இரிக்கிறான். அதெத்தான் சமுதாய மூளைன்னு சொல்லி வச்சேன். அது ஸலாவுதீன்ற மூளையிலெ சரியா போய் உக்காராம, அவர் நம்ம எல்லாரையும் கொலப்ப ஆரம்பிச்சாரு. வெளங்குதா?"

ஸலாவுதீனின் முகம் லேசாக இருண்டிருந்தது. அதற்கு மாலை மயங்கும் அந்தி நேரம் காரணமல்ல என்று எல்லாருக்குமே புரிந்தது. ஒருவகையில் அவர், தான் இருண்டு மற்ற முகங்களை இருள்வதிலிருந்து காப்பாற்றிவிட்டார் என்றே சொல்ல வேண்டும். எல்லாருடைய பாவங்களையும் இயேசு தன்மீது போட்டுக்கொண்டதாக சொல்லப்படுவது மாதிரி.

முசலியாரப் பற்றிய என்னுடைய வியப்பு கூடிக்கொண்டே போனது. இந்த ஊரில் இப்படி ஒரு மனிதர் இருப்பதும், பேசுவதும் சாத்தியமா? ஏதோ அமெரிக்காவின் ட்யூக் பல்கலைக் கழகத்திலிருந்து ஒரு விசிடிங் பேராசிரியர் சிறப்புச் சொற்பொழிவு ஆற்ற எங்க ஊர் கடற்கரைக்கு வந்திருந்த மாதிரி இருந்தது எனக்கு.

"சரி, இப்ப நா ஒரு க்ளூ தந்துட்டேன். ஆர்க்கிடைப்பெ நீங்க மீறணும்னு சொல்லிட்டேன். சிக்கல் வரும்போது மனம் திரள்றது இயற்கைன்னு சொல்லிட்டேன். இந்த இயற்கெயெ நீங்க மீறணும். அப்ப என்னா நீங்க செய்யணும்?"

இந்த கேள்வி கேட்கப்பட்டபோது ஒலி நாடா விடுதலை அடைந்து எழுந்து கொண்டது.

நிலவு துணிச்சலாக மேலேறி வந்திருந்தது. நட்சத்திரங்கள் கண் சிமிட்டத் தொடங்கியிருந்தன. அலைகளின் ஆர்ப்பரிப்பு அதிகமாகக் கேட்க ஆரம்பித்திருந்தது. கடல் கறுத்து

அலைகளில் வாயில் நுரைதள்ளிக் கொண்டிருந்தது. ஸலாவுதீன் ஒலி நாடாவைத் திருப்பிப் போட்டார். அவர் போட்ட விதத்தைப் பார்த்தபோது, ஆர்க்கிடைப்பை அல்ல, எதையுமே அவர் மீறமாட்டார் என்று தோன்றியது.

"ஆர்க்கிடைப்பெ மீறணும்னா எதுலயும் அதிகமா ஆசெப் படணும்" என்றார் பஷீர்.

அவர் குண்டாக இருந்ததற்கும் காய்ச்சலோடு பேசுவதுபோல இருந்த அவர் குரலுக்கும் ஏதோ ஒரு ஒற்றுமை இருந்தது. சென்னைப் பணக்கார சிஷ்யர்களில் ஒருவர். அவருடைய அலைவரிசைக்கேற்ற பதிலாக இருந்தது அது.

ம்...என்று இழுத்தார் முசலியார். அந்த இழுப்பிலிருந்து அந்த பதில் மிகச்சரியான பதிலல்ல, இருந்தாலும் பரவாயில்லை என்று விளங்கிக் கொள்ள முடிந்தது. பின் தொடர்ந்தார்.

"அதாவது, திருப்தி அடையக் கூடாது. சந்தோஷமே வரக் கூடாது வாழ்க்கையிலெ. அப்ப நீங்க கேப்பிங்க, என்னா மொசலியார், நீங்க சொல்றதெல்லாம் கஸ்டப்படுறதுக்காக சொல்றிங்கன்னு. நா கஸ்டப்படுறதுக்காகவும் சொல்லலெ, சந்தோசமா இருக்குறதுக்காகவும் சொல்லலெ. நீங்க சிரிக்கிறதுக்காகவும் சொல்லலெ, அலுவுறதுக்காகவும் சொல்லலெ. வேற எதுக்காஹங்க சொல்றேன்?"

ஒலி நாடாவிலும் கொஞ்சம் நேரம் மௌனம் படர்ந்தது. பதிவு செய்யும்போது, அந்த மௌன வினாடிகளில் அதை 'ஆஃப்' பண்ணாமல் இருந்ததற்குக் காரணம், சிஷ்யர்கள் முசலியார் மீது வைத்திருந்த மரியாதை என்று சொல்லலாம். மறுபடியும் திட்டு வாங்குவதைவிட ஒலி நாடா வீணாவதே மேல் என்று அவர்கள் நினைத்திருக்கலாம். கொஞ்ச நேரத்திற்குப் பிறகு, அவர் கேட்ட கேள்விக்கு யாருமே பதில் சொல்லாததால், தூணிலிருந்து நரசிம்மன் வெளிப் பட்டதுபோல, மௌனத்தை உடைத்துக்கொண்டு முசலியார் தொடர்ந்தார்.

"வாழ வைக்க, சாதனை பண்ண வைக்க நோக்கம் எனக்கு. நல்லா வௌங்கிக்கிங்க. சாதனையில சிரிப்புமில்லெ, அழுகையுமில்ல" என்று சொன்னவர், தான் மாணவனாக இருந்த காலத்து அனுபவங்களை உதாரணம் காட்டி சொல்லிக்கொண்டே போனார்.

சுற்றியிருந்தவர்களை கவனித்தேன். சாதனையில் சிரிப்பும் அழுகையும்தான் கிடையாது, தூக்கம்கூடவா கிடையாது என்று கேட்பதுபோல ஸலாவுதீன் கொட்டாவி விடுவதை அடக்கிக் கொண்டிருந்தார். வாயைத் திறந்து கொட்டாவி விடாமல், அதை உள்ளேயே அமுக்கி விடுவது எப்படி என்று ஒரு பயிற்சியின் மூலம் முசலியார் சொல்லிக் கொடுத்திருந்தார் என்று என்னிடம் யாரோ சொல்லியிருந்தார்கள். அந்தப் பயிற்சி இப்போது ஸலாவுதீனுக்கு வாய் கொடுத்தது. ஐ மீன், கை கொடுத்தது. விறைத்து விரிந்து சிவந்த அவரின் மூக்கின் இரண்டு பக்கங்களும் அவரைக் காட்டிக்கொடுத்ததை அவர் அறிவாரா? புத்தரின் முன் ஆனந்தர் கொட்டாவி விட்டாரா?

பஷீர் ரொம்ப சீரியஸாக முகத்தை வைத்துக் கொண்டிருந்தார். ஹாஜா நானாவின் கண்கள் அவரையு மறியாமல் மூடிக்கொண்டிருந்தன. குருவை மிஞ்சிய சாதனை? சீனிவாசன் மட்டும் விழிப்புடன் கவனித்துக் கேட்ட மாதிரி தெரிந்தது.

கடற்கரை

வெளிச்சம்-II

6

என்னைப் பொறுத்தவரை கடற்கரை காற்றின் குளிர் முற்றிலுமாகத் தோற்றுவிட்டிருந்தது. உடம்பெல்லாம் காதாக நான் முசலியாரின் ஒவ்வொரு சொல்லையும் உள்ளே அனுப்பிக் கொண்டிருந்தேன். வாழ்வின் மர்ம முடிச்சுகளில் ஒன்று மெல்ல அவிழ்ந்துகொண்டிருப்பதாகத் தோன்றியது.

"நீங்க மனசாட்சியெ கொல செஞ்சிங்க, அது உங்களெ வுடாது. க்ளோஸ் பண்ணிடும். அது உங்க ச்சாய்ஸ். நா பாதெயெ வகுத்துக் குடுத்து, காட்டிக் குடுத்து, கன்ட்ரோலெ உங்கள்ட்ட குடுத்துடுவேன். லாப நஷ்டம் உங்களோடதான். அதுக்கு நா பொறுப்பாளியல்ல. துப்பாக்கியெ, தோட்டா நெறச்சு கையிலெ குடுத்துடுவேன். நீங்க ஊரானெ சுடுவிங்களா, மரத்தெ சுடுவிங்களா, உங்க நெஞ்சுக்குள்ளெயே சுட்டுக்குவிங்களாங்குறது எனக்குத் தெரியாது."

முசலியார் அப்படிச் சொன்னபோது, I stood like a loaded gun என்ற எமிலியின் கவிதை எனக்கு ஞாபகம் வந்தது. சிஷ்யர்களை ஒரு நோட்டம் விட்டேன். அவர்கள் யாரையும் யாரும் சுட்டுக்கொள்ளும் அல்லது கொல்லும் ஜாதியாகத் தெரியவில்லை. ஏற்கனவே செத்துப் போனவர்கள் மாதிரி மூஞ்சியை வைத்துக் கொண்டிருந்தார்கள். சீனிவாசனையும் பஷீரையும் தவிர.

"சரி, இப்ப பாயிண்ட்டுக்கு வருவோம். எவன் சாதனெ பண்ணேண்னு சொன்னானோ, அவன் அதுக்கு மேலெ

போவ தயாரா இல்லேன்டு அர்த்தம். எவன் வேதனெ பட்டு அழுவுறானோ, அவன் வாழத்தயாரா இல்லேன்டு சொல்றதா அர்த்தம்.'' (இந்த வாக்கியம் என்னை என்னவோ செய்தது).

"நல்லா படிச்சு, நெறைய பட்டம் பெற்றவங்க பலபேர் வாழ்க்கையிலெ உருப்படுறதில்லெ. ஏந்தெரியுமா? ஊர்லெ இல்லாத படிப்பெல்லாம் நாம படிச்சிருக்கோம்னு அவன் நெனைச்சிகிட்டிரிக்கிறான். அது உண்மெ. அதாவது, அந்த நெனப்புனாலெ அவன் திருப்தி அடையுறான். அதாவது அவன் நெனப்பு என்ன சொல்லுதுன்னா, இஸ்மாயில் தம்பி ராவுத்தர்ட்ட செல்வம் இருக்கு, எங்கிட்ட இல்லெ, பரவால்ல என்ட்ட படிப்பு இருக்கு, ஹபீப் நூர்தீன்ட்ட அழகு இருக்கு, எங்கிட்ட இல்லெ, பரவால்ல என்ட்ட படிப்பு இருக்கு, அவன்ட்ட குடும்ப வலிமெ இருக்கு, எங்கிட்ட இல்லெ, பரவால்ல, டோன்ட் கேர், என்ட்ட படிப்பு இருக்கு. இதுதானங்க அர்த்தம்?''

"சரி, ஆசெயெ அதிகப்படுத்தும்போது அங்கெ அதிருப்தி ஏற்படும். மகிழ்ச்சி இருக்காது. விளையாட்டு, பொழுது போக்கு இருக்காது. இதெ ஒட்டி நோய்கள் வர ஆரம்பிக்கிம். சீக்கு வர ஆரம்பிக்கிம். மூஞ்சி வாடிப்போகும். எளமையிலேயே நரெ காணும். எளமையிலேயே பல்லு வுலுவும். எங்கெ, இதுக்கு ஒரு வழி சொல்லுங்க பாப்போம்" என்று நிறுத்தினார்.

சிஷ்யர்கள் என்னென்னவோ பதில்களைச் சொன்னார்கள். அவை யாவும் சீக்கு பிடித்த பதிலாகவும், நரை விழுந்த பதிலாகவும், பல்லு விழுந்த பதிலாகவுமே இருந்தது. எதிலுமே திருப்தியுறாத முசலியார் தொடர்ந்தார்.

"அதிருப்தி ஏற்பட்டா வாழ்க்கைலெ zest இருக்காது. Zest இல்லேன்னா எப்டிங்க வாழ்றது? நா முன்ன சொல்லியிருக்கேன் inspirational dissatisfaction-ன்னு ஞாபகம் இருக்கா? பல ஆயிரந் தடவெ சொல்லிக்கிறேன். அதாவது, எனக்குப் பத்தாது, நா திருப்தியாக வாழவில்லைன்டு ஒணரணும், அதே சமயம் நா வாழுவேன்னு உள்ளேருந்து உள்ளம் பேசணும். இப்ப இன்னும் நா சரியா வாழலப்பான்னு சொல்லணும். எப்ப? ஒலஹமே நீ வாழறே, நீ சக்ஸஸ், நீ லக்கின்டு சொல்லிக்கிட்டிருக்கிற நேரத்துல, நாம நெனைக்கணும், ம்... என்னத்தெ அடஞ்சிட்டோம், என்னத்தெ கிளிச்சிட்டோம் அப்புடீன்னு மனப்பூர்வமா நம்பணும். இன்னும் எவ்வளவோ இருக்குதுன்டு மனசு சொல்லணும். வெளங்குதா?''

நான் சிஷ்யர்களை வேவு பார்ப்பதை நிறுத்தினேன். முசலியாரின் பேச்சு மிகவும் தீவிரமடைந்து கொண்டிருந்தது.

வயிற்றைத் தொட்டுப் பார்த்தால் முதுகெலும்பு தட்டுப்படும் அளவுக்கு உண்ணாமல் குடிக்காமல் உடம்பை வருத்தி பசியின் இமயத்தில் இருந்த புத்தருக்கு சுஜாதா கொண்டு வந்து வைத்த உணவு போலிருந்தது முசலியாரின் பேச்செனக்கு. நான் என் ஐம்புலன்களையும் முசலியாரின் மீது செலுத்த ஆரம்பித்தேன்.

“எப்ப நீங்க இதுக்கு மேலே போவணும்டு ஆசெப்பட்டீங்களோ, அப்ப இதெ நீங்க முன்னேற்றமல்லன்னு ஒத்துக்கிட்டதா அர்த்தம். ஒரு ட்யூப் லாம்ப் வூட்டுக்கு வாங்கிப் போட்டவொடனெ, முன்னாலே நாக்காலி எடுத்துப் போட்டுக்குட்டு, மர்ஹபன் மர்ஹபான்டு (குஷியாக, தன்னைத்தானே பாராட்டிக் கொண்டு) உத்துப் பாத்துக்குட்டு இருந்திங்கன்னா, உங்களுக்கு திருப்தி வந்துருச்சுன்னு அர்த்தம். அதெப் போட்டுபுட்டு திரும்பியே பாக்காதிங்க, அடுத்தடுத்த ட்யூப் லாம்ப் தனக்குத் தானாகவே ஓடி வரும். வெளங்குனிச்சா?”

விளங்கிவிட்டது முசலியாரே. என் மனசுக்குள் பல ட்யூப் லைட்டுகள் எரிய ஆரம்பித்துவிட்டன.

“உங்க முயற்சியினாலே, உங்க தெறமையினாலே இன்னக்கி நூறு ரூவா சம்பாதிச்சிங்கன்னு வைங்க, நூறு ரூவா சம்பாதிச்சிட்டேன்னு நெனச்சிங்கன்னு சொன்னா, அடுத்த நாளு, இந்த ஆச்சரியப்பட்ட உணர்ச்சியின் காரணமாக, சக்தி

கொறஞ்சி போயிடும். அப்ப, இந்த நூறு ரூவாயெ, நூறு ரூவாதானேன்னு நெனைக்கணும். வெளங்குதா?"

"சிக்கல் வந்தாதான், அவமானப் பட்டாதான் நீங்க யோசனெ பண்றீங்க. இது ஒன்னுமேயில்லாம நீங்க யோசனெ பண்ணணும். இங்கதான் இருக்கு பாதெ. அதாவது நாம ஆர்க்கிடைப்புக்கு அடிமையா இருக்கக் கூடாது. அதாவது, சமுதாய நெலைக்கி மாறுபட்டு நாம நடக்கணும்."

"அப்புடீன்னா என்னா? சமுதாயத்துல எல்லாரும் கைலி உடுத்திகிட்டு போறான்னா, நாம வலிச்சிகிட்டு போறதல்ல. ஊர்ல க்ராப்பு வைக்கிறான்னா, நாம மொட்டையடிச்சிகிட்டு அலையுறதல்ல. சமுதாயத்து உள்ளத்தெ பாருங்க. சிக்கல் வரும்போதுதான் சமுதாய மனம் தெரளுது. உங்களுக்கு சிக்கல் வராம இருக்கும்போதே தெரளணும். ஒடஞ்சு போன பொருளைப் பத்தி ஊர்லெ உள்ளவன் ரெண்டு மணி நேரம் பேசுறான். நீங்க ஒடையாத பொருளைப் பத்தி ஒரு மணி நேரம் பேசணும். ஒடஞ்சி போன பொருளெ ஒரு வினாடிலெ நீங்க மறக்கணும்."

விடை கிடைத்து விட்டது. புதிரை அவிழ்த்து விட்டார். எனக்கு எல்லாம் விளங்கிவிட்ட மாதிரி இருந்தது. தொடர்ந்து இது சம்பந்தமாக அவர் எதுவுமே சொல்லாமல் நிறுத்தினால்கூட பிரச்சனையில்லை என்று தோன்றியது.

"சிக்கல் வரும்போது மனசு ஏன் தெரளுது? மத்த நேரத்துல சிந்தனையெ நீங்க பயன்படுத்துனதே இல்லெ. அது துருப்புடிச்சிருக்கு. இதுக்கு ஸூஃபியாக்களுவ ஒரு பயிற்சியெ குடுத்தாங்க. அதுக்கு mind wandering-னு பேரு..."

இந்த இடத்தில் கேஸட்டுக்கு ஏதோ ஆகி, பிறந்து ஓரிரு மாதங்களே ஆன குழந்தையின் மொழியில் பேச ஆரம்பித்தது. கொஞ்ச நேர மழலை ஒலிகளுக்குப்பின் ஒலி நாடா முடிந்து போனது. அதோடு நிறுத்திக் கொள்ளலாமா என்று கேட்பதுபோல ஸலாவுதீன் செயலற்று உட்கார்ந்திருந்தார். வேறு ஒலி நாடா இல்லையா என்று முசலியார் கேட்டதும், வேறு வழியின்றி புதிய ஒலி நாடா போடப்பட்டது.

"அப்ப ரிலாக்சேஷன் அப்புடீன்னு சொன்னா...இது ஏற்கனவே பேசிய பேச்சின் கண்டின்யுவேசன்...ரிலாக்சேஷன், இமேஜினேஷன் ரெண்டையும் பத்துனது..ஏன்னா இந்த ரெண்டையும் வச்சுத்தான் நம்ம வாழ்க்கையே இருக்குது..."

"நா மொதல்லயே சொல்லிருக்கேன், மனுசங்குறது மைன்ட், பாடி, ஸோல்ங்கற மூணு துண்டு கொண்டது..அதாவது

ஒடலு, ஒணர்ச்சி, ஒணர்ச்சிகளோட கூட்டுத்தொகைதான் மைன்ட், அப்பறம் உயிர்...உயிருங்குறது என்னா, அதுக்கு ரேங்க் இருக்கா இல்லியா, அதெ அப்பறம் டைம் கெடைச்சா பேசிக்கலாம்...இதுல பெரும்பகுதி ரிலாக்ஸ்டாயிடுச்சுன்னா உயிர் ஆட்டோமேடிக்கா ரிலாக்ஸாயிடும்..."

"உயிருடைய தன்மை என்னன்னா, எதுக்குமே கலங்காம, எப்போதுமே ரிலாக்ஸ்டா இருக்குறதுதான்...அதாவது சுத்தமான நீரருவி மாதிரி, சுத்தமான தண்ணி மாதிரி தெளிஞ்சு இருக்குறதுதான் உயிரோட இயற்கெ...அதே நேரத்துல அது ரொம்ப பவர்ஃபுல்..."

அடடா, நிறுத்திவிட்டாலும் பரவாயில்லை என்று நினைத்தது எவ்வளவு முட்டாள்தனம்! சுதாரித்துக்கொண்டு கேட்க ஆரம்பித்தேன்.

"சமயங்கள்ல நம்ம ஒடலெ மைன்ட் கன்ட்ரோல் பண்ணுது, சமயங்கள்ல மைன்ட ஒடம்பு கன்ட்ரோல் பண்ணுது...எப்புடி? பசி வருது, அது ஒடல்தானே, வவுத்துலதானே வருது? அது ஒணர்ச்சியெ தூண்டிவுட்டு அந்த பசிய அடக்க என்ன வழின்னு தேட சொல்லுது.. இது மைன்டு ஒடம்பை கன்ட்ரோல் பண்றதுக்கு உதாரணம்.."

"அப்புடியே திருப்பிப் பாருங்க... சாப்பிட்டுட்டிருக்கீங்க.. அப்ப ஒரு கெட்ட சேதி வருது.. ஒடனே பசி 'கட்'டாயிடும்... வாய்க்கும் கைக்கும் சாப்பாடு நிக்கும்...அதாவது நல்ல பாடி, நல்ல மைன்டு, கெட்ட நியூஸ் கேட்டவொடனே வீணாப் போயிடுதுன்னு சொல்ல வர்றேன்..இது நெகடிவ் எக்ஸாம்பிள். இந்த நேரத்துல நீங்க வேணும்னே ரிலாக்ஸ் பண்ணினா, தானா பசி வர ஆரம்பிக்கும்...வெளங்குதா?"

"இதே மாதிரி, ரொம்ப பேருக்கு ஆண்மெக் கோளாறு வரக் காரணமே ஒடம்பு ரிலாக்ஸ்டா இல்லேங்குறதுதான்... ஆண்மெ தனக்கு இல்லேங்குற நெனப்பெ மனசுக்குள்ளெ பதிவு பண்ணி வச்சிருக்கான்.. அந்த பதிவெ அவன் மறந்தான்னா, அந்த நிமிசமே அவனுக்கு ஆண்மெ வந்துடும்...மொதல்ல ஆண்மெ இருக்கும்போது என்ன நெனப்பு இருந்துச்சோ, எந்த எண்ண ஓட்டம் ஓடுச்சோ, அந்த நெலமைக்கி மனசும் ஒடலும் போயிடும்..."

சிஷ்யர்களின் முகங்களில் சுவாரஸ்யம் குன்றியிருந்தது அந்த இருளிலும் தெரிந்தது. ஆண்மைக் குறைவு பற்றி முசலியார் பேசியது நிச்சயமாக அதற்குக் காரணமல்ல. ச்சே, என்னதான் முயன்றாலும் அடுத்தவனை கவனிக்காமல் இருக்க முடியவில்லை!

“ரிலாக்சேஷன் ஏற்படுத்திகிறதுக்கு பெஸ்ட் வழி குளிக்கிறது. அதனாலதான் குளிக்கிறதுக்கு முந்தி இருந்த மன நிலெ, குளிச்ச பிறகு இருக்க மாட்டேங்குது...ஓதுவதெல்லாம் பலிக்க வேணுங்குறதுக்காகத்தான் குளிச்சிட்டு ஓதுன்னு சொல்றது.. வேறே வார்த்தைல சொல்றதா இருந்தா, ரிலாக்ஸ் பண்ணிகிட்டு ஓதுன்னு அர்த்தம்...”

“குளியலும் ரிலாக்சேஷனும் ஒன்னு.. அதாவது குளிக்கிற மாதிரி குளிச்சா...குளியல்லெயே நீங்க டென்ஷனெ காட்டுனீங்கன்னா... அது ரிலாக்சேஷனா இருக்காது..”

என்னையுமறியாமல் என் இடது இதழ் ஓரங்கள் இடது பக்கமாக நீள ஆரம்பித்தன.. வேறு யாராவது புன்னகைக்கிறார்களா என்று நோட்டம் விட்டேன். ம்ஹூம். எல்லா உதடுகளும் ‘பொடா’வில் அடைக்கப்பட்ட மாதிரி இருந்தன. ரிலாக்சேஷன் பற்றி ரொம்ப டென்ஷனுடன் கேட்டுக் கொண்டிருந்த மாதிரி தோன்றியது.

“அப்ப, ரிலாக்சேஷங்குறதுக்கு என்ன அர்த்தம்டா, ஃபிசிகல் பாடி, எந்தெந்த வேலையெ செய்றதுக்கு எந்தெந்த உறுப்புகள் தேவைப்படுமோ, அந்தந்த உறுப்பெ, வேலெ செய்யுறதுக்கு வாய்ப்பளிக்கிறதுதான் ரிலாக்சேஷன்கிறது...”

அவர் அப்படிச் சொன்னது எனக்கு ரொம்ப புதுசாகவும் ஆச்சரியமாகவும் இருந்தது. வேலை செய்யாமல் சும்மா இருப்பதுதான் ரிலாக்சேஷன்னு அது நாள்வரை நான் நினைத்துக் கொண்டிருந்தேன். இவர் வேறு மாதிரி சொல்கிறாரே? சந்தேகம் கேட்க நினைத்தேன். ம்ஹூம். எனக்கு கேட்க மட்டும்தான் அனுமதி. நான் அவர் சிஷ்யன் இல்லை. ஆனால் இந்த சிஷ்யர்களில் யாருக்காவது என் சந்தேகம் தொற்றியிருக்காதா? ஏன் கேட்கமாட்டேன் என்கிறார்கள்? பயமா? களைப்பா?

“டென்ஷன் இல்லாத வாழ்க்கைங்குறது ஒலகத்துலயே கெடையாது...எல்லாமே டென்ஷன்தான். டென்ஷன்லெஸ் அப்புடீன்னு சொன்னாக்கா லைஃப்லெஸ் அப்புடீன்னுதான் அர்த்தம். ஆனால் அப்புடியும் ஒரு லைஃப் இருக்கத்தான் செய்யுது. அது தூக்கம்தான். Fully relaxed-னா fully asleep-னுதான் அர்த்தம்.”

“அப்ப டென்ஷனில்லாம எப்புடி வாழ முடியும் அப்புடீன்னு கேட்டா, அதுக்கு differential relaxation-ன்னு பேரு. அதாவது, முழு ஒடம்பெ, முழு மனசெ அப்புடியே ரிலாக்ஸ் பண்றதல்ல... இப்ப செய்யுற வேலைக்கி என்னென்னெ மஸ்ல்ஸ் தேவையோ, என்னென்ன சக்திகளெ பிரயோகிக்கணுமோ, அதெ மட்டும் பிரயோகிக்கிறது...”

சரிதான். சிஷ்யர்கள் அதைத்தான் செய்து கொண்டிருந்தார்கள். தூங்குகின்ற வேலைக்கு கண்களை மூடினால் போதுமல்லவா? காதால் கேட்டுக்கொண்டே தூங்குவது நரம்புச் சக்தியை விரயம் பண்ணுவதுதானே? சிஷ்யர்கள் சரியாகத்தான் புரிந்து வைத்திருந்தார்கள். Fully relaxedஆகவும் சிலர் முயற்சி செய்து கொண்டிருந்தார்கள்.

"உதாரணமா, ஒரு புஸ்தகம் படிக்கணும்...அப்ப என்னென்ன தேவெ? படிக்கிறதுக்கு கண்ணும், புடிக்கிறதுக்கு கையும் தேவை.. அப்பறம், படிக்கிறதெ உள்ளெ வாங்கக் கூடிய மனசு, அதாவது கான்செண்ட்ரேஷன் தேவை.. அவ்வுளவுதான். இதெ உட்டுபுட்டு, வாயெ உட்டோ, தொடையெ ஆட்டிகிட்டோ, பேசிக்கிட்டோ நீங்க படிச்சிங்கன்னா, நெர்வ் எனர்ஜியெ வேஸ்ட் பண்றதனால, சீக்கிரமே களைச்சுப் போயிடுவிங்க...."

"ரிலாக்சேஷனாலெ நன்மெ என்னா?...சக்தி தெரளும். நெர்வ் எனர்ஜி, நெர்வ் கரெண்ட், லைஃப் எனர்ஜி, அதாம் ப்ராணன், அதான் ரூஹுங்குறது.. அந்த கரண்ட் நீங்க சும்மா இருந்தாலும் தெரண்டுகிட்டே இருக்கும்...இதுல மூணு ஸ்டேஜ் இருக்குது..."

"வேலெ இல்லாம இருக்குறது...வேலெ செய்யுறது, வேலெ செய்யுற தகுதியெ வச்சுகிட்டு சும்மா இருக்குறது...எல்லாமே நடுவுலதான் இருக்குது...மேலெ அறிவு தேவையில்லெ, கீழே அறிவு கெடையாது, நடுவுலதான் அறிவு தேவைப்படுது..அறிவு இல்லாம இருக்குறது, அறிவு பெத்து அதெ பயன்படுத்துறது, பிறகு, இந்த அறிவு அறிவே அல்லன்னு தெரிஞ்ச பிறகு அதெ தூக்கிபோட்டுபுட்டு இருக்குறது...வித்தியாசம் புரியுதா?"

நிச்சயமாக வித்தியாசம் புரிந்திருக்காது. வித்தியாசமற்ற ஒரு நிலைக்கு பலர் தங்களைத் தள்ளிக்கொண்டிருந்தனர். முதலியார் இதையெல்லாம் கவனிக்கவில்லையா? அல்லது வேண்டுமென்றே பேசிக்கொண்டிருக்கிறாரா?

"அப்புடித் தூக்கிப் போட்டவொடனெயே, நானிருக்க பயமேன்னு சொல்லி உள்ளேயிருக்குற அந்த Still small voice பேச ஆரம்பிக்கும்..அப்ப மறுபடியும் மனுசன் கொழந்தையாயிடுறான்... அதுனாலதான் கொழந்தையும் ஞானியும் ஒன்னுன்னு சொல்றது... நம்ம இப்ப கொழந்தையுமல்ல, ஞானியுமல்ல, நடுவுலெ நிக்கிறோம், நம்ம ஃபுல் பவர்ல வொர்க் பண்ணனும்...அதுக்கு ரிலாக்சேஷன் இல்லாம ஒன்னுமே செய்ய முடியாது..."

இந்த இடத்தில் மறுபடியும் ஒலி நாடாவுக்கு ஏதோ விபத்து நடந்திருந்தது. டப் என்று வெடித்தது போல நின்று, கூண்டைவிட்டு மேலெழுந்தது அது. முசலியார் சுற்றிலும் பார்த்தார். நாடா -

ஒலி நாடாதான் – மேலே வந்துவிட்டதுகூட தெரியாமல் சிலர் ஆழ்ந்து உறங்கிக் கொண்டிருந்தார்கள். ம்ஹூம். முசலியாரின் கூற்றுப்படி ஆழமான தளர்வு நிலையில் இருந்தார்கள். நானும் சீனிவாசனும் முசலியாரும்தான் தனித்திரு, பசித்திரு, விழித்திரு என்பதைக் கடைப்பிடிப்பவர்களாக இருந்தோம்.

ஒரு இளக்காரமான புன்னகையோடு முசலியார் எழுந்தார்.

“எந்திரிங்க, எந்திரிங்க, உங்களுவள்ட்ட நா மாரடிக்க வந்தேம் பாருங்க...” என்று அவர் போட்ட சப்தத்தில் பிரதான சிஷ்யர்களின் நிஷ்டை கலைக்கப்பட்டது. குற்றவுணர்வுடன் விழிப்புணர்வு பெற்ற அவர்கள் நிலா ஒளியில் அசடு வழிந்தார்கள். ரொம்ப மரியாதையாக ஒருவர் பாயைச் சுருட்டினார்.

“ம்..இதையெல்லாம் மரியாதையா பண்ணுங்க” என்றார் முசலியார்.

“இல்லெ ஹஜ்ரத், மெட்ராஸ்லேர்ந்து வந்தது, ட்ராவல் களைப்பு, இங்கெ வேறெ முளிச்சிகிட்டே இருந்தமா...” ஹாஜா மொஹிதீன் ஏதோ காரணம் சொல்ல வாயெடுத்தார்.

“தப்பு பண்றதைவிட தப்பு, அதுக்கு காரணம் சொல்றது. சொல்லிக்கிறன்ல?” என்று முசலியார் திருப்பிக் கேட்கவும் அவர் அமைதியானார்.

“என்ன ஜுனைத் எப்புடி இருந்திச்சு?” சிகரெட் புகையைக் கடற்கரைக் காற்றில் ஊதிக் கலந்து கொண்டே முசலியார் கேட்டார். கிட்டத்தட்ட நள்ளிரவிலிருந்து அவர் சிகரெட் குடிக்கவே இல்லை என்ற உண்மை திடீரென்று எனக்கு உரைத்தது.

என்னைப் பார்த்து அவர் அப்படிக் கேட்பார் என்று நான் நினைக் கவில்லை. என் வாழ்க்கையையே மாற்றிவிட்ட அந்த சிகரெட் புகையின் நறுமணத்தை மீண்டும் மீண்டும் முகர்ந்து கொண்டே இருக்க வேண்டும் என்று தோன்றியது. என் கண்களிலிருந்து அன்றையை தூக்கம் அழிந்து விட்டதாகத் தோன்றியது.

“ரொம்ப முக்கியமான எடத்துலயெல்லாம் கேஸட்லெ ஏதோ ப்ராப்லம் ஆயி, கேக்க முடியாம போயிடுச்சேன்னு இருக்கு ஹஜ்ரத்” என்றேன். நான் அப்போது உச்சரித்த ‘ஹஜ்ரத்’ என்ற சொல்லில் முதல் முறையாக மரியாதை நிறைந்திருந்தது என்று நினைக்கிறேன். முசலியார் ஹஜ்ரத் ஆகி, ஹஜ்ரத், மாமாவாகிப் போவதற்கு ரொம்ப நாளாகவில்லை.

நாங்கள் திரும்பி ஊருக்குள் வந்தபோது அதிகாலை வெளிச்சம் வந்துவிட்டிருந்தது.

நின்னைச் சரணடைந்தேன் 7

நெய்சோறு என்றாலே தனி ருசிதான். அதுவும் தாலிச்சா கறியோடு! ஆஹா, நினைக்கும்போதே என் நாக்கில் உமிழ் நீர் ஊற ஆரம்பித்துவிடும். வாழ்வின் மிகப் பொருத்தமான ஜோடிகளில் ஒன்று இந்த நெய்சோறும் இறைச்சி போட்ட தாலிச்சாவும். (இறைச்சி போடாத தாலிச்சா உண்டா என்ன?) சாதா சோறு ஒரு பெண் என்றால், நெய்சோறு ஒரு மணப்பெண். ம்ஹ்ும். இதுகூடச் சரியில்லை. முன்னது ஒரு இரவு என்றால், பின்னது முதலிரவு. ஆமாம், இதுதான் சரி.

பச்சரிசி பாசுமதி அல்லது ஜீரகசம்பாவில் ஆக்கப்பட்ட நெய்சோற்றின் ஒவ்வொரு பருக்கையிலும் ஒரு பளபளப்பு ஏறியிருக்கும். கையில் அள்ளும்போதே ஒரு வாசம் வரும். எல்லாம் சாப்பாட்டு நெய்யின் மகிமை என்று சொல்வதைவிட சேச்சிமா கையின் மகிமை என்றுதான் சொல்லவேண்டும். இந்த மாதிரி உணவு வகைகளை கண்டுபிடித்தவர்களுக்கு நோபல் பரிசு மாதிரி ஏதாவது கொடுக்க வேண்டும். சந்தோஷமும் கற்ப னையும் கலந்து நான் சோற்றைப் பிசைந்து உள்ளே அனுப்பிக் கொண்டிருந்தபோது என்னைப் பிடித்து சேச்சிமா உலுக்கியது.

“ஏந்தம்பி, நா பாட்டுக்கு ஒன்னட்ட கேட்டுக்கிட்டே இரிக்கிறேன், நீ பாட்டுக்கு பதிலே பேசாம, சோறு உண்டுகிட்டே இரிக்கிறியே, காது என்னா அடச்சா போச்சு?”

வெள்ளை மல்லியப் பொட்டுசு தாவணியால் முகத்தைத் துடைத்துக் கொண்டே சேச்சிமா கேட்டது. சேச்சிமா

எனக்கு பெரியம்மா. நெய்சோறு, தாலிச்சா, பொசுபொசு இட்லி, நடுவில் உடையாமல் வட்டமாக மஞ்சள்கரு நிற்கும் ஆம்லெட், கானாங்கழுத்தான் மீன் பொருமா, கோலா மீன் பொரியல், வவ்வா மீன் குருமா, எறச்சி ஆனம், மீன் ஆனம், மொளவு தண்ணி, தேத்தண்ணி என்று எதுவாக இருந்தாலும் சேச்சிமாவின் கைப்பக்குவம்தான் எல்லாமே. மேலே சொன்ன பரிசையெல்லாம் சேச்சிமாவின் கைகளுக்குத்தான் கொடுக்க வேண்டும். சேச்சிமா ஆக்கும் சாப்பாட்டில் அறுசுவையல்ல, அறு நூறு சுவையிருக்கும்.

உலக சாதனைகள் வரிசையில் ஏன் விதம் விதமான சமையலை சேர்ப்பதில்லை?அப்படி இருக்குமானால் சேச்சிமாவுக்குத்தான் முதல் பரிசு எப்போதும் கிடைக்கும். நான் சேச்சிமாவின் கைகளுக்கு வைரத்தில் வளையல்கள் செய்து போட்டிருப்பேன். வசதி இருந்தால். ம்ஹூம். இப்போது அப்படிக்கூட சொல்ல முடியாது. வசதி இருந்தாலும் வளையல்போட முடியாது. சேச்சிமாவின் கணவர், என் பெரியாப்பா மாலிமார், மௌத்தாகி பல வருடங்களாகிவிட்டன. கொடுத்து வைக்காத மனுசன்.

சேச்சிமா எப்பவும் வெள்ளையில்தான் இருக்கும். விதவைகள் எல்லாருமா வெள்ளை அணிகிறார்கள்? ஆனால் சேச்சிமா அப்படித்தான். மல்லியப் பொட்டுசு தாவணிகூட சிங்கப்பூரிலிருந்து ஸ்பெஷலாக சேச்சிமாவுக்கென்று வெள்ளையில் வாப்பா அனுப்பும். பொதுவாக அந்த தாவணி வெள்ளை நிறத்தில் வருவதில்லை.

"என்னா வாப்பா, நா பாட்டுக்கு பைத்தியக்காரி மாரி கேட்டுக்கிட்டே இரிக்கிறேன். நீ பாட்டுக்கு புதுப்பொண்ணு மாதிரி சாப்பாட்லேந்து தலையத் தூக்க மாட்டேங்குறியே?"

மறுடியும் சேச்சிமா அப்படிக் கேட்டபிறகுதான் எனக்கு உரைத்தது.

"சோறுங்கும்போது பேசக்கூடாதுன்டு ஹஜ்ரத் சொல்லிருக் காஹா"

"யாரு வாப்பா அந்த ஹஜ்ரத்து?" கேள்வியில் லேசான இளக்காரம். யாரென்று தெரியும். இருந்தாலும் என் வாயைப் பிடுங்க வேண்டும்.

"ஹஜ்ரத் மாமா, முசலியார்"

"ம்...ஓதிப் பாக்குறேன்டு பொம்பளையலுவல தடவி வுடுற அந்த மொசலியாரா? பெரிய *ஹொஜரத்*'தால்ல (வினோதம்) இரிக்கிது உங்க ஹஜ்ரத்து சொன்னது? ஏன் வாப்பா, உங்க

1 - ஹொஜரத் - வினோதம்

ஹஜ்ரத்து, சாப்புடவாவது சொல்லிக்கிறாஹல்ல? அது போதும் வாப்பா" என்று சொல்லி நகர்ந்தது.

வெற்றிலை பாக்கை சின்ன இரும்பு உரலில் போட்டு இடித்து இடித்து, இடித்துப் பேசுவதும் பழக்கமாகி விட்டது. இதில் ஹஜ்ரத்து, ஹொஜரத்து என்று சந்தம் வேறு! போகிற போக்கில், மூக்குக்குள் விட்ட விரலை தூணில் தடவுவதுபோல, முசலியார் மீது ஒரு அசிங்கத்தைத் தடவிவிட்டுப் போய்விட்டது. முசலியாரைப் பற்றி சேச்சிமா அப்படிச் சொன்னது எனக்கு என்னவோ போலிருந்தது. பெண்களைத் தடவுகிறாரா? ஆண்களையும்தான் தடவுகிறார்! ஜீஸஸுக்கு எல்லாமே ஹீலிங் டச்தான். சேச்சிமாவுக்கு அது புரிய நியாயமில்லைதான்.

பொதுவாகவே விபரம் புரியாத பலர் முசலியாரப் பற்றி அப்படித்தான் சொல்லிக் கொண்டிருந்தார்கள். அதில் பல ஆண்களும் உண்டு. ஆனால் ஆண்களைப் பொறுத்தவரை விபரம் புரியவில்லை என்று சொல்ல முடியாது. அது ஒரு வகையான பொறாமையாகக்கூட இருக்கலாம். ஆனால் பல குடும்பங்களில் இருந்த பெண்களும் முசலியாரைப் பற்றி தவறான கருத்தை வைத்திருந்தார்கள் என்பது எனக்குத் தெரியும். நான்கூட அப்படித்தான் பொம்பளைத்தனமாக நினைத்துக் கொண்டிருந்தேன். பல சிஷ்யர்களின் ம்மாக்கள்கூட அப்படித்தான் நினைத்தார்கள். முசலியார் மாமாவே இதை என்னிடம் பலமுறை சொல்லியிருக்கிறார்.

ஒருமுறை சாதிக் என்ற சிஷ்யனின் ம்மா முசலியாரைப் பார்க்க வந்திருக்கிறார்கள். ஏதோ ஓதிப் பார்க்க வந்திருப்பார்கள் என்றுதான் மாமாவும் முதலில் நினைத்தாராம். அருகில் வந்தமர்ந்த சாதிக்கின் ம்மா, "நேத்து ஒரு கனவு கண்டேன் மொச லியார். அதுலேந்து மனசே ஒருமாதிரியா ரொம்ப *ஹராரத்தா* [2] இரிக்கிது" என்றார்களாம்.

"என்னா கனவு?"

"எம் புள்ளெ சாதிக் ஒரு கொள்ளை கூட்டத்துல போயி சேந்துட்ட மாதிரி இரிக்கிது. நா எவ்வுளவோ சொல்லியும் அவன் கேக்க மாட்டேங்குறான். சொல்ல சொல்ல, அந்த கூட்டத் தோடயே போய் இரிக்கிறான். கனவு கலஞ்சிடுச்சு மொசலியார். இப்ப நெனச்சாலும் ஈரக்கொலெ பஹீர்ங்குது"

"ஏம்மா, நா உங்களுக்கு என்னா செஞ்சேன்? என்னெ திட்டணும்டு தோனுனா, நேரடியாவே திட்டலாமே? ஏன் இப்புடி மறைமொஹமா சொல்லணும்?"

2 - ஹாரத் - சங்கடம், உறுத்தல், பயம்

"அட வல்ல பெரிய நாயனே, நான் ஏன் வாப்பா உங்களெ திட்டுறேன்? எம்புள்ளெயெப் பத்தி நா கண்ட கனவெத்தானே சொன்னேன்?"

"இது கனவா? உங்க புள்ளெ சேர்ந்திருக்கிற கொள்ளைக் கூட்டத்துக்கு தலைவனே நாந்தானே?" என்றாராம்! அப்படிப் பேசவும், மனிதர்களின் மனக்குகைகளுக்குள் தைரியமாக புகுந்து பார்க்கவும் அவரால்தான் முடியும். அடுத்தடுத்த காட்சிகள் என்னவாக இருந்தன என்று தெரியவில்லை. இதுவரைக்கும்தான் மாமா எங்களிடம் சிரித்துக்கொண்டே சொன்னார்.

இப்போது நினைத்தால்கூட ஒரு கனவைப் போல்தான் தோன்றுகிறது.

அந்த கடற்கரைக் கூட்டத்துக்குப் பிறகு என் மனம் பரபரத்துக் கொண்டிருந்தது. எப்போது பொழுது நன்றாக விடியும் என்றிருந்தது. காலை பதினோரு மணியளவில் முசலியாரின் வீட்டுக்குச் சென்றேன். அவர் வழக்கத்துக்கு மாறாக தூங்கிக் கொண்டிருப்பதாகச் சொன்னார்கள். வாசலில் வழக்கம் போல கூட்டம் தண்ணீர் தூக்குகளுடனும் பாட்டில்களுடனும் காத்துக் கிடந்தது. ஆனால் எனக்கு மட்டும் முசலியாரின் சொந்தக்காரப் பொடியன்கள் உள்ளே அனுமதி கொடுத்தார்கள். நான் போய் உள் தாழ்வாரத்தில் உட்கார்ந்து கொண்டேன்.

அகலமான செவ்வக வடிவத்தில் தாழ்வாரம். அதைச்சுற்றி ஒரு ஐந்தடி அகலத்துக்கு இன்னொரு செவ்வகம். அதில்தான் பல அறைகள் இருந்தன. வலது பக்கத்தில் இருந்தது குளியல் அறை மற்றும் டாய்லட். வெஸ்டர்ன் க்ளோஸெட். உள்ளே ஜெனி என்ற பெயர் கொண்ட ஒரு ஜெனரேட்டரும் இருக்கும். ஒருமுறை ஒன்னுக்குப் போக உள்ளே போனபோது பார்த்தேன். முசலியார் ஜின் வசியம் பண்ணுகிறார், ஜின் வைத்திருக்கிறார் என்று இந்த ஜெனி ஜெனரேட்டரைப் பற்றித்தான் மக்கள் புரியாமல் சொல்லிக்கொண்டிருந்தார்களோ?

தாழ்வாரத்தின் முகத்துக்கு நேரே இருந்த அறைதான் முசலியாரின் சயன அறை. அங்கே யாரும் போனது கிடையாது. முசலியார் உள்ளே என்ன செய்கிறார் என்று யாருக்கும் தெரியாது. அவர் அறையை விட்டு வெளியே வரும்போதுதான் பார்க்க முடியும். முதுகுப் பக்கமாக இருந்த அறையில்தான் அவர் சில பெண்களை தனியாகப் பார்ப்பார். தாழ்வாரத்தில் அவிழ்க்க முடியாத ரகசியங்கள் அங்கே அவிழ்க்கப்படும். அதோடு, தாழ்வாரத்தில் அவர் ஓதிப்பார்த்துக் கொண்டிருக்கும்போது மற்ற பெண்கள் காத்திருக்கும் அறையாகவும் அது இருந்தது.

கருஞ்சிவப்பிலும் ஊதாவிலும் நீளமான கோடுகள் போட்ட தடித்த காட்டன் துணி பொருத்தப்பட்ட ஒரு சாய்மா நாற்காலி. மரத்தால் ஆனது. அதுதான் அவரின் இருக்கை. அவர் வீட்டில் இருக்கும் பொடிப் பையன்கள்கூட அதில் தப்பித்தவறியும் உட்காருவதில்லை. எதிரே ஒரு சின்ன ஸ்டூல். அதன்மீது அவ்வப்போது ஒரு தலையணையை வைத்து அதன்மேல் காலைத் தூக்கிப் போட்டுக்கொள்வார் முசலியார். பாதங்களில் அவருக்கு அடிக்கடி வலி வரும். ஆனால் தலையணை போடாத நேரங்களில் ஆஷ்ட்ரே சிகரெட் பாக்கட், லைட்டர் இத்யாதிகள் அதன் மீது வைக்கப்பட்டிருக்கும். அவருக்கு வலது பக்கமாக ஒரு சின்ன ட்ரேயில் கார்ட்லெஸ் ஃபோன், அவருடைய ஸ்பெஷல் டிஜிடல் டைரி கம் கம்ப்யூட்டர் இருக்கும். அது அவரின் உள்ளங்கை சைஸில் இருக்கும். அதில்தான் அவர் கணக்குப் போட்டுப் பார்ப்பார். (மற்றவர்கள் தாளிலோ அல்லது மேஜிக் ஸ்லேட்டிலோ போட்டுப் பார்ப்பார்கள்).

அதில் என்ன செய்வார் என்று யாருக்கும் புரியாது. பேர் கேட்பார். சில தேதிகளைக் கேட்பார். பின் ஏதேதோ பட்டன்களை அழுத்துவார். பின் சில சேதிகளைச் சொல்வார். அச்சேதிகள் கேட்பவர் மயங்கி விழக்கூடிய அளவுக்கு அவர்களுக்கு மட்டுமே தெரிந்த ரகசியங்களாக பல சமயங்களில் இருக்கும். பல பேர் அவர் சொன்னதைக் கேட்டு அவர் காலில் விழுந்து அழுது மன்னிப்புக் கேட்டிருக்கிறார்கள். அப்போதெல்லாம் அந்த எலக்ட்ரானிக் மாயக்கண்ணாடி சமாச்சாரத்துக்குள் அவர் என்ன பார்த்தார் என்று எட்டிப் பார்க்க ரொம்ப ஆசையாக இருக்கும். ஸ்டூலுக்குப் பக்கத்தில் இருந்த தூணின் உச்சியில் சில ஸ்பெஷல் ஸ்பாட் லைட்டுகள் பொருத்தப்பட்டிருக்கும். நான் ஒவ்வொரு முறையும் அதையெல்லாம் பார்க்கும்போது யோசிப்பேன்.

அந்த ஸ்பாட் லைட்டுகள் எதற்கு என்று யோசித்துக் கொண்டிருந்தபோதுதான் அவர் வந்தார். வந்தவுடன் என்னைப் பார்த்து ஒரு லேசான புன்னகையை வெளிப்படுத்தினார். பதிலுக்கு புன்னகைப்பது மரியாதையா மரியாதைக் குறைவா என்று நிச்சயமாகத் தெரியாததால், எந்த முடிவும் எடுக்க முடியாத சூழ்நிலையில் நான் இருந்தேன். அதற்குள் அவர் உட்கார்ந்து விட்டார்.

வந்து உட்கார்ந்த உடன் சிகரெட்டைத் தேடினார். பின் தன் சொந்தக் காரப் பொடியனை "ஈஸ் சாபூ" என்று உரக்கக் கூப்பிட்டு டீ கேட்டார். ஈஸ் சாபு எனப்பட்ட யூசுப் சாபு வழக்கமான சின்ன க்ளாஸில் டீ கொண்டு வந்து கொடுத்தவுடன்

வாங்கிக்கொண்டார். ஒரு ஃபில்டரை வாயில் வைத்து அதற்குள் சிகரெட்டைச் சொருகினார். பின் லைட்டரால் பற்ற வைத்தார். எல்லாம் வெளி நாட்டு சரக்குகள். சிஷ்யர்கள் அனுப்பியது. பின் பெண்களை உள்ளே வரச் சொன்னார்.

கதவு திறக்கப்பட்டு அவர் எல்லாரையும் பார்த்து முடிப்பதற் குள் பகல் இரண்டு மணியாகிவிட்டிருந்தது. அதுவரை ஒன்றும் சொல்லாமல் ஒரு பார்வையாளனைப் போல காத்துக் கொண்டிருந்த நான் அவர் அருகில் சென்றேன். குனிந்து அவர் கால்கள் இரண்டையும் என் கைகளால் தடவி, என் கண்களில் ஒற்றிக்கொண்டேன். அவர் தடுக்கவில்லை. என் தலையில் கை வைத்தார். ஏதோ செய்கிறார் அல்லது ஓதுகிறார் என்று நானும் கொஞ்ச நேரம் அப்படியே இருந்தேன். பின் என் நெற்றியில் முத்தமிட்டார். அந்தக் கணத்தில் என் புருவங்களுக்கு மத்தியில் இருந்த இடைவெளிக்கு உள்ளே ஏதோ நடந்தது. ஆனால் என்னவென விளங்கவில்லை. ஆனால் நிச்சயமாக ஏதோ நடந்தது. அதுகாறும் அசையாமல் துருப்பிடித்துப் போயிருந்த ஏதோ ஒன்று எண்ணெய் போடப்பட்டு சுழல விடப்பட்டது என்று பின்பு தெரிந்து கொண்டேன்.

பின் நான் அவருக்கு எதிரில் நேராக உட்கார்ந்து கொண்டேன். வேறு ஒன்றும் அவர் பேசவில்லை. நானும் எதுவும் கேட்கவில்லை. எனக்கு ஜுனைதுல் பக்தாதி என்ற ஒரு பெரிய சூஃபி ஞானியின் ஞாபகம் வந்தது. மன்சூர் என்ற தன் சிஷ்யர் ஒருவரை ஆறு ஆண்டுகள் எதுவுமே பேசாமல் சும்மா வீட்டு வாசல்படியில் உட்கார வைத்திருந்தாராம் அவர். அவர் நினைவாகத்தான் எனக்கு ஜுனைத் என்று பெயர் வைத்தார்களோ?

கொஞ்ச நேரமானதும் எனக்கு பசிக்க ஆரம்பித்தது. நான் எழுந்து கொண்டேன்.

“நா பெய்ட்டு வர்றேன் ஹஜ்ரத்” என்றேன். அவர் தலையாட்டினார். கொஞ்சம் தயங்கினேன்.

“என்னா?” என்றார்.

“உங்கட கேஸட் வேற எதுவும் இருந்தா எனக்கு கேக்கணும்“ என்றேன்.

“பாக்கலாம்'' என்றார்.

“எனக்கு எதாவது பயிற்சி” என்று இழுத்தேன்.

“அடுத்த வாரம் வெள்ளிக்கெலமெ வா” என்றார். அவ்வளவுதான் எனக்கு தலைகால் புரியவில்லை. நான் ஏற்றுக்கொள்ளப் பட்டுவிட்டேன்! எனக்கு பறப்பதைப் போலிருந்தது.

“அப்ப நா பொய்ட்டு வர்றேன் ஹஜ்ரத்” என்றேன் மறுபடியும்.

“சரி” என்றவர், “அப்பறம், இங்கெ உக்காந்திருக்கும்போது, இங்கெ உள்ள பொருளெல்லாம் நா எதுக்கு வச்சிக்கிறேண்டு ஆராய்ச்சி பண்ணாம உக்காரு என்னா?” என்றார்.

எனக்கு வியர்த்து விட்டது. தலையாட்டினேன். வெளியே வரும்போது சந்தோஷமாகவும் இருந்தது, கூடவே பயமாகவும் இருந்தது.

8 இதயங்களைத் திருப்புகிறவன்

நினைக்க நினைக்க ஆச்சரியமாக இருந்தது. ஆச்சரியத்திற்கான காரணம் புரிந்த பிறகும் ஆச்சரியமாக இருந்தது.

இதுவரை நான் பாட்டியார், பாட்டனார், வாப்பா, ம்மா என சிலர் கால்களில் விழுந்திருக்கிறேன். அதற்கெல்லாம் காரணம் இல்லாமலில்லை. நல்ல நாள் பெருநாளில் புத்தாடை அணிந்து பெரியவர்கள் காலில் விழுந்தால் அவர்களுக்கும் சந்தோஷம். "பரக்கத்தா, சீதேவித்தனமா, நல்லா இருந்து, நூறு வய்சுக்கு வாலுங்க வாப்பா" என்ற ஆசீர்வாதம் கிடைக்கும். ஆனால் நாங்கள் அதற்காக மட்டும் காலில் விழுவதில்லை. காலில் விழுந்தால் காசு கிடைக்கும். காசென்றால் பணம். சீதேவித்தனமாக பணத்தை வாங்கிக்கொண்டு, மூதேவித்தனமாக மாயவரம் போய் மேட்னி, முதல் காட்சி, இரண்டாம் காட்சிவரை புதுப்படங்களை தொடர்ந்து பார்த்து பெருநாளைக் கொண்டாடிவிட்டு வரலாம். கேள்வி கணக்கு கிடையாது. அன்றைக்கு மட்டும் சீதேவிகள் மன்னித்துவிடுவார்கள்.

ஆனால் நான் ஏன் முசலியார் காலில் விழுந்தேன்? ம்ஹூம். இப்போது கேட்க வேண்டியா கேள்வியா இது? 'திங்க் பிஃபோர் யூ இன்க்' என்பது கல்லூரிப் பாடமல்லவா?! ஆனால் எவ்வளவு சிந்தித்தாலும் இதற்கு விடை தெரியவில்லை. மனித மூளைக்குள் சிந்தனை என்ற ஒன்று இருக்கின்ற ஏரியாவிலேயே அதற்கான விடை இல்லை என்று நினைக்கிறேன்.

சரி போகட்டும். அந்தக் காரியத்தை விரும்பித்தான் செய்தேனா என்றால் ஆம் என்பதுதான் சரியான பதில்.

ரொம்பவும் விரும்பிச் செய்தேன். அதுவும் அந்தக் கறுப்பு, அழுக்குப் பாதங்களை என் சிவப்புக் கரங்களால் தடவி என் கண்களில் வேறு வைத்துக்கொண்டேன் !

ஜுனைத், உனக்கு என்னாகி விட்டது ! ஒன்றும் ஆகிவிடவில்லை. பேரறிவுக்கு என் சிற்றறிவின் மரியாதை. அவ்வளவுதான். ம்ஹூம். இப்படிச் சொல்வதுகூட சரியில்லை. அதை அறிவு என்றே சொல்ல முடியாது. அதற்கும் மேலே. அறிவு என்று அதைச் சொல்வதுகூட அறிவுகெட்டத்தனமானது.

'ரஸூலுல்லாஹ்'[1] வை *மிஃராஜ்*[2] என்னும் விண்ணேற்றத்துக்கு அழைத்துச் சென்ற ஜிப்ரீல் *அலைஹிஸ்ஸலாம்*[3] வானத்தின் ஏதோ ஒரு கட்டத்தில், "என்னால் இதற்குமேல் போக முடியாது. இதற்கு மேல் ஒரு அங்குலம் முன்னேறினாலும் நான் பொசுங்கி விடுவேன். இனி நீங்கள் மட்டும் செல்லுங்கள்" என்று ரஸூலுல்லாஹ்விடம் சொன்னார்களாம். ஜிப்ரீல்தான் அறிவின் எல்லை. அதற்கு மேல் அதனால் போக முடியாது. போக எத்தனித்தால் முற்றிலுமாக பொசுங்கிப் போய்விடும் என்று மௌலானா ஜலாலுத்தீன் ரூமி *மஸ்னவி*[4]யில் சொல்வது நினைவுக்கு வந்தது. என் நிலையும் அப்படித்தான் இருந்தது.

"மாமா, இன்னக்கி சேச்சிமா உங்களப் பத்தி தப்பா பேசுனஹா"

சொல்லலாமா வேண்டாமா என்று தயங்கித் தயங்கி கடைசியில் சொல்லிவிட்டேன். அதற்காகத்தானே போனேன்! சேச்சிமா பேசியதைவிட அதற்கு மாமாவின் ரியாக்ஷன் என்னவாக இருக்கும் என்று தெரிந்து கொள்ள ஆர்வமாக இருந்தது.

"ம், என்னா சொன்னஹா"

"......"

"சும்மா சொல்லு"

---

1 - ரஸூலுல்லாஹ் நபிகள் நாயகம் (ஸல்).

2 - மிஃராஜ் விண்ணேற்றம் (நபிகள் நாயகத்தின் வாழ்வில் நடந்த மிக முக்கியமான அற்புதமான நிகழ்வுகளில் ஒன்று).

3 - ஜிப்ரீல் அலைஹிஸ்ஸலாம் விண்ணேற்றத்தின்போது நபிகள் நாயகத்தை வானத்தின் பல தளங்களுக்கும் அழைத்துச் சென்ற வானவர் தலைவர். நபிகள் நாயகத்துக்கு திருமறையின் பெரும்பகுதி இவர் மூலமாகத்தான் அருளப்பட்டது.

4 - மஸ்னவி மௌலானா ஜலாலுத்தீன் ரூமி எழுதிய ஆன்மிக காவியம்.

"இல்லெ, நா சோறுங்கும்போது எதோ கேட்டஹா, நா பதில் பேசாம இருந்தேன், அது ஏன்னு கேட்டஹா, சோறுங்கும்போது மாமா பேசவேணான்னு சொல்லிக்கிறஹான்டு சொன்னேன். உங்க ஹஜ்ரத்து சோறுங்கவாவது சொல்லிக்கிறஹளான்டு கிண்டலா கேட்டஹா"

மாமா சிரித்துவிட்டு கேட்டார், "சரி, இதுல என்னா தப்பு இரிக்கிது?"

"இல்லெ, பொம்பளைலு வல தடவுற ஹஜ்ரத்துன்டு சொன் னஹா...அதுத்தான் எனக்கு வருத்தமாவும் கோவமாவும் வந்துச்சு"

"அது புரியாதவங்க சொல்றதுதானே? சரி, அதுக்கு நீ அவுஹ மேலெ கோவப்பட்டியா?"

"இல்லெ மாமா, நா ஒன்னும் சொல்லலெ. பேசாம எந்திரிச்சி வந்துட்டேன்"

"அப்ப நீ கோவப்படலெ?"

"இல்லெ"

"இது எப்ப நடந்துச்சு?"

"இன்னக்கி பவலு"

"பவலு நீ என்னா சாப்ட்டே?"

"தாலிச்ச சோறு, தாலிச்சா?"

"பொரிச்ச கறிவச்சா ஹலா?"

"ம்...சரியா ஞாபஹமில்லெ"

"தண்ணி குடிச்சியா?"

"ம், குடிச்சேன்"

"டம்ளர்ல குடிச்சியா க்ளாஸ்ல குடிச்சியா?"

"அது...சரியா ஞாபஹமில்லெ மாமா"

"சரி, சாப்ட்டுட்டு என்னா பண்ணுனா?"

"படுத்து கெடந்தேன்"

"தூங்குனியா?"

"இல்லே மாமா, இங்கெ வர்றத பத்தி யோசனெ பண்ணிக் கிட்டிருந்தேன்"

"இங்கெ வர்றதுக்கு என்னா யோசனெ?"

"இல்லே, சேச்சிமா அப்புடி பேசுனத பத்தி யோசிச்சிக் கிட்டிருந்தேன்"

"சரி, இங்கெ இந்த வூட்டுக்கு எந்த வலியா வந்தா?"

அடுக்கடுக்காக கேள்விகள். சரமாரியாக கேள்விகள். எதற்கு இத்தனை சம்பந்தமில்லாத கேள்விகள் என்று எனக்கு விளங் கவில்லை.

"கடத்தெருவு வழியாத்தான் வந்தேன்"

"வர்ற வலிலெ நெறைய பேரெப் பாத்தியா?" இந்தக் கேள்வி மிகவும் வேடிக்கையானதாகத் தோன்றியது.

"ஆமா பாத்தேன்"

"யார் யாரையெல்லாம் பாத்தே?"

"நெறைய பேரெ பாத்தேன். ஆனால் யார் யாருன்னு குறிப்பா சொல்ல முடியலெ"

"சரி, எல்லாரையும் சொல்ல வேணா, சில பேரெ மட்டும் சொல்லு"

"இல்லெ, சரியா ஞாபகமில்லெ"

"அப்புடீன்னா, என்னெ ஏசுனதுக்காக உங்க சேச்சி மாவெ போடி தேவுடியா சிறுக்கீன்னு நீ திட்டிகிட்டே இருந்திருக்குறெ"

"இல்லெ மாமா நா எதுவுமே அவுஹலெ சொல்லலெ"

"அப்ப இவ்வுளவு unconsciousnessக்கு, இவ்வுளவு டென்ஷனுக்கு என்னா அர்த்தம்? அவுஹல திட்ட முடியலெ. ஆனா ரிலாக்ஸாவும் இருக்க முடியலெ. அதாவது, என்னப்

பத்தி அவுஹ சொன்ன கருத்துக்கு ரியாக்ட் பண்ணாம ஒன்னால இருக்க முடியலெ. கோவத்தெ அமுக்கி வச்சதனால, சாப்பிட்டது ஞாபகமில்லெ, தண்ணி குடிச்சியா, எதுல குடிச்சேங்குறது ஞாபகமில்லெ, வழியிலெ பல பேரெ கண்ணால பாத்தும் ஒருத்தரெக்கூட மனசுல பதிய வைக்க முடியலெ. இதுக்கு என்னா அர்த்தம்? சேச்சிமா சொன்ன வார்த்தெ ஒன்னெ டிஸ்டர்ப் பண்ணிடுச்சுன்னு அர்த்தம். இப்புடி இருக்குற நீ எப்புடி எம் புள்ளெயா இருக்க முடியும்?"

சிஷ்யர்களை பிள்ளைகள் என்றுதான் மாமா எப்போதுமே குறிப்பிட்டார். அவர் நிறுத்தியபோதுதான் இத்தனை கேள்விகளும் எதற்காக என்று எனக்கு விளங்கியது.

"நா பல முறை சொல்லியிருக்கேன். என்னப் பத்தி யாராவது உங்களுக்கு கோவம் வர்ற மாதிரி, வருத்தம் வர்ற மாதிரி பேசுனா, நீங்க கேட்டுகிட்டு கல்லு மாதிரி சும்மா இருக்கணும். அதுமட்டுமல்ல, நீங்க செய்யுற வேலெய அந்த சொல் பாதிச்சுடாம பாத்துக்கணும். நா குடுத்த *'ரியாலத்து'* [5]கள்லெ அதுவும் ஒன்னுதானே? ரொம்ப முக்கியமானதல்லவா? அது ஏம் புரியலெ?"

"நீங்க எம்மேலெ பிரியம் வச்சிருக்கிங்க, அது சரி. ஆனா, இஸ்மாயில் தம்பி ராவுத்தர் மாதிரியும் ஹபீப் நூர்தீன் மாதிரியும் நீங்க எம்மேலெ பிரியம் வைக்கிறதுக்காக நா உங்களெ இந்த 'இன்னர் சர்க்கிள்'ல சேக்கலெ. நா சொன்னதெ சரியா புரிஞ்சுகிட்டு, அதுபடி நடந்து உங்களெ நீங்க ஒசத்திக்கிறதுதான் நீங்க எம்மேலெ உண்மையான பிரியம் வச்சிருக்கிங்கங்குறதுக்கு அடையாளம்."

"அதெ உட்டுட்டு உணர்ச்சிவசப்படுறதுக்கு பேரு பிரியம் அல்ல. புரியுதா? நீ பட்ட வருத்தமும் கோபமும் எம் மேலெ இருந்த பிரியத்துனாலெ வந்ததுன்னு நீ நெனச்சிகிட்டு இரிக்கிறா. அது பிரியமே அல்ல. உங்க லைஃபை நீங்களே கெடுத்துகிட்டு அதுக்கு நாந்தான் காரணம்டு எந்தலெ மேலெ தூக்கி எல்லாப் பொறுப்பையும் போடுற காரியம் நீ செஞ்சது. உங்களெ மேலெ தூக்க நான் கையெ குடுத்தா, என்னையும் சேத்து நீங்க கீழெ இலுக்குறிங்களே"

சற்று நிறுத்திக் கொண்டார். ஒரு தம் பற்ற வைத்துக் கொண்டார். கொஞ்ச நேரம் ஒரு தியானம் போல சிகரட் ஊதினார். இடையிடையே வழக்கம்போல கொஞ்சம் டீ உறிஞ்சிக் கொண்டார்.

5. ரியாலத் - பயிற்சி.

“இப்ப தெரிஞ்சுக்க. நாம நெறய விஷயங்களுக்கு அடிமையா இருக்கோம். ஒடம்புக்கு அடிமையா இருக்கோம். உணர்ச்சிக்கி அடிமெ, சொல்லுக்கு அடிமெ, சோத்துக்கு அடிமெ, (ஒரு அழுத்தம் கொடுத்து) ...த்துக்கு அடிமெ. இப்புடி அடிமையா இருக்குற வரைக்கிம் முன்னேற்றத்துக்கு வழியே கெடையாது.”

“நா முன்னெயே சொல்லிக்கிறேன், ஆண்டவனுக்கு இருக்குற பல பேர்கள்லெ ஒன்னு, ‘யா முகல்லிபுல் குலூப்’ங்குறது. அதாவது ‘இரண்டு விரல்களுக்கு இடையில் இதயத்தை ஆட்டுவிக்கிறவன்’னு அர்த்தம். அதாவது, மனுசனுக்கு இன்பத்தெ குடுப்பான், அப்ப மனுசன் இன்பமாயிடுவான். ஒரு துக்கத்தெ, ஒரு நோயெக் குடுப்பான், ஒடனே வேதனப்படுவான். இப்புடி மாத்தி மாத்தி குடுத்து வெளையாடி கிட்டே இருப்பான். இதெத்தான் ஆண்டவனுடைய லீலைன்னு சொல்றாங்கன்னு நெனைக்கிறேன்.”

“அப்ப நாம என்னா செய்யணும்? துன்பங் குடுத்தாலும் சரி, இன்பங் குடுத்தாலும் சரி, அசையக் கூடாது. மல்லாக் கொட்டெ மாதிரி இரிக்கணும். அப்ப ஆண்டவன் பார்ப்பான், அட, என்னா இவன் அசைய மாட்டேங்குறானே, அப்புடீன்டு சொல்லி நம்ம தோள் மேலெ கைபோட ஆரம்பிச்சுடுவான். அதாவது, நமக்கு நண்பனாயிடுவான். ஆண்டவனெ நண்பனாக்குறதுக்கு வழி சொல்லிக் குடுத்தா, நீங்க மறுபுடி மறுபுடி அடிமையாத்தான் வாழுவேன்டு புடிவாதம் புடிச்சா நா என்னா செய்யுறது?”

“நா ஏக்கனவே சொல்லிக்கிறேன், இன்பத்தையோ துன்பத்தையோ சுவைக்கக் கூடாதுன்னு. அதெ பின்பத்தாத வரைக்கும் நீங்க எம் புள்ளைகளாவ முடியாது, வெளங்குதா?”

நான் கிளம்பும்போது, “இன்னமே நீ பேசும்போது, ‘இல்லெ’, ‘அது வந்து’, ‘ஆனா’ அப்புடீன்னெல்லாம் ஆரம்பிச்சு பேசக்கூடாது. ஸ்ட்ரெய்ட்டா பாய்ன்ட்டுக்கு வந்துடணும். வெளங்குதா?” என்றார்.

நான் சரி என்றேன். ஒரு மூச்சுகூட தப்பித்தவறி விட முடியாது போலிருக்கிறதே!

“அடுத்த வாரம் ‘*செஷன்*’ [6] இரிக்கிது. ‘*ஜம்*’ [7] ஒழுங்கா செஞ்சிட்டு வா” என்று சொல்லிவிட்டு மறுபடி சிகரெட் தியானத்தில் ஆழ்ந்து விட்டார்.

ஜப்பார் நானா முசலியாரின் கால்களில் விழுந்தது ஏன் என்று இப்போது விளங்கி விட்டது.

---

6 - செஷன் வாரா வாரம் நடத்தப்பட்ட பயிற்சி விளக்கக் கூட்டம்.

7 - ஜம் தன்னை உற்றுப் பார்க்கும் ஒரு பயிற்சி.

9

என்ன வேண்டும்!

எல்லாரும் வந்துவிட்டார்களா என்று சுல்தானை பார்க்கச் சொன்னார் மாமா. அந்த மாதிரி வேலைகளை தானே இழுத்துப் போட்டுக்கொண்டு செய்பவர் சுல்தான். பிரதான உள்ளூர் சிஷ்யர்களில் ஒருவர். நாலு கட்டு வீடுள்ள பணக்காரர். (புழக்கத்தில் உள்ள முதல் இரண்டு கட்டுகளைத் தவிர, மூன்றாவது நான்காவது கட்டுகள் பார்க்கச் சகிக்காத அழுக்கு அனாதைகளாக இருக்கும்). எனக்கு முன்பே மாமாவோடு இருப்பவர்.

சிஷ்யர் குழாமில் நானும் அறிவழகனும், மெய்தீனும்தான் ரொம்ப ரொம்ப ஜூனியர்கள். லேட்டஸ்ட் என்று வேண்டுமானால் கௌரவமாக சொல்லிக்கொள்ளலாம். கடைசி நேரத்தில் ஓடிவந்து வண்டியில் ஏறிக்கொண்டவர்கள் நாங்கள். மற்ற எல்லாருமே ஒருவகையில் எங்களுக்கு சீனியர்கள்தான். முன்பதிவு செய்து படுக்கை வசதி ஏற்படுத்திக்கொண்ட அவர்கள் அந்த வகையில் கொடுத்து வைத்தவர்கள்தான். எங்களுக்கு ஒரு ஆறேழு வருடங்களுக்கு முன்பிருந்தே அவர்கள் மாமாவிடம் கற்றுக் கொண்டிருக்கிறார்கள். ஒருவகையில் பொறாமையை ஏற்படுத்துகின்ற உண்மை அது. ஆனால் கோபம், அவசரம், பொறாமை மூன்றும் *'ஹராம்'* [1] எங்களுக்கு. மாமாவின் உத்தரவு.

1. ஹராம் - கூடாதது, அனுமதிக்கப்படாதது

சுல்தான் பார்ப்பதற்கு மூக்கும் முழியுமாய் நல்ல அழகு. நல்ல சிவப்புகூட. கட்டுமஸ்தான உடம்பு. என்னைவிட இளையவர் தான். திருமணமாகி ஒரு பையனும் ஒரு பெண்ணும் இருந்தனர். பையன் நிற்காமல் ஆடிக்கொண்டே இருக்கின்ற துருதுரு வால். என்னுடைய இன்னொரு நண்பன் மெய்தீனுடைய மனைவி ஃபாத்திமாவைத்தான் முதலில் சுல்தானுக்கு பெண் பார்த்தார்களாம். அப்பெண்ணின் அழகு பற்றி கேள்விப்பட்டோ அல்லது ஸ்கூலில் 'சைட்' அடித்து மயங்கியோ இவரும், அவளைக் கட்டுவதற்கு பிரியத்தைத் தெரிவித்திருக்கிறார். இறுதி அனுமதிக்காக மாமாவிடம் விஷயம் கொண்டுபோகப் பட்டபோது, இந்தக் கல்யாணம் முடிந்தால் பெண் வீட்டில் அல்லது மாப்பிள்ளை வீட்டில் யாராவது ஒரு பெரிய தலை உருளும் என்று தன் சின்னக் கம்ப்யூட்டரில் கணக்குப் போட்டு சொன்னாராம் மாமா. சின்ன தலையை நம்பி பெரிய தலைகளை இழக்க விரும்பாததால் அப்பெண்ணை சுல்தான் முடிக்கவில்லை.

அதற்குப் பிறகுதான் ரொம்ப துணிச்சலுடன் மெய்தீன் ஃபாத்திமாவை முடித்துக் கொண்டான். அப்போதெல்லாம் மெய்தீனும் என்னைப் போலவே மாமாமீது நம்பிக்கையற்றவனாக இருந்தான். இப்படிச் சொல்வதுகூடச் சரியில்லை. மாமாவையும் அவரிடம் போகின்றவர்களையும் கடுமையாக கிண்டலடித்துக் கொண்டிருப்பான். (எனக்கு அவனை மாதிரி பேச வராது. ஒருமுறை - ஒருமுறை என்றால் ஒரு முறை மட்டுமல்ல - மெய்தீன் ஒரு பெண்ணை ரொம்ப விரும்பினான். ஆனால் அவளை அவனுக்கு நிக்காஹ் செய்து கொடுப்பதற்கு மறுத்த அவன் வாப்பா அதற்கு ஒரு காரணம் சொன்னார். அந்த பெண்ணின் வாப்பா ஒரு மடையன் என்பதுதான் அது ! ஒரு மடையனோடு சம்பந்தம் செய்து கொள்ள முடியாது என்று மெய்தீனின் வாப்பா கறாராகச் சொல்லிவிட்டார். அதைக் கேட்டவுடன் மெய்தீன் சொன்னான், "இதே காரணத்தெ அந்தப் பொண்ணோட வாப்பாவும் சொன்னா?!")

எந்த மாமாவின் முன்னறிவிப்பும் அழகுப் பொக்கிஷமான ஃபாத்திமாவை அடைவதிலிருந்து தன்னைத் தடுப்பதை மெய்தீன் விரும்பவில்லை. விஷயமறிந்து வீட்டில் உள்ளவர்கள் வேண்டாம் என்று தடுத்தபோது ரொம்ப உறுதியாக ஃபாத்திமாதான் வேண்டும் என்று தன் ம்மா வாப்பாவிடம் அடித்துச் சொன்னான்.

மெய்தீனின் வாப்பா ஈப்போ என்ற நாட்டில் ரொம்ப காலமாக வேலையிலிருந்தார். மகனுக்கு கடிதங்கள் எழுதும்போதெல்லாம் திருக்குறளை மேற்கோள் காட்டித்தான் எழுதுவார். தெய்வத்தால்

ஆகாதெனினும் முயற்சி தன் மெய்வருத்தக் கூலிதரும் மகனே, நீ அந்தப் பெண்ணையே முடித்துக்கொள் என்று தன் அறிவுஜீவி வாப்பா சொல்லிவிட்டதில் மெய்தீனுக்கு ரொம்ப சந்தோஷம். "நல்ல வேளை ஃபாத்திமாவின் வாப்பா என் வாப்பா மாதிரி மடையனாக இல்லாமல் போனார்!" என்று திருமணத்திற்கு முந்திய இரவில்கூட ஜோக் அடித்துக் கொண்டிருந்தான்.

திருமண நாளன்று நண்பகல் அல்லது வன்பகல் நேரம் பெண்ணின் தகப்பனார் இறந்து போனார். மாலையில்தான் நிக்காஹ் நடக்க இருந்தது. திருமணம் பெரிய கேள்விக்குறியாகிப் போனது. பெண்ணின் பெரிய தகப்பனார் சமுதாயத்தில் மிகவும் பிரபலமானவராகவும், உயர்நீதிமன்ற நீதிபதியாகவும் இருந்தார். அவர்தான் திருமணம் நடந்தே ஆகவேண்டும் என்று தீர்ப்பு சொன்னார். அவருடைய தீர்ப்பை எதிர்த்து ஊரில் யாரும் எதுவும் சொல்லமுடியவில்லை. சவ அடக்கமும் கல்யாணமும் மௌனமாக நிறைவேற்றப்பட்டது. கல்யாண சாப்பாடு எழவு சாப்பாடானது.

நிக்காஹ் முடிந்ததே ஒரு பெரிய சாதனையாகவும் வேதனை யாகவும் ஆகிப்போனது. குழியில் இடப்பட்ட முதலிரவைத் தோண்டி எடுப்பதற்கு சில மாதங்கள் ஆனது என்று பெருமூச்சுடன் மெய்தீன் சொல்வான். (ஆனால் இப்போதெல்லாம் அவன் மனைவிதான் களைப்பினால் பெருமூச்சு விட்டுக்கொண்டிருக்கிறாள் என்றும் சொல்லியிருக் கிறான். பெருமூச்சில்தான் எத்தனை வகை யா அல்லாஹ்)! அவனும் தற்போது எங்களோடு மாமாவின் சிஷ்யர் குழாமில் சேர்ந்திருந்தான். என்னுடைய பாவத்தில் என்று சொல்வான்!

மாமா சொன்னபடி ஃபாத்திமாவின் தகப்பனார் இறந்து போனதும்தான் தன் குடும்பத்தில் உள்ளவர்களுக்கு மாமாவின் மீது மரியாதையும் நம்பிக்கையும் வந்தது என்று சுல்தான் என்னிடம் பலமுறை சொல்லியிருக்கிறார். குடும்பம் என்று அவரைத்தான் சொன்னாரோ?! நம்பிக்கை என்பதுதான் எவ்வளவு அற்புதமான விஷயமாக இருக்கிறது! நம்பிக்கைக்காக உயிரைக் கொடுத்தவர்களை நாமறிவோம். ஆனால் இங்கே உயிர் போனதால் நம்பிக்கை வந்திருக்கிறது! எப்படியோ, நம்பிக்கை வந்தால் சரிதான்.

மாமாவின் வங்கி கணக்கு வழக்குகள், வாரா வாரம் *புர்தா*[1] *ஷரீஃப்*[2] ஓதும் செலவுகள், அதற்கான *தப்ரூக்*[3] ஏற்பாடு செய்தல், பத்தி கொளுத்தி வைத்தல், டேப் ரிகார்டரை 'ஆன்' செய்தல்

1,2. புர்தா ஷரீஃப் - நபிகள் நாயகம் அவர்கள்மீதான ஒரு புகழ்ப்பா. அதை பயபக்தியோடு அமர்ந்து நாட்டம் நிறைவேற ஓதுவார்கள்.

3. தப்ரூக் - இறைஞ்சுதலுக்குப் பிறகு பகிர்ந்தளிக்கப்படும் உணவு மற்றும் பதார்த்தங்கள்.

போன்ற சிறு சிறு மற்றும் பெரு பெரு வேலைகளையும் சுல்தான்தான் செய்தார். எல்லாம் நம்பிக்கைதான்.

உட்கார்ந்திருந்தவர்களின் தலைகளை விரல்களாலும் வாய் விட்டும் எண்ணினார் சுல்தான். பின்பு, "எல்லாரும் வந்திருக்காங்க ஹஜ்ரத்" என்றார் பவ்யமாக. நல்ல கனமான குரல்.

சாய்மா நாற்காலியில் வந்து உட்கார்ந்தார் மாமா. (நான் மட்டும்தான் முசலியாரை மாமா என்றழைத்தேன். மற்ற அனைவருமே ஹஜ்ரத் என்றே பெரும்பாலும் அழைத்தார்கள்). ஃபில்டரில் சிகரெட்டைப் பொருத்திக்கொண்டே என்னையும், அறிவழகன், மெய்தீன், சாதிக், சேட்டு, ஹாஜா நானா, துபாயிலிருந்து விடுமுறையில் வந்திருந்த ஜாஃபர், அமான் எல்லாரையும் ஒரு நோட்டம் விட்டார். பெரிய தம்பி மேல் அவர் பார்வை பட்டதும், "சாஞ்சு உக்காராதீங்க. நேரா உக்காருங்க" என்றார்.

சுவரை விட்டு உடனே முதுகை விடுவித்தான் பெரிய தம்பி. அவன் என் பள்ளிக்கூட கூட்டாளி. என்னை விட மூத்தவன் என்றாலும் வாடா போடாதான். கொஞ்சம் தூரத்து உறவு வேறு. பட்டர் பிஸ்கட், ரொட்டி விற்கும் கடை வைத்து ஊரில் நல்ல

பெயரை சம்பாதித்திருந்தான். சாயங்கால வேளைகளில் அனேகமாக ஊரே அவன் பிஸ்கட்டுகளையும் ரொட்டிகளையும் வாங்கி விழுங்கும் பழக்கத்தை ஏற்படுத்தியிருந்தான். அவன் எப்போதிருந்து மாமாவிடம் சிஷ்யனானான் என்று தெரியவில்லை. ஆனால் அவனும் இந்த உள்வட்டத்தில் இருந்தது எனக்கு சந்தோஷமாக இருந்தது.

"சாஞ்சு உக்கார்ரது ஒரு மிகப்பெரிய கெட்ட பழக்கம்னு சொல்லியிருக்கேன்ல? ஏன்னு ஞாபகம் இருக்கா?" என்ற கேட்டார். அந்த கேள்வியில் எங்களுக்கான செஷன் ஆரம்பித்து விட்டது என்று புரிந்து கொண்டேன். ஆனால் சாய்ந்து உட்காருவது பற்றி அவர் சொன்னபோது நான் இல்லை. அதாவது வரவில்லை என்ற அர்த்தத்தில் அல்ல. அந்த ஓவியத்திலேயே நான் இல்லை! எனவே சீனியர்கள் என்ன சொல்லப் போகிறார்கள் என்று தெரிந்து கொள்ள ஆர்வமாக இருந்தேன்.

"ஒரு நபரு.." சுல்தான்தான் ஆரம்பித்தார்.

"என்னா, லப்பரு?" என்றார் மாமா. மாமா அப்படித்தான். நாம் சொல்வதை வேண்டுமென்றே திரித்துச் சொல்வார். உடனே. யோசனையே செய்யாமல். அப்படிச் சொல்ல அவரால்தான் முடியும். (இப்போது எனக்கும் என் சின்ன மகளுக்கும்கூட அந்தப் பழக்கம் ஏறியிருக்கிறது. ஒருதடவை சின்னவளிடம் கோபமாக நான், பேசாமல் இருக்க வேண்டும் என்பதை என் பாணியில் வேகமாக, "பெசாம இக்கணும்" என்றேன். உடனே அவள், "என்னா, சமைக்கணுமா?" என்றாள். கோபம் கலந்த சிரிப்பை என்னால் தடுக்க முடியவில்லை).

எல்லோரும் சிரித்தோம். கொஞ்சம் வெட்கத்திற்குப் பிறகு சுல்தான் தொடர்ந்தார்.

"இல்லே, ஒரு நபரு.."

"ம், ஒரு நபரு?"

"ஒரு நபரு சாஞ்சு உக்காந்தா, அவரு அடுத்த மனுசனெ நம்பித்தான் இருப்பாருன்டு சொல்லியிருக்கிறீங்க"

"பரவால்லயே...சந்தோஷப்படுத்துற மாதிரி பதில் சொல்றீங்களே...ம்... அதாவது சாஞ்சு உக்காந்தா, லைஃப்ல அடுத்தவனெ சார்ந்திருக்கிற தன்மெ, அதாவது dependency உருவாகும்னு சொல்றீங்க அதானே?"

"ஆமா."

"ம்...கரெக்ட். சரி, சாயாம உக்காந்தா என்னா ஏற்படும் சொல்லுங்க பாக்கலாம்" என்றார்.

“கொஞ்ச நேரத்துல முதுவு வலிக்கிம்'' என்று பெரிய தம்பி சொல்லவும் மறுபடியும் சிரிப்பு அலைந்தது.

“கரெக்ட். ஆனால் இந்த கேள்வியெ நா உங்கள்ட்ட கேக்கலெ. நா கேக்காம நீங்களா எதையும் சொல்லக் கூடாது. இது வாந்தி எடுக்குற எடமல்ல. அதோட, ஒரு கேள்வி கேட்டா கேக்கப்பட்டவங்க மட்டும் பதில் சொல்லுங்க, ஆனா டக்குனு சொல்லாதிங்க. யோசிச்சு சொல்லுங்க. சரி, சாயாம உக்காந்தா முதுவு வலிக்கிம்னு சொன்னிங்க. சரி, அந்த வலியையும் மீறி நீங்க உக்காந்திங்கன்னா என்னாவுங்குறதுதான் எங்கேள்வி.''

யாரும் பதில் சொல்லவில்லை.

திடீரென்று மாமா, “ம்..பெரிய தம்பீ...கொட்டெ, கொட்டெ'' என்று சொல்லவும் உதிரி உதிரியாக சிரிப்பு எழுந்து வகுப்பை நிறைத்தது. வழிந்து கொண்டே பெரியதம்பி கவட்டிக்குள்ளிருந்து கையை சட்டென்று உருவி வெளியே எடுத்துக் கொண்டான். அவனுக்கு ஹைட்ரஸல் பிரச்சனை இருந்தது. பை கொஞ்சம் வீங்கித்தான் இருக்கும். அதில் அடிக்கடி கைவைப்பது அவனுக்கு ஒரு பழக்கமாகிவிட்டிருந்தது.

“வலியெ மீறி உக்காருவேன்னு உக்காந்திங்கன்னா, ஒரு பாய்ன்ட்டுக்கு மேலெ வலி இருக்காது. அப்பறம், சாஞ்சு உக்காந்தா கொஞ்ச நேரத்துல வலி ஏற்படுற பழக்கம் மாறி, வலி இல்லாமபோகிற பழக்கம் உண்டாயிடும். அதாவது, உங்க ஒடம்பெ, உங்க மன உறுதி கட்டுப்படுத்துற பக்குவமும் பழக்கமும் வந்துடும். அப்பறம் எவ்வளவு நேரம் நேரா சாயாம உக்காந்தாலும் வலிக்காது. அதோட, எதையும், யாரையும் சார்ந்து இருக்காத சுதந்திரம் வந்துடும். உங்க கால்லெயே நீங்க நிக்கிற தகுதி வளரும். நா சொல்றது வெளங்குதா?''

அந்தக் கேள்வியை விளங்கிக் கொள்வதற்கு எல்லாருக்கும் கொஞ்ச நேரம் பிடித்தது. ஏனெனில் எல்லாரும் பெரிய தம்பி ‘பையும் கையுமாக' பிடிபட்ட நினைப்பிலேயே இருந்தோம். ஆனால் மாமா அதிலிருந்து உடனே விடுபட்டு மறுபடியும் விட்ட இடத்திலிருந்து தொடர்ந்து பேசினார். எனக்கு ஒன்று விளங்கியது. ஆனால் அது மற்றவர்களுக்கும் விளங்கியதா என்று தெரியாது.

“சரி, இப்ப சொல்லுங்க, ஆண்டவன் நேர்ல வந்து உங்களுக்கு லைஃப்ல என்னா வேணும்னு கேக்குறான். அப்ப என்னா சொல்லுவிங்க?''

ஒரு அசாத்திய மௌனம் ஏற்பட்டது. வாழ்வின் லட்சியம் என்ன என்ற கேள்விக்கு எத்தனை மனிதனால் உடனடியாக பதில் சொல்ல முடியும்?

"அல்லாஹ்வே, ஒன்னெ நா அடையணுன்டு சொல்லுவேன்" என்றார் துபாய் ஜாஃபர்.

அவருக்குக் கொஞ்சம் பொம்பளைத் தனமான குரல். அதோடு பேச்சிலும் அசைவிலும் கொஞ்சம் நளினம் இருக்கும்.

"என்னா, அல்லாஹ்வெ அடையணுமா? அதுக்கு மௌத்தாப் போவணும்" என்று மாமா டக்கென்று சொல்லவும் மறுபடியும் சிரிப்பு. ஜாஃபருக்கு ஏன் சொன்னோம் என்று ஆகிவிட்டது.

"இல்லே ஹஜ்ரத், நீங்கதானே முன்னாடி சொல்லிக்கிறீங்க..." என்று அவர் நளினத்தோடு தொடர முயன்றார்.

"நா சொன்னதெல்லாம் இர்க்கட்டும். நீங்க சொன்னிங்க, குர்ஆன்ல போட்டிருக்கிது, ஹதீஸ்ல இரிக்கிது, பைபிள்ள இரிக்கிது, பகவத் கீதைல இரிக்கிது - இந்த கதையெல்லாம் வாணா. அல்லாஹ்வெ குல்லாவெயெல்லாம் இப்ப அடைய வேணாம். உங்களுக்கு லைஃப்ல என்னா வேணும்? எங்கிட்ட நீங்க வந்து சேர்ரதுக்கு முன்னாடி, ஆண்டவன் வந்து கேட்டிருந்தா எனக்கு அல்லாஹ் வேணுன்டா சொல்லியிருப்பீங்க? அதுக்கு மட்டும் பதில் சொல்லுங்க. தெளிவா தெரியுமா தெரியாதா?"

தான் சொல்லவந்த பாதையில் மாமா தடுப்புச் சுவர் எழுப்பி விட்டதால் அதைத் தாண்டிப் போக ஜாஃபரால் முடியவில்லை. அவர் மௌனமானார். வாழ்க்கையில் லட்சியமே இல்லாததைப் போல.

"நாம நல்லா இருக்கறதோட அடுத்த மனுசனோட கஸ்டத்தையும் தீர்க்குற சக்தி வேணும்னு கேப்பேன்"

ரொம்ப தயங்கி தயங்கி மெல்லச் சொன்னான் அறிவழகன். என்னோடு பணி புரிபவன். நானும் அவனும்தான் வாராவாரம் திருப்பத்தூரிலிருந்து முன்னூறு மைல் கடந்து மாமாவைப் பார்க்கவும் கேட்கவும் வருவோம். எனக்கு வேலை கிடைத்த நாளிலிருந்து இது இரண்டு வருடங்களாக நடந்து கொண்டிருக்கிறது.

அட, நமக்கு இப்படித் தோன்றாமல் போய்விட்டதே என்று இருந்தது எனக்கு. அவன் மீது கொஞ்சம் பொறாமையா...ம்ஹூம் பொறாமை ஹராம்.

"ஆஹா, ரொம்ப நல்லாரிக்கிதே...உங்களுக்கு என்னா வேணும்னு கேட்டா ஊருக்கு நல்லது செய்யனுங்குறிங்க? எல்லாரும் நல்லா கவனிச்சுகுங்க. ரொம்ப உயர்வான நோக்கம் மாதிரி தெரியுற அடிமுட்டாள்தனமான கருத்து இது."

"உங்களுக்கு வாழ்க்கைல வாழத்தெரியல, எடுத்த முயற்சியெல்லாம் தோத்துப் போவுது, முட்டி மோதி அவமானப்பட்டு, அதெயெல்லாம் தீக்கத் தெரியாமத்தானே எங்கிட்ட வந்திருக்கிங்க? உங்க வாழ்க்கையெ மொதல்ல சரி பண்ணத் தெரிஞ்சால்ல, அடுத்தவன் வாழ்க்கையெப் பத்தி யோசிக்கிற அருகதெ உங்களுக்கு வரும்? நீங்களே பீயிலயும் மூத்தரத்துலயும் இருக்கீங்க. நீங்க அடுத்தவனுக்கு எப்புடி பன்னீர் தெளிக்க முடியும்? வெளங்குதா?"

மாமா கிட்டத்தட்ட பொரிந்து தள்ளிவிட்டார். அவர் கண்களில் கோபம் தெரிந்தது. எங்களுக்கு ஒன்றும் புரியவில்லை. ரொம்ப சரியாகத் தோன்றிய ஒன்று அவரை கோபப்படுத்துகின்ற அளவுக்கு ரொம்ப தவறானதாக இருந்திருக்கிறது. பல நேரங்களில் திறப்பதாக நாங்கள் நினைப்பதெல்லாம் பூட்டுவதாகவே இருக்கிறது. இன்னும் சில நேரங்களில் கதவே இல்லாமல் திறந்து கொண்டும் பூட்டிக்கொண்டும் இருந்திருக்கிறோம். நாங்கள் மௌனம் சாதித்தோம். அதுதான் எப்போதுமே பாதுகாப்பானது.

"ரொம்ப முக்கியமான கட்டம் இது. நல்லா வெளங்கிக்கிங்க. மொதல்ல உங்க முதுகப் பாக்கத் தெரிஞ்சுக்குங்க. அப்பறம் அடுத்தவன் மூஞ்சியெப் பாக்கலாம். மொதல்ல உங்களெ நீங்க வாழவைக்க கத்துக்குங்க. அடுத்தவனெ வாழ வைக்கிறதப்பத்தி அப்பறம் யோசிக்கலாம். உங்கள்ட்ட உள்ள எட்ஸெ, கான்ஸரெ, கொனோர்ரியாவெ, லெப்ரஸியெ மொதல்ல குணப்படுத்தி முழு ஆரோக்கியமான மனுசனா வாங்க, அதுக்குப் பொறவு அடுத்தவனுக்கு சளி புடிச்சிருக்குறதப் பத்தி யோசிக்கலாம். வெளங்குதா?"

"என்னடா ஹஜ்ரத்து சுயநலமா இருக்க சொல்றாஹலேன்டு நெனைக்க வாணா. அடுத்தவனுக்கு தீங்கு செய்யாத சுயநலம் தப்பில்லெ என்பதோடு, மொதல்ல நம்ம நல்லா இருக்கணும். அப்பறந்தான் அடுத்ததெல்லாம். நாம வாழ்ந்து காட்டணுங்குறது சரி, ஆனா யாருக்கு? சமுதாயத்துக்கல்ல. நமக்கு நாமே யார்னு காட்டிக்கத்தான். வெளங்குதா? இதுக்கு, உங்களைப் பத்தி, நீங்களே நெனச்சிக்கிட்டிருக்கிற தவறான எண்ணத்தெ மாத்தணும், வெளங்குதா?"

"சரி, இப்ப சொல்லுங்க. உங்களுக்கு என்னா வேணும்டு ஆண்டவன் வந்து கேட்டா என்னா சொல்லுவீங்க?"

"எனக்கு பணம் வேணும்டு கேப்பேன்"

டக்கென்று நான் சொன்னேன். யாருமே பணம் பற்றி பேசாமல் பெரிய சூஃபிகளாட்டம் தோற்றமளிப்பதை உடைக்க

விரும்பியே அப்படிச் சொன்னேன். அதோடு பணமும் தேவைதானே? முதலில் பணம் வரட்டும். மற்ற விஷயங்களை அப்புறம் பார்க்கலாம். நான் இப்படிச் சொன்னதால் அறிவழகன் தன் சங்கடமான நிலையிலிருந்து கொஞ்சம் விடுபடவும் முடிந்தது.

"இது ஒரு லட்சியமா? பணம் வேணும்டா எவ்வுளவு வேணும்? எதுக்கு வேணும்? எப்ப வேணும்? எப்பல்லாம் வேணும்? பணம் மட்டும் இருந்தா போதுமா? நீ சொன்னது ஒரு பதிலே அல்ல. பணம்னாகூட இந்திய ரூவாயா, அமெரிக்கன் டாலரா, யூகே பௌண்டான்னு சொல்லணும், அதுமட்டுமல்ல, பத்து ரூவா கட்டா, நூறு ரூவா கட்டா, புது நோட்டா, கசங்குனதா, 'பின்' அடிச்சதா அடிக்காததா எல்லாம் சொல்லணும். எதுக்குன்னு சொல்லணும். ஸ்பெசிஃபிக்கா இல்லாம இப்புடில்லாம் பொத்தாம் பொதுவா சொன்னா ஆண்டவன் மயிரெகூடத் தர மாட்டான். வெளங்குதா?"

"தற்காலிகமா உங்கள்ட்ட இருக்குற ஒரு பிரச்சனெ தீந்தா போதும்னு நீங்க பேசுனீங்கன்னா, அடுத்த பிரச்சனெ வரும்போது என்னா செய்வீங்க? மறுபுடியும் ஆண்டவனெ கூப்புடுவிங்களா? அவன் என்ன உங்க அடிமையா? ஜஸ்ட் ஒரே ச்சான்ஸ்தான். லைஃப் டைம் ச்சான்ஸ். அப்ப ஆண்டவன் கேட்டா என்னா சொல்லுவீங்கன்னு கேக்குறேன்?"

நான் சொன்ன பதிலுக்கான விமர்சனத்தை அவர் முடிக்காததால், வேறு யாரும் பதில் சொல்ல முயலவில்லை. மாமாவே தொடர்ந்தார்.

"ஜூனைத் சொன்னது ஒரு பதிலே அல்ல. பசிபட்டினில கெடந்த ஒருத்தன்ட்ட ரெண்டும் ரெண்டும் எத்தினின்னு கேட்டா அவன் என்னா சொல்லுவான் தெரியுமா?"

அவர் நிறுத்தி எங்களைப் பார்த்தார். நாலு என்பதைத் தவிர இதில் வேறு என்ன பதில் இருக்க முடியும் என்று நாங்களும் மாமாவை அதிசயமாகப் பார்த்துக் கொண்டிருந்தோம்.

"நாலுன்னு சொல்ல மாட்டான். நாலு இட்லி அல்லது நாலு தோசென்டு சொல்லுவான். ஏன்னா, அவன் பட்டினில இருக்கான். அவனுக்கு கணக்கு வெளங்காது. அவன்ற கணக்கெல்லாம் சாப்பாடாகத்தான் இருக்கும். வெளங்குதா?"

சட்டென்று என் மூளைக்குள் இந்த விஷயம் ஏதோ ஒரு இழையில் மின்னலைப் போல பதிவாகியது.

"சரி இப்ப நா சொல்றேன். நம்ம வாழ்க்கையோட லட்சியம் தற்காலிகமான எதையும் தீர்க்குறதா இருக்கக்

கூடாது. நிரந்தரமான விஷயமா இருக்கணும். பணம் வேணுங்குறதோ, வேலெ வேணுங்குறதோ தற்காலிகமானது. இந்த பணத்தையும் வேலையையும், ஆரோக்கியத்தையும் புகழையும், செல்வத்தையும் செல்வாக்கையும் இன்னும் மத்தமத்த எல்லாத்தையும் தரக்கூடிய, இழுக்கக் கூடிய ஒண்ணெ கேக்கலாமில்லையா? நா நெனச்சது நெறைவேறக்கூடிய சக்தி வேணும்டு கேக்கலாமில்லையா?"

எல்லாருக்கும் அடடா என்றிருந்தது.

"அப்ப, இதுலேந்து என்னா தெரியுதுன்னா, நம்பளுக்கு என்னா வேணும்னு நம்பளுக்கே தெரியல. ஆண்டவன்ட்ட கேக்கத் தெரியல. நம்ப வாழ்க்கையிலெ எப்புடி லட்சியம் வக்கிறதுன்னு தெரியல. வேறெ வார்த்தையில சொன்னா, நமக்கு வாழத்தெரியல. வாழவே தெரியலெ. வெளங்குதா?" சொல்லிவிட்டு ஒரு தம் இழுத்துக் கொண்டார். கொஞ்சம் டீ குடு என்றார்.

உண்மைதான். வாழத்தெரியவில்லை. வாழவே தெரிய வில்லை. சத்தியமாகத் தெரியவில்லை. புத்தம் சரணம் கச்சாமி. தம்மம் சரணம் கச்சாமி. சங்கம் சரணம் கச்சாமி.

10 மறக்கின்ற ஞானம்

"எப்புடி உங்களால இந்த வயசுலயும் கண்ணாடி போடாம படிக்க முடியுது?"

கேட்டவர் மீது எனக்கு கொஞ்சம் கோபமாக வந்தது. நாற்பத்தைந்து வயது ஒரு வயதா? என்பது வயதில்கூட கண்ணாடி போடாமல் படிப்பவர்களை நானறிவேன். ஆனால் கேட்டவருக்கு நான் ஒரு பெரிய ஆச்சரியமாக இருந்தேன் என்பதில் சந்தேகமில்லை. ஏனெனில் அவர் பதினைந்து வயதிலேயே சோடாபுட்டி கண்ணாடி போட்டவர். எனக்கு உடனே மாமாவின் ஞாபகம் வந்தது. அந்த நிகழ்ச்சியும் கூடவே தவிர்க்க முடியாமல் நினைவுக்கு வந்தது

ஓசை பெற்றுயர் பாற்கடல் உற்றொரு பூசை. ஓசை நிரம்பிய அலைகள் எழும்புகின்ற பாற்கடல். ஓகே. அதென்ன பூசை? அடிக்குறிப்பைப் பார்த்தேன். பூனை என்றிருந்தது. புரிந்துவிட்டது. ஓட்டு மொத்தமாக அந்தப் பாடலின் அர்த்தம் விளங்கிக் கொண்டபோது கொஞ்சம் பிரமிப்பாகக்கூட இருந்தது. ஒரு சாதாரண படிமத்தை எங்கே கொண்டு போகிறான் கம்பன்! உண்மையிலேயே மஹாகவிதான்.

வியந்துகொண்டே கம்பராமாயணத்தை தொடர முயன்ற போதுதான் அப்படித் தெரிந்தது. ஒவ்வொரு எழுத்தும் இரண்டி ரண்டாக! இரண்டு ஓசைகள். இரண்டு பாற்கடல்கள். இரண்டு பூனைகள். மணி பார்த்தேன். இரவு இரண்டாகிவிட்டிருந்தது. ச்சே அதுவும் இரண்டா! நல்ல வேளை கம்பன் மட்டும் ஒரே ஒரு

மஹாகவிதான்! கண்ணுக்குள்ளே தண்ணீர் புகுந்து கொண்ட மாதிரி எல்லாம் கலங்கலாகத் தெரிந்தது. டிவிப் பெட்டி, மேலே மாட்டியிருந்த காலண்டர், எதிரே இருந்த சுவர்கூட.

ரொம்ப நேரம் விழித்துக் கொண்டிருந்ததால் அப்படி ஆகியிருக்கலாம். கண்ணைக் கசக்கிக் கொண்டு பார்த்தேன். ம்ஹூம். மறுபடியும் இரண்டுகளால் நிரம்பியிருந்தது உலகம். கூடாது. ஒன்றுதான் உண்மை. இருமை யாவும் மாயம். மாயத்தை உடைத்து உண்மையைக் காண வேண்டும். ஒன்றைக் காண வேண்டும்.

மாமா முழித்துக்கொண்டுதான் இருப்பார். ஆனால் இந்த நேரத்தில் அவர் என்ன தியானத்தில் இருக்கிறாரோ. அவரை இப்போது தொந்தரவு செய்யக் கூடாது. அவரே சொல்லியிருக்கிறார். முடிந்தவரை பிரச்சனைகளை நீங்களே சமாளிக்க வேண்டும். முடியாத பட்சம்தான் என்னிடம் சொல்ல வேண்டும். ஒகே. சமாளிப்போம்.

எழுந்து பாத்ரூமுக்குப் போய் முகம் கழுவினேன். மறுநாள் உடுத்துவதற்காக துவைத்து அயன் செய்து துவைத்த ஒரு வெள்ளைக் கைலியால் முகத்தைத் துடைத்தேன். அந்த கிப்ஸ் மார்க் எண்பதுக்கு எண்பதின் மென்மை முகத்துக்கு இதமாக இருந்தது. ஆனால் பிரச்சனை போன மாதிரி தெரியவில்லை. கண்ணை ஒரு முறை இறுக்கமாக மூடிவிட்டுப் பிறகு மெல்லத் திறந்து பார்த்தேன். ம்ஹூம். அந்தக் கண்ணாமூச்சி விளையாட்டு பலிக்கவில்லை.

கண்ணாடியில் போய் கண்களைப் பார்த்தேன். எப்போதும் போலத்தான் அவை தெரிந்தன. வலது கண்ணை மூடி இடதால் பார்த்தேன். ஆஹா, பிரச்சனை ஏதும் இல்லை! எல்லாமே உள்ளது உள்ளபடி தெரிந்தது. இடது கண்ணை மூடி வலதால் பார்த்தேன். மறுபடியும் கலங்கலான இரண்டுகளின் உலகம் தெரிந்தது. திரும்பத் திரும்ப மாற்றி மாற்றிப் பார்த்து பிரச்சனையை உறுதி செய்து கொண்டேன்.

இப்போ என்ன செய்வது? கம்பனை மேற்கொண்டு படிக்க முடியாது. பரவாயில்லை. முனைவர் பட்டத்துக்கான ஆய்வைத் தொடர முடியாது. பரவாயில்லை. ஆனால் இந்த பிரச்சனையை இப்படியே விட்டுவிடவும் முடியாது. கண் போனால் வாழ்க்கையே போன மாதிரி அல்லவா? "ஐயா, கண்ணில்லாத கபோதி ஐயா" என்று கேட்கும் ரயில் பிச்சைக்காரர்கள் ஞாபகம் வந்தது. ச்சே, என்ன மனசு இது, கண் தெரியாவிட்டால் பிச்சைதான் எடுக்க வேண்டுமா? ஏன், மில்ட்டனைப்போல காவியம் எழுதக் கூடாதா?

ச்சே, என்ன நினைப்பு இது? ஏன் என் மனசு இப்படியெல்லாம் இருக்கிறது? இதுதான் ஒரு குருவிடம் ஆன்மீகம் பயிலும் சிஷ்யனின் லட்சணமா? ஒரு பிரச்சனை வந்தவுடனேயே எதிர்மறை எண்ணங்களின் உச்சத்துக்கே போய்விடுவது சமுதாயச் சிந்தனைக்கு அடிமைப்படுவதல்லவா? தியரி எல்லாம் சரி, இப்போது என்ன செய்வதாக உத்தேசம் என்று மனது கேட்டது. மனசு ஒரு அக்கறையான ஷைத்தான்.

கண் விஷயம். உதாசீனப்படுத்தாதே. ஆன்மீகமெல்லாம் இருக்கட்டும். பொட்டை ஆன்மீகத்தால் பயனில்லை சிஷ்யா. போ, போ டாக்டரைப் பாரு.

ஷைத்தான் சொல்வது ரொம்ப சரியென்றே பட்டது. ஷைத்தானால் நன்மையும் உண்டு போலுள்ளது. காலையில் போய் டாக்டரும் நண்பருமான சுந்தரைப் பார்க்கலாம் என்று முடிவு செய்து கொண்டேன்.

வழக்கம்போல தூக்கம் வரவில்லை. கண்ணான விஷயமாயிற்றே!

சுந்தர் டார்ச் அடித்து இரண்டு கண்ணுக்குள்ளும் பார்த்தார். என் கண்ணுக்குள் ஒளி. அவர் முகத்தில் இருள். அவர் முகத்தில் தெரிந்த கலவரம் என்னை பயமுறுத்தவில்லை.

“என்ன சுந்தர், சொல்லுங்க பரவாயில்ல” என்றேன்.

“இல்ல ஜுனைத், வலது கண்ணுல ஏதோ ப்ராப்ளம் இருக்கு. அது என்னான்னு சரியாத் தெரியல. நீங்க எதுக்கும் பாபுலர் ஐ க்ளினிக் போய்ட்டு வந்துடறது நல்லது. அங்கே உள்ள டாக்டர் சாமுவேல் என் நண்பர்தான். நா லட்டர் தர்றேன். நீங்க இன்னிக்கே போய் பாத்துட்டு வந்துடுங்க. இல்லன்னா, அடுத்த கண்ணும் பாதிப்புக்கு உள்ளாக வாய்ப்பு உண்டு”

சுந்தர் என் நெடு நாளைய நண்பர். வாடா போடா என்று கூப்பிடாத, ஆனால் அப்படிக் கூப்பிடுகிறவர்களைவிட நெருக்கமானவர். அவர் நல்ல டாக்டர்தான். ஆனால் பயம் கொஞ்சம் அதிகம். இப்புடி ஆயிடலாம், அப்புடி ஆயிடலாம் என்று ரொம்ப கற்பனை செய்வார். (எனக்கும் கொஞ்சம் பயமாகத்தான் இருந்தது). அதோடு தண்ணியடிக்காமலே உச்சகட்ட போதையில் இருப்பது மாதிரி ரெண்டு ரெண்டாகப் பார்த்துக் கொண்டு வாழ்க்கையை ஓட்ட நானும் தயாராக இல்லை. அன்றே வேலூர் கிளம்பினேன்.

பாபுலர் ஐ க்ளினிக்கில் போய் லட்டரைக் காண்பித்த உடனேயே டாக்டர் சாமுவேல் என்னை உள்ளே கூப்பிட்டுவிடவில்லை. ஒரு

பணிப்பெண் வந்து என்னை உட்காரச் சொல்லி கண்ணுக்குள் ஏதோ சொட்டு மருந்தை ஊற்றி கண்ணை மூடிக்கொண்டிருக்கச் சொல்லிவிட்டுப் போய்விட்டாள். அந்த பெண்ணைப் பார்த்தால் ரொம்ப ஏழை மாதிரி தெரிந்தது. (கண்ணை மூடுவதற்கு முன்பு பார்த்தேனல்லவா, அதைவைத்து சொல்கிறேன்). சொற்ப சம்பளத்துக்கு வேலை பார்ப்பாள் போலிருக்கிறது. அவள் வாழ்க்கைக் கண்ணைத் திறக்கும் அந்த சம்பளத்துக்காக வருபவர்கள் கண்ணையெல்லாம் கர்ம சிரத்தையாக சொட்டு மருந்து போட்டு மூடிக் கொண்டிருந்தாள்.

கழுத்தைத் தூக்கி கண்ணை மூடியபடியே நான் ஒரு அரை மணி நேரம் உட்கார்ந்திருந்தேன். பக்கத்தில் இருந்த பல பேர் அப்படித்தான் உட்கார்ந்திருந்தார்கள். எனக்கு கோபம் கோபமாக வந்தது. சே, கண்ணிருக்கும்போது பார்க்காமல் கொஞ்ச நேரம் உட்காருவதென்பது எவ்வளவு வேதனையான விஷயம்? அப்போ, கண் தெரியாதவர்களெல்லாம் எப்படி உணருவார்கள்? கற்பனை செய்தே பார்க்க முடியவில்லை. ஒருவேளை அவர்களுக்கு பழகிப் போய்விடுமோ என்னவோ. எனக்கு ஜப்பார் நானாவின் ஞாபகம் வந்தது.

அவருக்கு சர்க்கரை வியாதி அடிக்கடி உச்சத்துக்குப் போய் விடும். அவரே கைகொடுத்து ஏற்றிவிட்டுக் கொள்வார். அதன் விளைவாக பார்வையில் பிரச்சனை வந்தது. எந்த அளவுக்கு பிரச்சனை உள்ளது என்று டாக்டர் கேட்டதற்கு ஒரு ரசிக்கத்தக்க பதிலைச் சொன்னார்.

“நூர் முஹம்மதைப் பார்த்தால் நூர் மட்டும் தெரிகிறது டாக்டர்”

டாக்டருக்குப் புரியவில்லை. பக்கத்தில் இருந்த நான் சிரித்தேன். டாக்டரும் ஒரு முஸ்லிம்தான்.

“இல்லே டாக்டர், நூர்னா ஒளின்னு அர்த்தம். நூர் முஹம்மது என்ற மனிதரைப் பார்த்தால் மனிதர் தெரியவில்லை வெறும் ஒளி மட்டும்தான் தெரிவதாக ஜோக் அடிக்கிறார்” என்றேன்.

“இது என்னா ஜோக் அடிக்கிற விஷயமா?” என்று டாக்டர் கடுப்படித்தார்.

மற்றவர்களுக்கு ஒளி போவதை வைத்துத்தான் அவர் வாழ்க்கையே ஒளிமயமாகிக் கொண்டிருந்தது. அவரிடம் போய் ஒளி தெரிகிறதென்று சொன்னால் கோபமாக மாட்டாரா?

ஆனால் ஜப்பார் நானாவைப்போல் எத்தனை பேரால் இருக்க முடியும்? அவர்தான் எவ்வளவு அற்புதமான மனிதர்! தனக்கு வரும் ஒரு பெரிய பிரச்சனையை நகைச்சுவையோடு பார்ப்பதற்கு எத்தனை பேரால் முடியும்? யோசித்துக் கொண்டிருந்தபோது,

“இப்ப கண்ணெத் தொறந்துடுங்க” என்று அந்தப் பெண் சொன்னாள்.

சரி இத்தோடு விட்டது சனியன் என்று நினைத்தேன். ஆனால் அதுதான் இல்லை. வேறு ஒரு அறைக்கு அழைத்துப் போய், எதோ ஒரு யந்திரத்தில் என் தாடையை வைக்கச் சொன்னாள். கில்லட்டினில் தலை வைக்கப்படும்போது எப்படி இருந்திருக்கும் என்று புரிந்து கொள்ள முடிந்தது. கண்ணுக்கு நேரே லேசர் துப்பாக்கி மாதிரி ஏதோ இருந்தது. அதிலிருந்து வந்த ஒளியைக் கண்ணில் பீய்ச்சினாள். கண் கூசியது. “கண்ணெ மூடாதிங்க” என்று உத்தரவு வேறு. கடைசியில் தாடையை எடுக்கச் சொன்னார்கள். அப்பாடா என்றிருந்தது.

பிறகு இன்னொரு அறைக்கு அழைத்துச் சென்றனர். அங்கு இருந்தவர்தான் டாக்டர் சாமுவேல் என்று தெரிந்து கொண்டேன். நல்ல உயரமாக இருந்தார். ஐம்பது வயதிருக்கும்.

“உங்க வலது கண் ரெட்டினாவுக்குள்ள பாதிப்பு ஏற்பட்டிருக்கு. ரெட்டினாவுக்கு பின்புறமா தண்ணி கட்டுன மாதிரின்னு வச்சுக்குங்க. மேற்கொண்டு ரத்த பரிசோதனையெல்லாம் செய்ய வேண்டியிருக்கு. பிறகுதான் முடிவு செய்ய முடியும். நீங்க போய் ரத்த பரிசோதனையெ முடிச்சிட்டு போங்க. ரெண்டு நாள் கழிச்சு முழு ரிசல்ட் தெரியும். அப்ப வாங்க” என்றார். என்னை எதுவும் பேசவிடவில்லை அவர். அவர் பார்த்த வேகமும் பேசிய வேகமும் எனக்கு எரிச்சலூட்டின.

ரத்த பரிசோதனையாவது மயிராவது என்று நான் வெளியே வந்தேன். பஸ் பிடித்து நேரே டாக்டர் சுந்தரிடம் போனேன்.

“இந்த பாருங்க சுந்தர், எனக்கு அவம் பாத்த விதமே புடிக்கலெ. உங்களுக்கு சென்னையில ஐ ஸ்பெஷலிஸ்ட் யாரையாவது தெரியுமா சொல்லுங்க, போய்ட்டு வந்துர்றேன்” என்றேன்.

“இல்லெ ஜுனைத், சாமுவேல் ரொம்ப சரியான டாக்டர். ஓகெ, உங்க திருப்திக்காக சொல்றேன். சென்னையிலெ டாக்டர் விஷ்ணுான்னு ஒருத்தர் அண்ணா நகர்ல இருக்கார். அவர்ட்ட காட்டிட்டு வாங்க. என்னெ அவருக்குத் தெரியும். ஆனா சாமுவேல் அளவுக்கு க்ளோஸ் அல்ல. பட் ஹீ ஈஸ் எ வெரி குட் டாக்டர்” என்றார்.

மறுநாளே நான் சென்னை புறப்பட்டேன்.

டாக்டர் விஷ்ணுவை எனக்கு மிகவும் பிடித்திருந்தது. வழக்கமாக ஐ க்ளினிக்குகளில் செய்கின்ற எல்லா சித்ரவதை டெஸ்ட்டுகளையும் செய்தார்கள் என்றாலும் எதிலுமே

அவசரமில்லை. கிட்டத்தட்ட ஒரு நாள் முழுவதும் எனக்காக பரிசோதனைகள் நடந்தன. வேகம் என்பது ஆன்மீகத்துக்கு எதிரானது என்று ஓஷோ சொன்னது ஞாபகம் வந்தது. டாக்டர் விஷ்ணு அவ்வப்போது என்னை வந்து பார்த்துவிட்டுப் போனார். கடைக் கட்டமும் வந்தது.

“மிஸ்டர் ஜஃனத், நீங்க வேலூர்ல காட்டுனிங்கல்ல, அங்கெ பாத்த முறை பிடிக்கல்லேன்னு சொன்னிங்க. ஆனா அங்கெ பண்ணின டயோக்னசிஸ் கரெக்ட். உங்க ரெட்டினாலெதான் பாதிப்பு ஏற்பட்டிருக்கு. தண்ணி கட்டிட்டிருக்குறதா அவங்க சொல்லியிருக்காங்க. இப்ப அந்த தண்ணி கட்டியாயிடுச்சு. ரெட்டினாவோட பின் பக்கம் கொப்புளம் கொப்புளமா ஆகியிருக்கு”.

“அதெ அப்டியே விட்டா, அந்த எடத்துல ஒரு வடு உண்டாயிடும். அது வளர்ந்து, அடுத்த கண்ணெயும் பாதிக்கிறதுக்கு வாய்ப்பு உண்டு. ஆனா பயப்படுறதுக்கு ஒண்ணுமில்லெ. ரெண்டு வழியில இதெ குணப்படுத்தலாம். லேஸர் ஆபரேஷன் செய்யலாம். அல்லது ஹெவியான மாத்திரைகள் கொடுத்து குணப்படுத்தலாம். எப்டி செய்ய முடியும்னு இப்ப முடிவு செய்ய முடியாது. நாளைக்கு வாங்க. ஒரு டை இஞ்செக்ட் பண்ணிப் பார்க்கணும். அப்பதான் எந்த அளவுக்கு கண்ணுல பாதிப்பு இருக்குன்னு தெரியும். பிறகுதான் நா முடிவு செய்வேன். ஸோ, ப்ளீஸ் கம் டுமாரோ” என்று முடித்துக் கொண்டார்.

க்ளினிக்கை விட்டு வரும்போது ஒரு நர்ஸ் என்னைக் காட்டி இன்னொரு பெண்ணிடம் சி.எஸ்.ஆர். கேஸ் என்றது என் காதில் விழுந்தது. கைரேகை ஜோசியம் சொன்ன மாதிரி இருந்தது. இந்த ரேகை மேலே ஏறுது. நீங்க இன்னும் மூணு மாசத்துல வெளி நாடு போவீங்கன்னு சொல்லுவான். அந்த ரேகை மேலே ஏறுவதற்கும் வெளி நாட்டுக்கு மூணு மாசத்துல போவதற்கும் என்ன சம்பந்தம் என்று புரியாது. அதுதான் ஜோசியத்தின் கவர்ச்சியே. ஆனால் இது பய ஜோசியம். சி.எஸ். ஆர். அப்டீன்னா? நான் சாகப்போறேனா? பொட்டையாகப் போறேனா? புரியவில்லை. ஆன்மீகம் என்னைக் கைவிட, பயம் என்னை ஆட்கொண்டது.

வெளியே வரும்போது எனக்கான ரிபோர்ட்டையும் கொடுத்தார்கள். விரித்துப் பார்த்தேன். என் ஆங்கில அறிவுக்கு எதாவது புரியுமா என்று. Central Serous Retinopathy என்று போட்டிருந்தது. ஓ, அதுதான் சுருக்கமாக, செல்லமாக சி.எஸ். ஆர். புரிந்துவிட்டது. ரெடினோபதி என்றால் ரெட்டினாவில் ஏதோ பிரச்சனை. சீரஸ் என்பது சீரம் என்பதிலிருந்து வருகிறது.

சீரம் என்றால் தண்ணீர் மாதிரி. ஓகே. டாக்டர் விளக்கமாகச் சொன்னதைத்தான் மருத்துவ மொழியில் ஆங்கிலத்தில் போட்டிருந்தது. பயம் குறைந்த மாதிரி இருந்தது. ஆனால் அவர் நாளைக் காலையில் வரவேண்டும் என்றும், ஒரு டை இஞ்செக்ட் பண்ண வேண்டும் என்றும் சொன்னதை நினைத்தபோது பயம் அதிகமாகியது.

ஊசி போடுவதென்றாலே பள்ளிக்கூட சுவர் ஏறிக் குதித்து, வகுப்பில் உள்ள பெண் பிள்ளைகள் பார்க்க, கக்கூஸுக்கு ஓடி ஒளிந்து கொள்வேன். இவ்வளவுக்கும் நான்தான் க்ளாஸ் லீடர்! முனிசிபாலிட்டியிலிருந்து சிலர் வருவார்கள் தடுப்பூசி போடப் போகிறோம் என்று. ஒருத்தன் கையில் ஒரு செவ்வக வடிவ மரப்பெட்டி இருக்கும். அதில் ஏதேதோ தூள் நிரப்பப்பட்டு அதன் மீது ஊசி இத்யாதிகள் இருக்கும். அதைப்பார்க்கும்போதே உடம்பு ஜில்லிடும். முனிசிபாலிட்டி கொலைகாரர்கள் தலைமை ஆசிரியர் அறையில் அனுமதி கேட்டு நின்று கொண்டிருக்கும்போதே என் கால்கள் சுவரைத் தாண்டி விளையாட்டுத் திடலுக்குள் இறங்கிவிடும். அவர்கள் பள்ளிக்கூடத்தை விட்டுப் போகும் வரை கக்கூஸே அபயம்.

மறுநாள் வகுப்புக்கு போகும்போது முதல் நாள் ஊசி போட்டுக் கொண்ட உஷாராணி, ரேணுகாவெல்லாம் என்னைப் பார்த்து சிரித்துக் கொள்வார்கள்.

இப்போ டை இஞ்செக்ட் செய்யணுமாம்! அப்படீன்னா என்னவென்று எனக்கு விளங்கவில்லை. என்ன செய்வீர்கள் என்று கேட்டுத் தெரிந்து கொள்கின்ற மனநிலையோ துணிச்சலோ இல்லாமல் போனது. ஏதாவது ஒரு ஊசியை கையில் செருகி கண் வரை அதை உள்ளே செலுத்திக் கொண்டே போவார்களோ? ஐயோ, அந்த வேதனைக்கு பதிலாக இறந்தே போய்விடலாம் என்று தோன்றியது. அப்போதுதான் எனக்கு தீவிரமாக மாமாவின் ஞாபகம் வந்தது.

ம்ஹூம். இதற்குமேல் மாமாவிடம் சொல்லியே ஆகவேண்டும். வேறு வழியே இல்லை. உடனே ஒரு ‘பூத்’துக்குப் போய் ஃபோன் செய்தேன். மாமா எடுக்கவில்லை. ஈஸ் சாபுதான் எடுத்தான். மாமா சென்னைக்குத்தான் வந்திருப்பதாகவும், ராயபுரத்தில் ஒரு டாக்டர் வீட்டில் தங்கியிருப்பதாகவும் சொன்னான். அந்த வீட்டு நம்பரையும் கேட்டு வாங்கிக் கொண்டேன். அந்த டாக்டர் மாமாவின் சிஷ்யர்.

ராயபுரம் ஏரியாவுக்கு அதுவரை போனதில்லை. அது எங்கிருக்கிறது என்றுகூடத் தெரியாது. அது ஒன்றும் பிரச்சனையல்ல. ஆட்டோக்காரனிடம் சொன்னால் போதும். ஆனால் பிரச்சனை மழையாக இருந்தது. மழை புயலாட்டாம் அடித்துக்

கொட்டிக் கொண்டிருந்தது. இரவாக வேறு ஆகிவிட்டிருந்தது. ஆனால் என் உடம்பு பயத்தால் உதறிக்கொண்டிருந்தது. இரவாவது மழையாவது புயலாவது? கிளம்பினேன்.

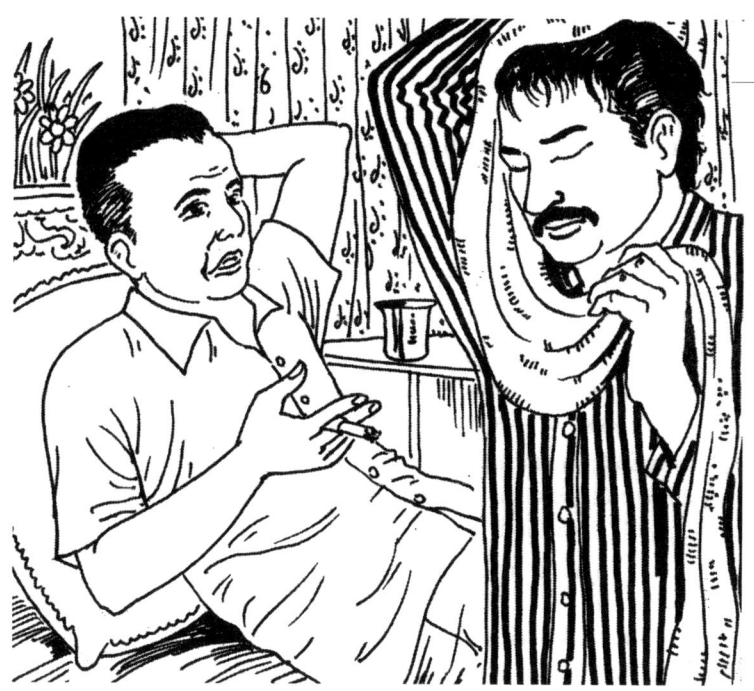

விலாசம் கண்டு பிடித்து, மாடிப்படிகள் ஏறி உள்ளே சென்றபோது தொப்பலாக நனைந்திருந்தேன். சட்டை, பனியன், பேண்ட், ஜட்டி மட்டுமல்லாமல் எல்லாமும் நனைந்து நடுங்கிக் கொண்டிருந்தது. மாமா ஒரு ஏசி அறையில் கட்டிலில் ஹாய்யாக உட்கார்ந்து சிகரெட் குடித்துக் கொண்டிருந்தார். நான் உள்ளே போனேன். ஒவ்வொரு அடி எடுத்து வைத்தபோதும் தண்ணீரால் அறையில் கிருஷ்ணபாதம் வரைந்தேன்.

"மொதல்ல உள்ளெ போயி தொவட்டிகிட்டு வா. அவனுக்கு ஒரு டவல் குடுங்க" என்று பாத்ரூமைக் காட்டினார். டவல் தரப்பட்டது. உள்ளே போய் முடிந்த அளவு உலர்த்திக்கொண்டு வந்தேன்.

"உக்காரு. டீ குடி" என்றார். டீ தரப்பட்டது. குடித்தேன். அந்த இளஞ்சூடு உள்ளே போனது நன்றாக இருந்தது. "ம் சொல்லு" என்றார். சொன்னேன். எல்லாவற்றையும் கேட்டுவிட்டு மறுபடியும் சிகரெட்டை இழுக்க ஆரம்பித்தார். பின் சொன்னார்.

“இந்த பாரப்பா, மனுசனுக்கு நோய் வர்றது இயற்கெ. ஐ மீன், மனுசனோட முட்டாள்தனத்துனாலெ, ஒடம்பெ கவனிக்க வேண்டிய விதத்துல அவன் கவனிக்காம விட்டதனாலெ நோய் நொடிகள் வருது. அதெ ரெண்டு வழில தீக்கலாம். ஒன்னு இந்த ஒலஹத்தோட வழி. அல்லோபதி, ஹோமியோபதி, மைரு பதி, மட்ட பதின்னு எதாவது ஒரு பதில தீர்க்க முயற்சி பண்றது.”

“ஆனா நம்ம ரூட்டு வெறெ மாதிரி. இந்த ஒலஹம் போற வழியைவிட ரொம்ப ஈஸியானது. மருந்து மாத்தெரெ குடுத்து குணப்படுத்துறது அல்ல. மறக்கின்ற ஞானம்னு ஒண்ணு இருக்கு. அதாவது நோயெ மறந்துட்டம்னா, அது நாளடைவில கொறைஞ்சு, பிறகு இல்லாம போறதைப் பாக்கலாம்“ என்றார். கொஞ்ச நேரம் மௌனம். மறுபடியும் டீ குடித்தார். ஒன்றும் பேசவில்லை.

எனக்கு சந்தேகங்கள் இருந்தன. எப்போதும்போல இதை எடுத்துக் கொள்ள முடியாது. இது கண் விஷயம். கேள் கேள் என்று ஷைத்தான் சொன்னது.

“மறக்கிறதுன்னா எப்புடி மாமா? நா கண்ணெத் தொறந்து பாக்கும்போதெல்லாம் ரெண்டு ரெண்டா தெரியுதே, எப்புடி மறக்குறது?” என்றேன்.

“அட, மறக்குறதுன்னா அப்புடியல்லப்பா, நீ தப்பா புரிஞ்சுகிட்டே. நோய் இல்லைன்னு நெனைக்கிறதல்ல. அது பொய்யல்லவா? அப்புடிச் சொல்லல. ஒரு நோய் இருக்கும்போதே, அதெ வச்சுகிட்டே, அது இல்லாம இருந்தா நீ எப்புடி நடந்துக்குவியோ அப்புடி, வேணும்னே நடக்கணும்.”

“இப்ப ஒனக்கு கண்ணுல ப்ராப்லம்னு டாக்டர் சொல்றான். அதெ நீயும் ஒத்துக்குறெ. சரி, ஒருவேளை எந்த பிரச்சனையும் இல்லைன்னா நீ என்ன பண்ணுவே?”

“எந்தப் பிரச்சனையும் இல்லைன்னா நான் நெறைய படிப்பேன். நெறைய எழுதுவேன். கிட்ட உக்காந்து நெறைய டிவி பாப்பேன்” என்றேன்.

“அப்ப அதெப் பண்ணு” என்றவர், “இந்த பாரப்பா, மாத்திரெ கீத்திரெ வேணும்னா போட்டுக்க, ஆப்ரேஷன்லாம் வாணா. நா பாத்துக்குறேன். நா சொன்னதெ மட்டும் நீ செய்” என்றார்.

நா பாத்துக்குறேன்.

அந்த வார்த்தை என்னென்ன செய்யும் என்று எனக்குத்தான் தெரியும்.

நான் போட்ட

அஸ்திரம் 11

ஹோஸ் வைத்து செடிகளுக்கு தண்ணி அடிப்பது மாதிரி சின்னவளுக்கு வயிற்றால் போய்க்கொண்டிருந்தது.

பாவம். இரண்டு வயதுக் குழந்தை. என் கடைக்குட்டி. டாக்டர் சுந்தரிடம் காட்டலாம். ஆனால் மாமாவின் உத்தரவு வேறு மாதிரியாக இருந்தது.

எனக்கோ, என் பெண்டாட்டி பிள்ளைகளுக்கோ உடம்பு சரியில்லை என்றால் டாக்டரிடம் காண்பிக்கக் கூடாது. அவரிடம்தான் சொல்ல வேண்டும். என் மனைவியும் மாமாவின் பக்தையாகி விட்டிருந்தாள். முதலில் எனக்காக. பின் அவளாகவே. ஆனால் சின்னவளின் வயதை நினைத்து எங்களுக்குக் கொஞ்சம் பயமாகத்தான் இருந்தது. என்றாலும் ஃபோன் போட்டுச் சொன்னேன்.

மாமாதான் ஃபோனை எடுத்தார். “சரி, நா பாத்துக்குறேன்” என்றார் வழக்கம் போல. சொல்லி அரை மணி நேரத்தில் ஹோஸ் அடைத்துக் கொண்டது. குழந்தை ஒரு மணி நேரத்தில் நார்மலாகி விட்டாள். எனக்கு ஆச்சரியம் தாளவில்லை. ஆச்சரியம் ஹராம்.

அடுத்த முறை செஷனுக்குப் போனபோது, செஷன் முடிந்த பிறகு கேட்டேன்.

“மாமா, நாங்க உங்க மேலெ நம்பிக்கை வச்சிருக்கோம். எங்களுக்கு நீங்க செய்யுறிங்க, நடக்குது. ஆனா

கொழந்தைக்கி எந்த அறிவும் கெடையாது. அதுக்கு உங்களைப் பத்தி தெரிய வாய்ப்பில்லை. ஆனா அதுக்கும் நல்லாப் போவுது. இது எப்புடி மாமா?"

"கொழந்தைகு அறிவு கெடையாதுன்னு யார் ஒனக்கு சொன்னா? சரி, அது வேற சப்ஜக்ட். ரொம்ப மோசமான கேள்வியா நீ சொன்னதெ எடுத்துக்கலாம். ஒரு வேலையெ நா உங்களுக்கு முடிச்சுத் தர்றதுக்கு உங்க நம்பிக்கைதான் காரணம்னு சொன்னா, ஏங்கிட்ட எந்த மயிரும் இல்லேன்டு அர்த்தம். அப்ப, திருப்பதி உண்டியல்ல, வேளாங்கண்ணி மாதா கோயில்ல, தர்ஹா உண்டியல்ல காசு போடுற மாதிரி என்னெ நெனைக்கிறதா அர்த்தம்."

எனக்கும் கூடவந்திருந்த அறிவழகனுக்கும் ஒரு மாதிரியாக இருந்தது. நான் அந்த அர்த்தத்தில் சொல்லவில்லை. ஆனாலும் நான் சொன்னதில் அப்படி ஒரு அர்த்தம் இருக்கத்தான் செய்தது. அப்படியானால் எப்படிப் பேசுவதென்று எங்களுக்கு இன்னும் தெரியவில்லை. மாமா தொடர்ந்தார்.

"ஆனா நீ சொன்னது ஒருவகையில சரிதான். நம்பிக்கை யோட பங்கு நோயைத் தீக்குறதுல அதிகமா இருக்குதான். ஆனா அது ஒண்ணோட, ஐ மீன், நோயாளியோட நம்பிக்கையாத்தான் இருக்கணும்னு என்னா அவசியம்? என்னோட, அதாவது டாக்டரோட நம்பிக்கையாகூட இருக்கலாமில்லையா?"

எங்கோ விட்டுப்போன இழை ஒன்று கிடைத்துவிட்ட மாதிரி இருந்தது.

"மெஸ்மர் என்னா பண்ணான்னு நெனைக்கிறீங்க? தன்னோட சக்தியெ ஒரு மரத்துக்கு பாய்ச்சி, அந்த மரத்தோட கெளையெப் புடிச்சிக்கிட்டு நின்னவனையெல்லாம் குணப்படுத்துனான். அந்த மாதிரி ஒரு வேலெயெத்தான் நா செஞ்சதா வச்சுக்கொயேன்."

"சின்னக் கொழந்தைக்கு என்னைப் பத்தி தெரியாது, எப்புடி குணமாவுனுச்சுன்னு கேக்குறியே, கொழந்தெ என்னா? மரம் மட்டைகளையெல்லாம் வெறும் சிந்தனா சக்தியால வளக்கவோ அழிக்கவோ முடியுமே? இதுக்கு என்னா சொல்றா? யூரி கெல்லர் மனசால ஸ்டீல் ஸ்பூன் ஆப்பையையெல்லாம் வளைச்சுக் காட்டுனானே?

ஜடப்பொருள்களெ! அதுக்கு என்னா சொல்லுவா?" சற்று நிறுத்திவிட்டுத் தொடர்ந்தார்.

"நீ என்னை நம்புனாலும் நா சொல்றது நடக்கும். நம்பாவிட்டாலும் நடக்கும். என்னைத் தேடி மொதல்ல நீங்க வர்றதுக்குத்தான் எம்மேலெ நம்பிக்கை வேணும். எங்கிட்ட வந்தபிறகு, நா சொல்றதெ கரெக்டா செஞ்சா போதும். ரிசல்ட் வரும். வந்த பிறகு நம்பிக்கெ ஆட்டொமேட்டிக்கா வரும்."

"கொஞ்சம் டீ குடு" என்றபடி அந்தப் பேச்சுக்கு முடிவுரை கொடுத்த மாதிரி இருந்தது. டீ கொடுத்தேன். ஏதோ குஷி வந்துவிட்ட மாதிரி இருந்தது. குஷியாக இருந்தால் நிறையப் பேசுவார். எங்களுக்கு யோகமடிக்கும். பொதுவாக இரவு பதினோரு மணிக்கு மேல்தான் இதெல்லாம் நடக்கும். விடிய விடிய பேசிக்கொண்டே இருப்பார். அது எங்களுடைய செகன்ட் செஷன். பெரும்பாலும் சொட்டுத் தூக்கமில்லாமல் நான் கேட்டுக்கொண்டும் பதிவு செய்து கொண்டும் இருப்பேன். இரவில் முழித்துப் பழக்கமில்லாததால் ஒன்றரை இரண்டு மணியளவில் மாமாவிடம் அனுமதி வாங்கிக் கொண்டு அறிவு மட்டும் படுத்துவிடுவான்.

"*மெய்தீன் ஆண்டஹல்*[1]ட்ட ஒரு தடவெ ஒருத்தம் போயி, என்னோட ஆடெல்லாம் திடீர்னு சீக்கு புடிச்சு செத்துகிட்டே போவுதுன்டு சொன்னானாம். அதுக்கு மெய்தீன் ஆண்டஹ, ஒரு தாயத்தெ குடுத்து, இதெ ஒரு ஆட்டு கலுத்துல கட்டுன்டு சொன்னாஹலாம். அவனும் கட்டுனானாம். அதிலேந்து எந்த ஆட்டுக்குமே சீக்கே வரலியாம். அதுமட்டுமில்லாம, எப்போதுமில்லாத விதத்துல, ஆடுகளெல்லாம் பல்கிப் பெருக ஆரம்பிச்சிடுச்சாம்"

"இதெப் பாத்த அந்த மொதலாளிக்கி ரொம்ப ஆச்சரியமாப் பொய்டுச்சாம். அந்த தாயத்துக்குள்ள அப்புடி என்னதான் இரிக்கிதுன்டு பாக்கணும்டு ஆசெ வந்துச்சாம். ஆட்டுக்கழுத்துல உள்ள தாயத்தெ அவுத்து பாத்தானாம். அதுக்குள்ள ஒரு

1 - மெய்தீன் ஆண்டகை, கௌது நாயகம் பாக்தாதில் அடங்கியிருக்கும் இறை நேசர். இவருடைய பெயரை உச்சரித்தாலே பிரச்சனை தீர்ந்துவிடும் என்று முஸ்லிம்கள் நம்புகின்ற அளவுக்கு இவருடைய புகழ் உலகப் பிரசித்தம். காதிரிய்யா தரீக்கா என்ற உலகளாவிய ஆன்மிகப் பாதை இவரிடமிருந்து துவங்கிறது. இன்றும் இவர் பெயரால் ரபிய்யுல் ஆஹிர் எனப்படும் சந்திரமான அரபி மாதம் பிறை 11ல், கியார்வீன் என்றும் 11ம் ஃபாத்திஹா என்றும் எனப்படும் ஓதுதலை நிகழ்த்தி முஸ்லிம்கள் அவரை நினைவு கூர்வர். அற்புதங்களால் நிறைந்தது அந்த ஞானியின் வாழ்வு.

தாள்லெ ஒரு 'அலிஃப்' [2] போட்டிருந்திச்சாம். ச்சே, வெறும் 'அலிஃப்'தானான்னு நெனைச்ச அவன், அதெ தூக்கி போட்டுபுட்டு அவனே ஒரு தாள்லெ அலிஃபெ, முன்னெ இருந்ததெவிட அழகா எழுதி மறுபுடியும் ஆட்டு கழுத்துல கட்டிவுட்டானாம்"

"அவ்வுளவுதான். அன்னிலேந்து எல்லா ஆடும் ஒவ்வொன்னா செத்துவிழ ஆரம்பிச்சிடுச்சு. அவனுக்கு ஒண்ணும் புரியலெ. செத்து விழுற வேகமும், ஐ மீன் டெத் ரேட், அதிமாகிக்கிட்டே போயிச்சாம். பயந்து போயி அவன் ஒடனே கௌது நாயஹத்துட்ட போயி விஷயத்தெ சொன்னானாம்"

"அதுக்கு கௌது நாயஹம், 'அது வெறும் அலிஃப் அல்ல. அது நா போட்ட அலிஃப்'னு சொன்னாங்களாம். வெளங்குதா?" என்றார்.

நான் போட்ட அலீஃப்! அதற்குள்தான் எத்தனை மகத்துவம்! அப்பா! எத்தனை அழகான வரலாறுகள்! எல்லாம் விரல் நுனியில்! எவ்வளவு தெளிவு! குருவே எனது முட்டாள்தனமான கேள்விகளை மன்னிக்க வேண்டும். 'நா பாத்துக்குறேன்'னு

2 . அலிஃப் - அரபியின் முதலெழுத்து. ஒன்று போட்டது போல இருக்கும்.

என்னால் சொல்ல முடியுமா? உங்களால்தான் சொல்ல முடியும். அந்த ‘நா’ உங்கள் வாயிலிருந்து வரும்போது அதன் மகிமையே வேறு. உண்மைதான். கண்கொடுத்த தெய்வம் என்பார்களே, அது நீங்கள்தானே!

‘நா பாத்துக்குறேன்’ என்று மாமா சொன்ன பிறகு எனக்கு ஒரு அசாத்திய நம்பிக்கை உண்டானது. பிறகு நான் ஏன் மாத்திரை போடுகிறேன்?! சும்மாவே சளி, காய்ச்சல் என்றுகூட எனக்கு மாத்திரைகள் விழுங்குவது பிடிக்காது. மாமாவே சொல்லியாச்சு. அந்த தைரியத்தில் நான் முழு வேகத்தில் இயங்க ஆரம்பித்தேன்.

ஒவ்வொரு நாளும் படிக்கும் எழுதும் வேலைகளை அதிகரித்துக் கொண்டேன். இரவில் ஒரு மணிக்குப் பிறகு, ஃஎஃப் டிவி, எம் டிவி, எம்ஜிஎம், எச்பிஓ என எல்லா சானல்களையும் கிட்ட உட்கார்ந்து பார்த்தேன். ரெண்டு ரெண்டாகத் தெரிவது குறையவில்லை. பெண்கள் நான்கு மார்புகளுடன் வந்தார்கள். ஆனால் அந்த எண்ணிக்கை அதிகரித்ததில் உபரி கிளுகிளுப்பு ஏதும் ஏற்படவில்லை. ஆனாலும் நான் விடாமல் எழுத்து, வாசிப்பு மற்றும் டிவி மருத்துவத்தைத் தொடர்ந்தேன்.

ஒரு பத்துப் பதினைந்து நாள் ஆனதும் எனது பொறுமையும் நம்பிக்கையும் லேசாக ஆட ஆரம்பித்தது. இரண்டு, மூன்றாகி விடும்போல இருந்தது. மாமாவுக்கு ஃபோன் செய்தேன்.

“மாமா, கண்ணு இன்னும் அப்புடியேதான் இருக்குது. ஒண்ணும் மாற்றம் தெரியல” என்று தயங்கித் தயங்கி சொன்னேன்.

“நோய் நீங்க மாட்டேங்குதுன்னு நெனைக்கிற இந்த மாதிரியான நெனைப்பு ப்யூர் *ஷைத்தானியத்* [3]. இப்புடி எதிர்மறையா நெனைக்கிறதெ தூக்கிப் போட்டுபுட்டு நா சொன்னபடி செய்” என்று சொல்லி ஃபோனை வைத்து விட்டார்.

நான் தவறு செய்து விட்டேனோ என்று தோன்றியது. ‘டை’ என்ற வார்த்தைக்கு பயந்துகொண்டு பார்வையைக் கெடுக்கிறோனோ என்று நினைத்தேன். ஆனால் இதையெல்லாம் திரும்பிப் பார்ப்பதற்கு இது நேரமல்ல. இப்படி நினைப்பதை அனுமதித்தால் அது படபடவென மழை மாதிரி வலுத்துக்கொள்ளும். தெரியும். உடனே போய் இன்ஸ்டன்ட் ஹீட்டரைப் போட்டு குளித்தேன். குளித்த பிறகு கொஞ்ச நேரம்

3. ஷைத்தானியத் - எதிர்மறை எண்ணம்.

அமைதியாக, மாமா சொன்னபடி நேராக மல்லாக்கப் படுத்து மூச்சுப் பயிற்சி செய்தேன். என் பிரச்சனையை மறக்க முயற்சி செய்தேன். உள்ளே பிரச்சனை இருக்கிறது என்று தெரியும். இருந்தாலும் முறைப்படி என் உடலை அசைய விடாமல் பயிற்சியில் மனதைத் திணித்தேன். எப்படி எப்போது தூங்கிப் போனேன் என்று தெரியாது.

திடீரென்று மாமா என் வீட்டு ஹாலுக்குள் வந்தார். எப்போதும் போல பனியன் கைலி மட்டும் போட்டிருக்காமல் வெள்ளையில் சட்டையும் போட்டிருந்தார். ரொம்ப அரிதாக வெளியில் போகும் போதுதான் அவர் சட்டை போடுவார். என் வீட்டுக்கு வருகிறேன் வருகிறேன் என்று சொல்லிக்கொண்டே இருந்தவர் இன்று வந்தே விட்டார். எனக்கு தலைகால் புரியவில்லை. எப்படி எப்போது வந்தார் என்பதைப் பற்றியெல்லாம் யோசிக்கத் தோன்றவில்லை. அவர் வந்தால் உட்காருவதற்கென்றே வாங்கிப் போட்ட மர சாய்மா நாற்காலியை எடுத்துப் போட்டேன்.

என் மனைவி வழக்கம்போல சிந்தினால் ஒட்டிக்கொள்ளும் தரத்தில் டீ போட்டுக்கொண்டு வந்து கொடுத்தாள். அதை ஒரு மிடக்கு பருகிவிட்டு, "என்னா இவ்வுளவு அருமையா டீ போடுறா?" என்றார். விருது பெற்ற மகிழ்ச்சி என் மனைவி கண்ணில் தெரிந்தது. மாமா என் வீட்டுக்கு வரவேண்டும் என்பது எங்களின் ஐந்தாண்டுகளின் கனவு என்று சொல்லலாம். அது நிறைவேறிய சந்தோஷத்தில் எனக்கு ஒன்றும் தோன்றவில்லை. என் மனைவியின் தலையில் கைவைத்து ஓதிப்பார்த்தார். பின் என்னை அழைத்து என் கண்களை மூடச் சொன்னார். மூடிய இமைகளின் மீது தனது கரங்களால் தடவினார். ச்சூ என்று ஊதிவிட்டார்.

விழித்துக் கொண்டேன்.

எல்லாம் பளிச்சென்று தெரிந்த மாதிரி இருந்தது. கண்ணை மூடி மூடித் திறந்து பார்த்தேன். உலகம் பழைய நிலைக்கு வந்துவிட்டிருந்தது. இருமை தொலைந்து விட்டிருந்தது. ஒருமையில் உலகம் உணரப்பட்டது. பெண்கள் பழையபடி இரண்டே மார்புகள் கொண்டவர்களாயினர். இனி லேஸர் ஆபரேஷன் தேவையில்லை. டை இஞ்செக்ட் பண்ணத் தேவையில்லை. ஹெவியான மாத்திரைகள் தேவையில்லை. சென்ட்ரல் சீரஸ் ரெடினோபதி காலாவதியாகிவிட்டிருந்தது. மாமாவின் கைவிரல் பட்டு கொப்புளங்கள் கரைந்து காணாமல் போயிருந்தன. பார்வை சரியாக இருக்கிறதே?!

கண்டது ஒரு கனவுதான் என்று என்னால் நம்ப முடியவில்லை. மனைவிடம் சொல்லலாம் என்று பானு, பானு

என்று கூப்பிட்டேன். என் குரல் கேட்டு என்னிடம் வந்த என் மனைவி என்னை முந்திக்கொண்டு சொன்னாள்.

"மச்சான், நா ராத்திரி ஒரு கனவு கண்டேம்மா. நம்ப வூட்டுக்கு மாமா வந்திருந்தாஹா. எனக்கு ஓதி வுட்டாஹா. உங்க கண்ணுக்கு கூட ஓதுனஹா. நம்ப அவுஹலுக்காஹ வாங்கி வச்சிருக்கம்ல, அந்த சாமா நாக்காலிலதாம்மா உக்காந்தஹா. நம்ப வூட்டு ஹால் மாரி இரிக்கிதுமா" என்றாள். எனக்கு என்ன சொல்வதென்றே புரியவில்லை.

"அதுசரி, ஏங்கூப்புட்டீங்க?" என்று அவள் கேட்டாள். ஆனால் என்னால் பதில் சொல்ல முடியவில்லை. அவள்தான் எல்லாவற்றையும் சொல்லிவிட்டாளே! இப்படி 'ஆதாரத்தோடு' யாருக்காவது கனவு வந்திருக்குமா? ரஸூலுல்லாஹ்வை இப்படித்தான் *பூசிரி இமாமும்*[4] அவர் நண்பர்களும் கனவில் கண்டதாக மாமாவே சொல்லியிருக்கிறார். எனக்கு உடம்பெல்லாம் புல்லரித்தது.

ஆனால் இந்த நிகழ்ச்சிக்குப் பிறகு ஒருவிதமான குற்ற உணர்ச்சிக்கு நான் ஆளானேன். ச்சே என்ன மனுசன் நான்? குருவின் சொல்லை சந்தேகப்பட்டேனே! நான் மன்னிக்கப் படுவேனா? கண் திறந்துவிட்டது என்று சொல்வார்கள். அது என்னவென்று அப்போதுதான் நான் முழுமையாக அனுபவித்தேன்.

உடனே மாமாவுக்கு ஃபோன் செய்தேன்.

"மாமா, நாந்தான் மாமா, கண்ணு இப்ப பழையபடி நல்லாத் தெரியுது" என்றேன்.

"ஓந்தொல்லெ பெரிய தொல்லையாப் போயிடுச்சுப்பா. என்னெ நிம்மதியா தூங்கவே உடலெயே நீ. கடெசீலெ ஒன் வூட்டுக்கும் என்னெ வர வச்சுட்டே. அந்த புது சாய்மா நாக்காலி எனக்காஹ வாங்கிப் போட்டிருந்தியா?" என்று கேட்டார்.

பதில் சொல்ல வார்த்தைகள் எதுவுமே வரவில்லை.

4. **பூசிரி இமாம் - நபிகள் நாயகத்தைக் கனவில் கண்டு, அவர்கள் முன்னிலையில், அவர்கள்மீது கஸீதத்துல் புர்தா என்ற காவியம் பாடியவர். அவர் நண்பர் ஒருவர் அவரிடம் நபிகள் நாயகத்தைப் பற்றி ஏதாவது கவிதை கொடுங்கள் என்று கேட்க, பூசிரி இமாம், "நான் நிறைய எழுதியிருக்கிறேன். எதைத்தர?" என்று கேட்க, பதிலுக்கு அவர், " நேற்று கனவில் பாடினீர்களே ரஸூலுல்லாஹ்வுக்கு முன்னால், 'அமின்த்த தக்குருதி'ன்னு தொடங்கும் புர்தா, அதைக் குடுங்க" என்றாராம்! "அது எப்படி உங்களுக்குத் தெரியும்?" என்று பூசிரி இமாம் கேட்க, "உங்க கனவில் நானும் இருந்தேனே பார்க்கவில்லையா?" என்றாராம்!**

12. இப்படித்தான்

நானும் அறிவழகனும் இருந்தபோதுதான் அது நடந்தது.

செஷன் முடிந்து நானும் அவனும் மட்டும் வழக்கம்போல இருந்தோம். இரவு மணி பத்திருக்கும்.

"ஹஜ்ரத்து, ஹஜ்ரத்து" என்று கதவைத் தட்டும் பெண்களின் குரல் கேட்டது. எப்போதும்போல அனுமதி கேட்கும் குரலாக இல்லை. இன்னும் சில வினாடிகள் தாமதித்தால் கதவு உடைக்கப்படும் என்று சொல்வதுபோல அந்த தட்டலில் ஒரு பதட்டம் இருந்தது. அந்த வீட்டுக்கு கதவே இல்லாததுபோல கொஞ்ச நேரம் மாமா சிகரெட்டை ஊதிக்கொண்டே இருந்தார். பின் என்னிடம் யார் என்று போய் பார்க்கச் சொன்னார். போய்க் கதவைத் திறந்தேன். மூன்று வெள்ளைத் துப்பட்டிப் பெண்களும், வளைந்து நெளிந்து கொண்டு கோணலாக ஒரு சிறுவனும் நின்று கொண்டு இருந்தனர்.

எங்க ஊர்ப் பெண்கள் எல்லோருமே வெள்ளைத் துப்பட்டிப் போட்டு உடல் முழுக்க மூடி இருப்பார்கள். கண்கள் மட்டும்தான் திறந்திருக்கும். மூக்குக்கு குறுக்கே அந்த துணியை இழுத்து பிடித்துக் கொண்டு நடப்பார்கள். ஆத்திர அவசரத்திலும் அப்படியே நடந்து போகமுடியுமா என்று யோசித்ததுண்டு. ஆனால் அவர்கள் அப்படித்தான்.

வெள்ளைத் துப்பட்டி என்றவுடனேயே எனக்கு தவிர்க்க முடியா மல் ஒரு நிகழ்ச்சி ஞாபகம் வரும். பானுவுக்கு

வயிற்றில் இருந்த கட்டியை ஆபரேஷன் செய்து எடுத்த வருடம். இசபெல்லா ஆஸ்பத்திரியில் பானுவைப் பார்க்க எங்கள் ஊரிலிருந்து ஏழெட்டு வெள்ளைத் துப்பட்டிகள் வந்திருந்தன. நான் அவர்களுக்கு டீ வாங்கிவருவதற்காக சென்றிருந்தேன். நான் வாங்கி வருவதற்கும் ஒரு நர்ஸ் என் மனைவி இருந்த அறைக்குள் போவதற்கும் சரியாக இருந்தது. அந்த நர்ஸ் ஏற்கனவே எனக்கு தோழியாகிவிட்டிருந்தாள்.

உள்ளே போனவள் போன வேகத்தில் ஏதோ பேயைப் பார்த்தவள் போலத் திரும்பி வந்தாள். நான் என்ன என்றேன்.

"என்ன, உள்ளே ஒரே எல்லாம் நிஞ்சா கும்பலா இருக்கு?" என்றாள்.

முதலில் எனக்கு புரியவில்லை. பிறகுதான் உடம்பு முழுக்க மூடி, கண்ணை மட்டும் திறந்து சண்டை போடும் நிஞ்சாப் படங்களின் ஞாபகம் வந்தது. நான் ஏன் சிரித்துக் கொண்டே டீ ஊற்றினேன் என்று வெள்ளைத் துப்பட்டியில் உட்கார்ந்திருந்த ஒரு நிஞ்சாவுக்கும் புரியவில்லை!

"அவசரம், கொஞ்சம் சொல்லுங்க வாப்பா" என்று கெஞ்சினார்கள். போய் மாமாவிடம் சொன்னேன். உள்ளே வரச் சொன்னார்.

ஒருவித பதட்டத்துடன் உள்ளே வந்தார்கள். மாமா சிகரெட்டை இழுத்துக்கொண்டே என்ன என்றார்.

"ஸ்கூலுக்குப் போன புள்ளெ ஹஜ்ரத்து, திரும்பி வரும்போது இப்புடி இரிக்கிறான்" என்று ஒரு பெண்மணி அழுதுகொண்டே அந்த கோணல் பையனைக் காட்டினார். அவர் அந்த பையனின் அம்மாவாக இருக்கலாம்.

மாமா பையனை நிமிர்ந்து பார்த்தார். பத்திலிருந்து பதினான்கு வயதிருக்கும். 'இல்லையே' என்று காட்டுவதுபோலவும், துவைத்த துணியை யாரோ முறுக்கிப் பிழிவது போலவும் கையும் காலும் வாயும் திருகிக் கொண்டிருந்தன. கூன் விழுந்த மாதிரியும் இருந்தது. அவனால் நிமிர முடியவில்லை. கோணிக்கோணி அவன் உள்ளே நடந்து வந்ததே ஒரு சாதனையாக இருந்தது. அந்த அஷ்டகோணல் சரியாக வேண்டுமெனில் பல வருடங்கள் ஆகலாம் என்று எனக்குத் தோன்றியது.

"இங்கெ வா"

அவன் தள்ளாடித் தள்ளாடி மாமா அருகில் சென்றான். சுற்றியிருந்த பெண்கள் அழுத வண்ணமிருந்தனர்.

"ஒம் பேரென்னா?"

“பேரெ சொல்லு வாப்பா. சேக்கலாவுதீன் ஹஜ்ரத்” என்று ஒரு பெண் சொன்னார்.

“நா உங்களையா கேட்டேன். சும்மாரிங்க” என்று சப்தமாகக் கடுப்படித்தார். ஏன் அதற்கு அவ்வளவு கோபப்பட வேண்டும் என்று எனக்கு விளங்கவில்லை.

“ஒம் பேரென்னா சொல்லு”

“நீ யாருன்னு கேட்டதுக்குத்தான் ஹஜ்ரத் அவன்ற பேரெ சொல்லாம, வேறெ யார்ற பேரெயோ சொல்றான்” என்றார் இன்னொரு பெண்மணி.

மாமாவுக்கு சரியான கோபம் வந்தது. அதை ஆக்ரோஷம் என்றுதான் சொல்லவேண்டும். அந்தப் பெண் மேல் விழுந்து அறையாத குறைதான்.

“எதுக்கு நீ யாருன்டு கேட்டிங்க? அவன் யாருன்னுதான் உங்களுக்கு ஏற்கனவே தெரியுமில்ல? அப்பறம் ஏன் கேட்டிங்க?” என்று தொடங்கி பிடுங்கித் தள்ளி விட்டார். பெண்கள் ஸ்தம்பித்து நின்றனர். பையன் லேசாக ஆடிக்கொண்டே நின்றான்.

“ஒம் பேரென்னா?” என்றார் மறுபடியும்.

அவர் மறுபடி கேட்டபோது கோபத்தின் வால்கூடத் தெரியவில்லை. பெண்கள் இப்போது கவனமாக மௌனம் சாதித்தனர்.

“சேஅஅவாவுவீன்” என்று குழறியபடியே சொன்னான் பையன். அப்போது அவன் வாய் போன விதத்தைப் பார்க்க ரொம்ப பாவமாக இருந்தது.

அவனை இழுத்து அவன் தலையைக் குனிய வைத்து அதன் மீது கை வைத்து ஒரு சில வினாடிகள் ஏதோ முணுமுணுத்த மாதிரி இருந்தது. பின்பு அவன் தலையில் ஊதினார். சிகரெட் புகை அவன் முடிகளுக்குள் புகுந்து வெளி வந்தது.

“நேரா நில்லு, இப்ப நில்லு” என்று உத்தரவு போல சொன்னார்.

என்ன இது விஷப்பரீட்சை என்று தோன்றியது. பையன் முயன்றான். ஒரு சில வினாடிகள்தான். நேராகிவிட்டான். கிட்டத்தட்ட தொண்ணூறு சதவீதம் சரியாகிப்போனான். என்னால் அதை நம்பக்கூட முடியவில்லை.

பிறகு ஸ்டூலில் இருந்த ஒரு டப்பாவுக்குள்ளிருந்து ஒரு நூலை எடுத்து, இடுப்பில் கட்டுமளவுக்கு அதை வெட்டி, உள்ளங்கையில்

அதை மூடி வைத்துக்கொண்டு மாமா ஓதினார். பின் அதை அந்தப் பெண்களிடம் கொடுத்தார்.

“இடுப்புல கட்டிவுடுங்க. மூணு நாள்ல சரியாயிடும். அப்பறம் வந்து தண்ணி ஓதிக்கிடுங்க” என்றார்.

சரி என்று சொல்லிவிட்டு அவர்கள் கிளம்பினர். போகும்போது காசு ஏதும் கொடுக்கவில்லை. பைசா பிரயோஜனமில்லாமல் ஒரு அற்புதத்தை நிகழ்த்தியிருந்தார் மாமா. இதுவே அமெரிக்காவாக இருந்திருந்தால் எவ்வளவு டாலர் வசூலிக்கலாம் என்று ஒரு கணம் எண்ணினேன். ஆனால் அவர்கள் வந்ததையே மறந்துவிட்டு வேறு பேச்சுகளைப் பேச ஆரம்பித்தார் மாமா. நான் விடவில்லை.

“மாமா, அந்த பையன்ட்ட பேரெக் கேட்டிங்க. பேரெ அவுங்க சொன்னதும் கோபப்பட்டீங்க. ஏம் மாமா”

“நீ எதாவது கேட்டுகிட்டே இரி. கடைசீல என் வேலைக்கி ஒலெ வச்சிடுவே போலருக்கே” என்று சிரித்துக்கொண்டே சொல்லிவிட்டுத் தொடர்ந்தார்.

“அது ஒன்னுமில்லப்பா. மொதல்ல நோயாளி என் ‘கன்ட்ரோல்’ல வரணும். அதுக்காகத்தான் பேர் கேட்டேன். பதில இஸ்மாயில் தம்பி ராவுத்தர் சொன்னா கன்ட்ரோல் இஸ்மாயில் தம்பி ராவுத்தர்ட்ட போயிடும். நா கேக்கும்போது கேக்குறவங்க பதில் சொன்னாதான் மொறை. அதுக்குத்தான். வெளங்குனிச்சா?”

“நீ யாருன்னு கேட்டதுக்கு, அவன் வேறெ பேரெ சொல்றான்னு அவங்க சொன்னதுக்கு கோவப்பட்டிங்களே மாமா அது ஏன்?” நான் விடவில்லை.

“அங்கதான் விஷயமே இருக்கு. பேய் புடிக்கிறதுன்னா என்னான்னு தெரியுமா ஒனக்கு?” என்று கேட்டார்.

ஆஹா விஷயம் சுவாரஸ்யமடைகிறதே! நானும் அறிவழகனும் ஆர்வமாகக் கேட்கத் தயாரானோம். அறிவுக்கு நாய்களைக் கண்டால்தான் பயம். பேய்களிடம் அல்ல.

“அதாவதுப்பா, பேய்ங்குறது நம்ம சினிமாப் படங்கள்ள வர்ற மாதிரியெல்லாம் கெடையாது. பேய்ங்குறது இருக்கா, இருந்தா அது எப்புடி இருக்கும், அது என்னா செய்யும்ங்குறத அப்பறம் பாப்போம். ஆனா இப்ப வந்த பையன் ஒரு பேய் புடிச்ச கேஸ்தான். ஸ்கூலுக்கு போறதுக்கு முந்தி நல்லா இருந்தவன், போய்ட்டு வந்தவொடனெ இப்புடி ஆயிட்டான்னுதானே சொன்னாங்க?”

“ஆமா, மாமா”

“சைக்காலஜில மனுசனெ ரெண்டு வகையா பிரிப்பாங்க. எக்ஸ்ட்ராவர்ட், இன்ட்ராவர்ட் அப்புடீன்னு. எக்ட்ராவர்ட்ங்கறவன் தன்னை முன்வச்சு எந்தக் காரியமும் செய்ய மாட்டான். அவனுக்கு எப்பவுமே அடுத்தவன்தான் முக்கியம். ஆனா, இன்ட்ராவர்ட்டுங்கறவனுக்கு தான்தான் முக்கியம். அடுத்தவன் முக்கியமல்ல.”

“இந்த இன்ட்ராவர்ட் இருக்கான்ல, அவனுக்கு பேய் புடிக்காது. எக்ஸ்ட்ராவர்ட்டுக்குத்தான் பேய் புடிக்கும். சமுதாயத்துல ஒசந்த பதவியில இருக்கான் பாரு, கலெக்டர், மந்திரி இப்புடி, இவங்க யாருக்காவது பேய் புடிச்சதா கேள்விப்பட்டிருக்கியா? இருக்காது. காரணம், பதவியில உள்ளவன்லாம் பொதுவா இன்ட்ராவர்ட்டாதான் இருப்பான்.”

“ஆனா எக்ஸ்ட்ராவர்ட் இருக்காம் பாரு, அவனுக்குத்தான், நாம நாமலல்ல, வேற ஒரு மனுசன், நம்ம இப்ப இஸ்மாயில் தம்பி ராவுத்தரு, இப்ப நம்ம ஹபீப் நூர்தீன் அப்புடீங்குற கருத்தை அவன்ற உள்ளம் ஏத்துக்கும். அவன்ற மேலெ செத்துப்போன அவன் பாட்டியெ, பாட்டனெ, யாரெ வேண்டுமானாலும் ஏத்தலாம். வெளங்குதா? அப்புடி ஒரு கேஸ்தான் அந்தப் பையன்.”

எனக்கு கொஞ்சம் விளங்கிய மாதிரி இருந்தது. ஆனால் அந்தச் சிறுவன் எப்படி இதில் வருகிறான் என்பது புரியவில்லை.

“ஸ்கூலுக்குப் போன பையன் சேக்அலாவுதீன்னுதான் அவங்களுக்குத் தெரியுமே, அப்ப ஏன் நீ யாரு, ஓம்பேரு என்னான்னு கேக்கணும்? அப்ப, அவனெ சூத்தி உள்ளவங்க, அவங்களுக்கே தெரியாம, நீ இப்ப சேக் அலாவுதீன் அல்லடா, நீ வேற ஒரு ஆளு, ஓம் பேரெ சொல்லுன்னு சொல்லி, ஒரு பேயெ அவன் மேலே அவங்களே ஏத்தி வுட்டுட்டாங்க, வெளங்குதா?” என்றார்.

என்ன தவம் செய்தேனோ என்றொரு பாடல் எனக்கு ஞாபகம் வந்தது. வாழ்நாள் பூரா மாமாவின் காலில் விழுந்து கொண்டிருந்தாலும் பத்தாது. எவ்வளவு விஷய ஞானம்! எவ்வளவு ஞாபக சக்தி! வந்து போன பையன் பெயர் ஷேக் அலாவுதீன் என்ற பெயர் கொண்டவன் என்பதைக்கூட அவர் மறக்கவில்லை. பல வருஷங்களுக்கு முன் நடந்த சம்பவங்களைச் சொல்லும் போதுகூட நாள், தேதி நேரம் உட்பட சொல்லுவார்.

யாரோ வாசல் மணியை அழுத்தினார்கள்.

“தாதாவா இருக்கும் போய் திறந்து வுடு” என்றார்.

போனேன். தாதாவேதான். தாதா மாமாவின் பழைய ரிட்டையர்டு ஆன சிஷ்யர்களில் ஒருவர். அந்தக் காலத்தில் ரொம்ப வீர்யமாகக் கேள்விகள் கேட்டு வந்தவராம். மாமாவே சொல்லியிருக்கிறார். தாதா நல்ல உயரம். ஃப்ரெஞ்சு தாடி. தோளில் ஒரு துண்டு எப்போதும் இருக்கும். எப்போதுமே ரொம்ப அன்பாகவும் கிண்டலாகவும் பேசுவார். மாமாவிடம் ரொம்ப உரிமையாகப் பேசுபவர்களில் அவரும் ஒருவர்.

தாதா வந்து உட்கார்ந்ததும் மின்சாரம் போனது.

“அந்த முட்டெ வெளக்கெ ஏத்து ஈஸ் சாபு” என்று சிகரெட் லைட்டரை அடித்துக்கொண்டே சப்தம் கொடுத்தார் மாமா.

கொஞ்ச நேரத்தில் யூசுப் சாபு முட்டை விளக்கொன்றை மாமாவுக்குப் பின்பக்கம் ஏற்றி வைத்துவிட்டு, இன்னொரு விளக்கைக்கொண்டு வந்து மாமாவின் நாற்காலிக்கு எதிரே இருக்கும் ஸ்டூலில் வைத்தான். “எமர்ஜென்ஸி லைட் வேணுமா?” என்று கேட்டான்.

“எதுக்கு இப்ப?” என்று மாமா திருப்பிக் கேட்கவும் அவன் போய் விட்டான்.

“ம், சொல்லு” என்று தாதா வைப் பார்த்து மாமா கேட்கவும்,

ஸ்டூலில் இருந்த விளக்கு காற்றில் அணைந்து போகவும் சரியாக இருந்தது.

நான் மாமாவையே கவனித்துக் கொண்டிருந்தேன். பின்னால் இருந்த முட்டை விளக்கின் வெளிச்சம் எனக்குப் போதுமானதாக இருந்தது. மாமா தனக்கு எதிரில் இருந்த முட்டை விளக்கை முறைத்துப் பார்த்த மாதிரி இருந்தது. பட்டென்று விளக்கு மறுபடி எரிந்தது. என் கண்முன் அந்த அதிசயம் நடந்தது. அறிவு கவனிக்கவில்லை. எனக்கு படபடத்தது.

தாதா கவனித்தாரா என்று தெரியவில்லை. அவர் வழக்கம் போல பேசிக் கொண்டும் தான் வந்த வேலையைப் பற்றி விளக்கிக் கொண்டும் இருந்தார். சட்டென்று கரெண்ட் வரவும் தாதா பேசி முடிக்கவும் சரியாக இருந்தது.

"அப்ப நா பொய்ட்டு வர்றேன். உத்தரவு குடுங்க" என்றார் தாதா.

"சரி வா" என்றார் மாமா. தாதா தயங்கி நின்றார்.

"என்னா?" என்றார் மாமா.

"இல்லெ, இருட்டுல, அந்த முட்டெ வெளக்கு மறுபுடியும் எரிஞ்சிச்சே, அதெ நா கவனிச்சேன். அது சரியா அமந்து போவலேன்னு நெனக்கிறேன் சரிதானே?" என்றார்.

எனக்கு தாதாவை நினைத்து ஆச்சரியமாக இருந்தது. ஒரு காலத்தில் பயிற்சிகளைச் செய்து வந்தவர் அல்லவா, அந்த வீச்சின் மிச்சம் இன்னும் ஒட்டிக்கொண்டுதான் இருந்தது. மாமா என்ன சொல்லப் போகிறார் என்று தெரிந்து கொள்ளவும் ஆர்வமாக இருந்தது. அறிவும் இப்போது உஷாராகி கவனிக்கத் தொடங்கினான்.

"இந்த சந்தேக புத்தி வந்ததுனாலதான் எல்லாமே குட்டிச் சுவராப் போனுச்சு. இன்னும் ஒனக்கு புத்தி வரலெயா?" என்று மாமா திட்டினார்.

"இல்லே ஹஜ்ரத், அணைஞ்சு போன முட்டெ வெளக்கு மறுபுடியும் ஏத்தாம எப்புடி எரியும்டு கேட்டேன்" என்று பிடிவாதமாகச் சொன்னார்.

மாமா அந்த முட்டை விளக்கை எடுத்தார். ஊதி அதை அணைத்தார்.

"இப்ப பாரு, சரியா அணைஞ்சிருச்சா?" என்று தாதாவின் முகத்துக்கு நேரே நீட்டினார். தாதாவும் சிரித்துக்கொண்டே வாங்கி முகர்ந்து பார்ப்பது போல் பார்த்துவிட்டு, "ம் சரியா அணைஞ்சிருச்சு" என்றார்.

“அணைஞ்ச வெளக்கு எப்புடி எரியும்டு கேட்டீல்ல? இப்புடித்தான்” என்று சொல்லி விளக்கின் திரியை ஒரு கணம் முறைப்பது போல் பார்த்தார். பட்டென்று ஜ்வாலை பீறிட்டெ ழுந்தது. நெருப்புக்குச்சி வைத்துக் கொளுத்திய மாதிரியே எரிந்தது.

தாதாவின் முகம் வியர்த்து விட்டிருந்தது. ஒன்றும் சொல்லவில்லை. மாமாவின் கால்களில் கை வைத்து கண்ணில் ஒற்றிக்கொண்டு எழுந்து போய்விட்டார்.

கொஞ்ச நேரம் நாங்கள் ஒன்றும் பேசவில்லை. மாமா டீ குடித்து முடிக்கட்டும் என்று நான் காத்திருந்தேன். டீ குடித்தவுடன், ரொம்ப பவ்யமாக அந்த டீ க்ளாஸை அறிவு வாங்கிக்கொண்டு போனான், வழக்கம்போல. அவனுடைய பவ்யம் எனக்கு எப்போதுமே சிரிப்பை வரவழைக்கும். முதலமைச்சருக்கு வழங்கப்பட்ட ‘புக்கெ’யை அதீத மரியாதையுடன் வளைந்து வாங்கிச் செல்லும் ஸஃபாரி அணிந்த அதிகாரியின் ஞாபகம் வரும்.

“மாமா, அது எப்புடி மாமா?” என்னால் கேட்காமல் இருக்க முடியவில்லை.

“எது என்னா? வெளக்கு எரிஞ்சதா?”

“ஆமா”

“மொதல்ல, ஆச்சரியப்படுறது வுடு. ஆச்சரியப்படுறது ஹராம். நா ஏக்கனவே சொல்லியிருக்கேன். எதைப் பாத்து நீ ஆச்சரியப்படுறியோ, அதெ அடையுற தகுதி எனக்கு இல்லேன்னு ஒம்மனசு பேசுறதா அர்த்தம்.”

தெரியும். கிட்டத்தட்ட பாலபாடம் மாதிரி அவர் சொல்லி வைத்திருந்ததுதான். ஆனாலும் இந்த பாழாய்ப்போன மனசு ஆச்சரியப்பட்டே பழக்கப்பட்டுவிட்டது.

“நா மதுரஸாவுல ஓதும்போது ஒருதடவெ கண்ணாலெ பார்த்தே பூட்டெ ஒடச்சிக்கிறேன். வேற வழியில்லாமத்தான். முக்கியமான புக்கெ உள்ளெ வச்சு பூட்டிட்டு போய்ட்டாரு எங்க உஸ்தாது. அந்த புக்கெ எப்புடியும் எடுக்க வேண்டிய கட்டாயம். அலிகார் பூட்டு. அப்பல்லாம் அலிகார் பூட்டுத்தான் ரொம்ப பிரபலம். ரொம்ப பாதுகாப்புன்னு நெனப்பு”

நான் காத்திருந்தேன்.

“அந்த பூட்டெ எப்புடி ஒடச்சேனோ அப்புடித்தான் இந்த வெளக்கையும் ஏத்துனேன்”

“அதுதான் எப்புடி மாமா?”

"இந்த பாருப்பா, இந்த ரூட்டுல, எப்புடிங்குற கேள்வியே கெடையாது. எப்புடின்னு கேக்குறது ஷைத்தானியத்து. சந்தேகம் வந்துடுச்சுன்னா, அது உண்மையான அறிவுக்கு தடையாயிடும். ஆண்டவன் எல்லாத்தையும் பார்ப்பான், கண்ணில்லாம. எல்லாத்தையும் கேப்பான், காதில்லாம. எப்புடின்னு கேட்டா அதுக்கு பதில் கெடையாது. அது அப்புடித்தான். இந்த இஸ்மை[1] ஓதுங்க, இன்ன ரிசல்ட் வரும்னு சொல்லுவாங்க. வரும். எப்புடீன்னு கேட்டா, உங்களுக்கு கொடுத்திருந்த அனுமதி 'கட்'டுன்னு சொல்லிடுவாங்க எங்க உஸ்தாதுமாருவ"

"சமயத்துல அவங்க ஓத சொல்லுற இஸ்முகள் அரபி இலக்கணப்படி தவறா இருக்கும். ஆனா, சரியா ஓதுனா ரிசல்ட் வராது. அவங்க சொன்னபடி தவறா ஓதுனாத்தான் வரும். இந்த 'ரூட்'டுல கைஃபியத், அதாவது எப்புடிங்குறது கெடையாது. வெளங்குதா?"

எனக்கு திருப்தி ஏற்படவில்லை.

"போவப்போவ ஒனக்கே புரியும்."

"ஒரு க்ளூவாவது குடுங்க மாமா" நான் கெஞ்சுவதுபோலக் கேட்டேன்.

மாமா சிரித்தார்.

"இந்த பாரு ஜுனைத், ஒன்னெ மொதல்லெ புரிஞ்சுக்க. நாமலும் நமக்கு வெளியில உள்ள பொருளும் ஒண்ணுதான். நம்மோட எக்ஸ்டென்ஷன்தான் இந்த பிரபஞ்சம். நமக்கும் நமக்கு வெளியில் உள்ள பொருளுக்கும் எடையில தொடர்பு இல்லேன்னுதானே நெனைக்கிறே? தொடர்பு இருக்கு. ஆனா கண்ணுக்குத் தெரியல. அவ்வுளவுதான். அதெ அனுபவத்துல புரிஞ்சுக்கும்போது, அந்த 'லிங்க்'கெ ஒணரலாம். அப்ப கண்ணால பூட்டெ தெறக்கலாம். லைட்டெ ஏத்தலாம். இங்கெ உக்காந்துகிட்டே அங்கெ உள்ள ஸ்விட்ச்செ போடலாம். எல்லாம் செய்யலாம், வெளங்குதா?"

நான் மௌனமாக இருந்தேன். ஆனால் அவர் பேசியதையெல்லாம் வழக்கம்போல பதிவு செய்து கொண்டிருந்தேன்.

"நீ அப்புடீங்குறது ஒரு வட்டம். அறிவு ஒரு வட்டம். நா ஒரு வட்டம். நம்ம மூணு பேரும் தனித்தனி வட்டங்கள். ஆனால்

1. **இஸ்ம் - திரும்பத் திரும்ப ஓதி, உருவேற்றச் சொல்கின்ற அரபி வார்த்தைகள். அவைகள் இறைவனின் பெயர்களாக பெரும்பாலும் இருக்கும்.**

நம்ம மூணு பேரையும் எணைக்கிற ஒரு பெரிய வட்டத்துக்குள்ள நாம மூணு பேரும் இருப்பதா கற்பனை பண்ணு. அப்புடிப் பண்ணப் பண்ண, அது கற்பனையல்ல, நம்ம எல்லாரையும், எல்லாத்தையும் எணைக்கிற ஒரு பெரிய வட்டம் ஒண்ணு இருக்குதுங்குறது உண்மைதான்னு புரிய ஆரம்பிக்கும். அப்ப, எம் மனசுல உள்ளது ஒனக்கு வரும், ஒம்மனசுல உள்ளது எனக்கு வரும். நம்ம மூணு பேரும் ஒண்ணுதான், நா வேற நீ வேற அல்லங்குற உண்மெ அப்பதாம் புரியும், வெளங்குதா? "செத்த அமுக்கி வுடுறிங்களா?" என்று கேட்டுவிட்டு எழுந்து கொண்டார்.

அமுக்கி விடச்சொல்லும் மாமா உள்வட்டத்திலிருந்து பேசியவர். விளக்கை கண்களால் ஏற்றிய மாமா வெளிவட்டத் தோடு இணைந்தவர்.

விளங்கியது.

13

நிகழ்காலத்தின் எதிர்காலம்

சாயங்கால நேரத்தில் கடைத்தெருவுக்கு போவது எனக்கு ரொம்பப் பிடிக்கும். ஆறு மணிக்கு மேல்தான் மார்க்கெட் வாசலில் தள்ளுவண்டி ஸ்வீட் கடை நிற்கும். அதில் குலாப்ஜான் வாங்கி சாப்பிட்டால், ம்ஹூம், முழுங்கினால் அதன் சுகமே அலாதி. குலாப்ஜான் ஞாபகம் வந்ததும் கிளம்பி விட்டேன். விடுமுறையில் ஊருக்கு வருவதில் நிறைய பிரயோஜனம் இருக்கத்தான் செய்கிறது!

புடவைக்கடை முனை திரும்பும்போதே தாஹா பார்த்து விட்டான். கோமுட்டிச் செட்டியார் பள்ளிக்கூடத்தில் என்னோடு படித்தவன். அம்மை வார்த்த முகம், பரந்த நெற்றி, அகலமான மார்பு, சுருள் முடி, பஜாரில் சிங்கப்பூர் கடை வைத்திருந்தான். (வெளி நாட்டு பொருள்கள் விற்கும் கடைகளை எங்கள் ஊரில் சிங்கப்பூர் கடை என்றுதான் சொல்லுவார்கள்).

"வா மாப்ளே, வா, வந்து டீ அடி வா" என்றான். டீ அடி என்று சொன்னது அவன் பாஷை. டீ குடி என்றுதான் அர்த்தம்.

"குலாப்ஜான் திங்கிறியா?" என்றேன்.

"ம்ஹூம். வாணாப்பா. 'தம்'மோட டேஸ்ட் போயிடும்" என்றவன் சிகரெட்டை கீழே போட்டு செருப்பால் தேய்த்து அணைத்துவிட்டுத் தொடர்ந்து, "என்னாப்பா உங்க ஹஜ்ரத்து இப்புடி செஞ்சிட்டாஹா?" என்றான்.

'உங்க ஹஜ்ரத்து' என்று அவன் சொன்னது எனக்கு ஒரு மாதிரியாக இருந்தது. எங்களோடு அவனும்தான் சிஷ்யர் குழாமில் இருந்தான். எனக்குத் தெரிந்து நான்கு வருடங்களாக

இருந்திருக்கிறான். எல்லாப் பயிற்சிகளும் அவனும்தான் செய்து வந்தான். பயிற்சி என்றவுடன் அவன் சம்பந்தப்பட்ட ஒரு விஷயம் எங்கள் எல்லாருக்கும் ஞாபகம் வந்துவிடும்.

ஒருமுறை மாமா எங்களுக்கு focus பண்ணுவது என்று ஒரு பயிற்சி கொடுத்திருந்தார். நாம் நினைத்த காரியத்தை முடிப்பதற்கான பயிற்சிகளில் அதுவும் ஒன்று. (நினைத்த காரியம் கற்பழிப்பதாக, கொள்ளையடிப்பதாக இருந்தால் என்றெல்லாம் கேட்கக் கூடாது. யாருக்கும் தீங்கு செய்வதற்கு அனுமதியில்லை. அப்படி செய்தால், 'சல்புன் நிஅமத்' வந்துவிடும் என்று மாமா எங்களை பயமுறுத்தி வைத்திருந்தார். 'சல்புன் நிஅமத்' என்றால் வேறு ஒன்றுமில்லை, கொடுக்கப்பட்ட அருள் பறிக்கப்பட்டுவிடும் என்று அர்த்தம். அதன் பொருட்டாவது தீங்கான காரியத்தை நினைக்காமல் இருக்கட்டுமே என்று மாமா சொல்லியிருக்கலாம். ஏனெனில், இதுவரை யாரும் எந்த கெட்ட காரியத்தையும் முடிக்க நினைத்ததாகத் தெரியவில்லை. முயன்றிருந்தால்தானே, அது நடக்கிறதா அல்லது கொடுக்கப்பட்ட அருள் பறிக்கப்பட்டதா என்று தெரியும்?)

Focus என்ற அந்த வார்த்தை தாஹாவுக்கு ரொம்ப பிடித்துப் போனது. ஒரு குறிப்பிட்ட முறையில் உட்கார்ந்து, குறிப்பிட்ட முறையில் சிந்தனையை அனுப்பும் பயிற்சி அது. ஒரு நாள் தாஹாவிடம் ஒருவர் வந்து, சிகரெட் லைட்டர் என்ன விலை என்று கேட்டிருக்கிறார். அதற்கு உடனே அவன், "உஷ், நா ஃபோகஸ் பண்ணிக்கிட்டிருக்கிறேன், என்னெ டிஸ்டர்ப் பண்ணாதிங்க" என்று சிகரெட்டை ஸ்டைலாக ஊதிக்கொண்டே சொல்லியிருக்கிறான்.

இந்த விஷயத்தை யாரோ ஒரு சிஷ்யர் மாமாவிடம் பற்ற வைத்துவிட்டார். அடுத்த செஷனில் மாமா தாஹாவை வாங்கு வாங்கென்று வாங்கிவிட்டார்.

"சிகரெட்டெ ஊதிக்கிட்டு ஃபோகஸ் பண்ணீங்களோ? ஃபோகஸ்னா நா என்னா சொல்லியிரிக்கிறேன்?" என்று கேட்டார்.

"இல்லெ, உங்களெ நெனச்சுக்கணும். நீங்க என்னென்ன செய்விங்கன்னு கற்பனெ பண்ணனும்னு சொல்லிக்கிறீங்க" என்றான் அப்பாவியாக தாஹா.

"நா அப்புடியா சொன்னேன்? இப்புடித்தான் நா சொன்னதை புரிஞ்சு வச்சிக்கிறீங்களா? ஹஜ்ரத் இப்ப என்னா செய்வாஹான்னா நெனைக்கிறது? நா கொட்டெயெ சொறிஞ்சுகிட்டிருப்பேன். அப்ப நீங்களும் ஃபோகஸ் பண்ணும்போது என்னெ நெனச்சு கொட்டெயெ சொறிவீங்களா?"

சிரிப்பதா வேண்டாமா என்று செஷன் யோசித்துக் கொண்டிருந்தது. மாமா எப்போதுமே அப்படித்தான். அடிக்கடி அழகான சொற்களை எந்தவித கட்டுப்பாடும் இன்றி பயன்படுத்துவார். நல்லது என்று நாம் நினைப்பதிலிருந்தும், கெட்டது என்று நினைப்பதிலிருந்தும் விடுபடுவதற்கு அது ஒரு வழி என்றும் விளக்கியுள்ளார். உடனே அதை விடாப்பிடியாக பல சிஷ்யர்கள் பின்பற்றி விடுபட ஆரம்பித்து விட்டார்கள்!

“சரி, நா மௌத்தாப் போயிட்டேன்னு வச்சுகுங்க, அப்ப ஃபோகஸ் பண்ணுவிங்களா மாட்டிங்களா? அப்ப என்னைப் பத்தி என்னா நெனைப்பீங்க? ஹஜ்ரத் இப்ப குழியில கெடப்பாஹா! ஹஜ்ரத் இப்ப முன்கர் *நகீர்* [1]ட்ட பதில் சொல்லிக்கிட்டு இருப்பஹா இப்புடி நெனப்பிங்களா?”

என்னால் சிரிப்பை அடக்க முடியவில்லை. மாமாவால்தான் அப்படிப் பேச முடியும்.

“ஒரு பிரச்சனையைப் பத்தி நெனைக்கிம்போது, ஹஜ்ரத் இந்த பிரச்சனையெ ‘டீல்’ பண்ணினா, எப்புடி ‘டீல்’ பண்ணுவஹான்னு நெனைக்கச் சொன்னேன். என்னை மாதிரி நாக்காலில உக்கார்ந்துகிட்டு சிகரெட் ஊதவா சொன்னேன்? நாந்தான் சொல்லிக்கிறேன்ல? என்னை பின்பத்த வாணா, நா காட்ற வழியில மட்டும் போங்கன்னு?”

பொரிந்து தள்ளிவிட்டு ஒரு தம் பற்ற வைத்துக் கொண்டார்.

தாஹாவைப் பார்த்ததும் அந்த நிகழ்ச்சிதான் உடனே யாருக்கும் நினைவுக்கு வரும். பணப்பிரச்சனையின் தொடர்பில், திடீரென்று அவனை இனி வரவேண்டாம் என்று மாமா சொல்லிவிட்டார் என்று கேள்விப் பட்டேன். சுல்தான்தான் இந்த விஷயத்தை என்னிடம் முதலில் சொன்னார். அவர்தானே மாமாவுக்கு பி.ஏ. மாதிரி இருந்தார்!

“என்னாடா, என்னா விசயம்? நானும் கேள்விப்பட்டேன். ஆனா நீ சொல்லு?” என்றேன்.

“நீ என்னா கேள்விப்பட்டா? அதெ மொதல்ல சொல்லு”

“இல்லடா, சுல்தாந்தான் சொன்னாரு. ஏதோ பண விசயத்துல ஹஜ்ரத்து ஒம்மேலெ கோவப்பட்டு இன்னமே வரவேணான்டு சொல்லிட்டாஹான்டு சொன்னாரு”

1. முன்கர் நகீர் - சவக்குழியில் கேள்விகள் கேட்க நியமிக்கப்பட்ட வானவர்கள்

“ஆங், அவரு பெரிய லாடு லங்கோட்டு... அவருக்கு என்னா, கோடீஸ்வரன் ஊட்டு புள்ளெ.. நம்ப அப்புடியா சொல்லு” என்றான்.

“டேய், என்னான்டு சொல்லு”

“மாப்ளே, கொஞ்ச நஞ்ச காசல்லடா, ரெண்டு லச்ச ரூவா” என்றான்.

எனக்கு ஆச்சரியமாக இருந்தது. அவ்வளவு பணம் அவனுக்கு எங்கிருந்து கிடைத்தது? வாங்கினானா கொடுத்தானா? ஏதோ ஹஜ்ரத் மனம் நோகும்படி பேசியதாக அல்லவா கேள்வி?

“ரெண்டு லச்ச ரூவா, வாங்குனியா?” என்றேன்.

“வாங்குனியா, கும்மால, சொளையா குடுத்தன்டா” என்றான். அப்படி சொல்லும்போது லேசாக அவன் வாய் பிளந்தது. ஆச்சரியப்படுவது மாதிரி.

“யார்ட்ட குடுத்தா?”

“யார்ட்டயா, ஒனக்கு ஒண்ணுமே தெரியாதா?”

“டேய், சத்தியமா தெரியாது. நா இந்த மாதிரி விசயங்கள்ல கலந்துக்கிறதும் இல்லெ, பேசுறதும் இல்லெ, ஒனக்குத்தான் தெரியும்ல?”என்றேன்.

“ஆமாமா, நீ சொல்றதும் சரிதான்டா. ஹஜ்ரத்துதான் வாங்குனஹா. புது வூடு கட்டுறதுக்கு பணம் தேவப்படுது. பேங்க்குல லோன் போட்டிக்கிறோம். அது வந்தவொன்ன குடுத்துடுறேன். நீங்க குடுங்க தாஹான்டு கேட்டஹா. ஒரு வேளெ அது டிலே ஆனா, மாசா மாசம் உங்களுக்கு அஞ் சாயிரம் குடுத்துடுறேன்டு சொன்னாஹா. குரு சொல்லும்போது, நம்ப எப்புடிடா குடுக்காம இரிக்கிறது சொல்லு?” என்று நிறுத்தினான்.

என்னால் நம்பவே முடியவில்லை. இரண்டு லட்ச ரூபாயை மாமா எதற்காக தாஹாவிடம் வாங்க வேண்டும்? நினைத்தால் எவ்வளவு லட்சம் வேண்டுமென்றாலும் அவரால் இழுத்திருக்க முடியுமே? குழப்பமாக இருந்தது. ஆனால் தாஹா பொய் சொல்ல மாட்டான். பயிற்சிகளை வேண்டுமானால் தீவிரமாகச் செய்யாதவனாக இருந்திருக்கலாம். ஆனால் இந்த விஷயத்தில் ஏன் பொய் சொல்ல வேண்டும்?

“ரெண்டு வருசம் ஆச்சுடா குடுத்து. எங் குடும்பம் தெருவுலயா நிக்கிறது? ஒரு மாசம் அஞ்சாயிரம் குடுத்தஹா. அவ்வுளவுதான். அப்பறமா நா போய் கேக்கும் போதெல்லாம் பணம்

இல்லெ அப்பறமா தர்றேண்டு சொல்லிட்டாஹா. நா எம் பொண்டாட்டியெ உட்டுகூட கேட்டு பாத்தேன். ம்ஹூம். குடுக்கவே இல்லெ. இந்த பணப்பேச்செ எடுத்துகிட்டு இன்னமே இங்கெ வராதேங்குறஹா. என்னாடா நியாயம் சொல்லு? கடைசிலெ பணங்குடுக்குறிங்களா இல்லயா ஹஜ்ரத்துன்டு நானே போய் கேட்டேன். அவுஹ மரியாதையெ அவுஹலே கெடுத்துக்கிட்டாஹா. அப்பறந்தான் ஒரு லச்ச ரூவா வந்துச்சு. இன்னயோட ஒண்ணே முக்கா வந்திக்கிது. இன்னமே செஷனுக்கு வரவானான்னு சொல்லிட்டாஹளாம். நல்லதாப் போச்சு. நா *பெரிய எஜமான்*[2]ட்டெயே எல்லாத்தெயும் உட்டுபுட்டேன்"

அவன் சொல்லி முடித்து விட்டான். ஆனால் என்னால் புரிந்து கொள்ள முடியவில்லை. பணத்துக்காக மாமா இப்படி செய்திருக்க முடியாது. இதில் சுல்தான் ஏதோ விளையாடி இருக்க வேண்டும் என்று தோன்றியது. சிஷ்யர்களில் சிலரை அதிகமாக நம்பி மாமா மோசம் போகிறார் என்று தோன்றியது. மாமாவால்கூட மோசம் போக முடியுமா? மாமாவாவது இரண்டு லட்ச ரூபாயை தாஹாவிடம் கேட்பதாவது!

அப்போது மணி இரவு இரண்டுக்கு மேலாகி விட்டிருந்தது.

2. பெரிய எஜமான் - நாகூரில் அடங்கியிருக்கு இறைநேசர் ஷாஹுல் ஹமீது ஆண்டகை அவர்கள்.

மாமாவுக்கு நல்ல மூடு. சிகரெட் மேலே சிகரெட். டீக்கு மேலே டீ குடித்துக் கொண்டே பேசிக்கொண்டிருந்தார். நான் கேட்ட ஒரு முக்கியமான கேள்வி பற்றிய பேச்சு அது. முக்கியமான என்றால் எனக்கு! எதிர்காலத்தை ஒருவன் தெரிந்து கொள்ள முடியுமா என்று கேட்டேன். அதற்குத்தான் பதில் சொல்லிக்கொண்டிருந்தார்.

"ரஷ்யால அவ்ஸ்பென்ஸ்கின்னு ஒருத்தன் இருந்தாம்ப்பா. அவனுக்கு ஒரு கேள்விக்கி பதில் தேவைப்பட்டிச்சு. அது என்னா கேள்வின்னா, நீ கேட்ட மாதிரித்தான். ஆனா கொஞ் சம் வித்தியாசமா. அதாவது, ஒரு மனுசன், அவன் எறந்து போற தேதியை தெரிஞ்சுக்க முடியுமாங்குறதுதான் அவன்ற கேள்வி."

"குர்ஜீஃப்னு ஒரு ஜெர்மன் ஞானியெ அவன் சந்திச்சிருக்கான். எறந்து போற தேதியெ தெரிஞ்சுக்கிறது மட்டுமல்ல, அதெ மாத்தவும் முடியும்டு அவன் சொல்லிக்கிறான். அவ்வுளவுதான். அந்த குர்ஜீஃப் கூடவே ஆறு வருசம் இரிந்திக்கிறான். அந்த ஜெர்மன் ஞானி சொன்னதையெல்லாம் ஒரு புஸ்தகத்துல பதிவு பண்ணி அப்பறம் In Search of the Miraculous-ங்குற பேர்ல அதெ வெளியிட்டான்."

நான் அந்த புத்தகத்தின் பெயரை மனதுக்குள் குறித்துக் கொண்டேன். அடுத்த முறை லாண்ட் மார்க் போகும்போது தேடவேண்டும் என்றும் திட்டம் வகுத்துக் கொண்டேன்.

"ஆனா அவ்ஸ்பென்ஸ்கி குர்ஜீஃப் பின்னால ஒரு வியப்படஞ்சு போனான். அதுல வியப்படையுறதுக்கு வேலெயே இல்லெ. வருங்காலம்னு ஒன்னு கெடையாதப்பா. நா மொதல்லயே சொல்லிக்கிறேன். இப்ப நாம இப்புடி இரிக்கிறதுக்கு காரணம், இது நாள் வரைக்கிம் நாம இருந்து வந்ததுதான்னு புரிஞ் சிக்கணும். இப்புடி புரிஞ்சிக்குறதுதான் நம்ம வாழ்க்கையோட முதல் பொன்னான தருணம். அப்புடீன்னா, இப்ப நாம எப்புடி இரிக்கிறமோ அதுதான் நாளைக்கி நம்மட எதிர்காலத்தெ உருவாக்கும்னு புரிஞ்சிக்கிறது ரெண்டாவது பொன்னான தருணம். அப்ப, ப்ரெசண்ட், பாஸ்ட், ஃப்யூச்சர் எல்லாமே ஒரே கோடுதான்"

எனக்கு குழப்பமாக இருந்தது. "இல்லெ மாமா, எதிர்காலம்னு ஒண்ணு இல்லேன்னு சொன்னா, நாளைக்கி நடக்கப் போறது நமக்கு ஏன் தெரிய மாட்டேங்குது?"

"தெரிஞ்சுட்டா, எதிர்காலம் இல்லேன்னு ஒத்துக்குவியா?"

"இல்லெ மாமா, கொழப்பமா இரிக்கிது?"

“எதிர்காலம்னு ஒண்ணு இல்லேன்னு நா சொல்றேன். நாளைக்கி நடக்கப் போறது ஏந்தெரியலேன்னு நீ கேக்குறா. ரெண்டும் வேறெ வேறெ கேள்வி. இன்னக்கி சரியா நீ வாழலெ. அதுனாலதான் எதிர்காலம் ஒனக்குத் தெரியலேன்னு நா சொல்றேன்”

“அப்ப ஜோஸ்யம், ஜாதகம், கிரஹக் கோளாறு எல்லாம் சொல்றாங்களே மாமா? அது என்னா?”

“அதாம்பா சொல்றேன். மனுசன் ஒரு பத்து பேரெ எடுத்துகிட்டீன்னா, அதுல ஒம்போது பேரு ரொம்ப சாதாரணமானவன். அதாவது விழிப்புணர்வு இல்லாதவன். அவன்ற நிகழ் காலம் நமக்கு தெரிஞ்சிருச்சுன்னா, எதிர்காலத்தெ துல்லியமா சொல்லிடலாம்.”

“எப்புடி? ஒருத்தனுக்கு எதிர்ல ஒரு தட்டுல ஒரு கேக்கு இரிக்கிது. அதெ அவன் வலது கையால எடுத்து வாய் கிட்ட கொண்டு போயிடுறான். இது நிகழ் காலம்னு வச்சுக்க. அப்ப அவன்ற எதிர்காலம் என்னா சொல்லு பாக்கலாம்“

“அந்த கேக்கெ சாப்புடுவான்” என்றேன் நான்.

“அதுதான் சொல்றேன். நூத்துக்கு தொன்னூத்தொம்போது சதவீதம் அந்த கேக்கெ அவன் தின்டுடுவான். அதாவது அவன் பைத்தியமா இல்லாத பட்சம். ஒருவேளை அவன் பைத்தியமா இருந்தான்னா, அந்த கேக்கெ தூக்கி எரியலாம். மூஞ்சில தடவிக்கலாம். ஒம்மேல போடலாம். நெறய சாத்தியமிருக்கு. ஆனால் அவன் சாதாரண மனுசனா இருக்கிற பட்சம், அவன்ற எதிர்காலம் ரொம்ப துல்லியமா நிகழ் காலத்துலெயே வரையறுக்கப்பட்டிருக்கு. அதாவது அவனே அவனுடைய நிகழ்காலச் செயல்கள் மூலமா வரையறுத்து வச்சிட்டான். வெளங்குதா?”

“ஆனா அந்த மனுசன் ஒரு இஸ்மாயில் தம்பி ராவுத்தராகவோ, ஒரு ஹபீப் நூர்தீனாகவோ இல்லாத பட்சம், அதாவது, நீயாவோ நானாவோ இருந்தா, நம்ம எதிர்காலத்தெ நம்மலத் தவிர வேற எவனாலயும் சொல்ல முடியாது. வெளங்குதா?”

“சரி மாமா, நம்ம எதிர்காலத்தையே நம்ம பாத்துக்குறது எப்புடி?” நான் இழையை விடவில்லை.

“அட அதாம்பா சொல்றேன், மொதல்ல நிகழ்காலத்தெ நீ நெனக்கிற மாதிரி உருவாக்கி வாழ்றது எப்புடீன்னு வெளங்கிக்க. அதெ சரியா பண்ணுனீன்னா எதிர்காலம் துல்லியமா ஒங்கண்ணுல தெரியும். கண்ணுலேன்னா மனசுல.”

“அப்ப நம்ம செத்துப்போவக் கூடிய தேதி கூட தெரியுமா மாமா?”

“தேதி என்னா, நேரம், நாள், வினாடி உட்பட சொல்லலாம். வேணும்னா தேதியெ மாத்தவும் முடியும்“

“அது எப்புடி மாமா?”

“அது ரொம்ப சிம்பிளப்பா. ஒரு லட்சியம் வச்சுக்கணும். ஒரு உயர்ந்த லட்சியம். அதுக்காக பாடுபடணும். அப்புடி வச்சிட்டீன்னா, அதெ அடையுற வரைக்கிம் ஒனக்கு சாவே வராது. ஆனா ஒரு விசயம், என்னைக்காவது ஒரு நாளைக்கி சாவுறதுக்கு ரெடியா இருக்கணும். சாவெ தள்ளிப் போடுறதுக்கு ஒரு முக்கியமான காரணம் இருக்கணும். சும்மா ஆசைக்காக தள்ளிப் போட முடியாது. வெளங்குச்சா?” என்றார்.

“சரி இன்னொ ஒரு சேதி சொல்லவா?”

“சொல்லுங்க மாமா”

“அவனையும் எலுப்பு” என்றார்.

படுத்திருக்கும்போது, கை தானாகவே மேலே வருகின்ற பயிற்சி பற்றி முதல் செஷனில் சொல்லிக் கொண்டிருந்தார். அப்போது அறிவு என் காதில் கிசுகிசுத்தான். நான் சும்மா இருக்காமல் பட்டென்று அவன் சந்தேகத்தை எல்லார் முன்னிலையிலும் உடைத்து விட்டேன்.

“மாமா, அறிவுக்கு ஒரு சந்தேகம்.”

“என்னா?”

“கை தானா மேலெ வரணும்னு சொல்றிங்களே, அது மல்லாக்க படுத்துகிட்டு இருக்கும்போதா, குப்பற படுத்துகிட்டு இருக்கும்போதான்டு கேக்குறான்” என்றேன். அனைவரும் சிரித்தபோது லஜ்ஜாவதனானான் அறிவு.

“அருமையான கேள்வியப்பா. இதுக்காகவா முன்னூறு மைல் தூரத்துலேந்து வர்றா? குப்பற படுத்துகிட்டு கையெ எப்புடி தூக்குவா? எனக்கு வெளங்கலயே...எனக்கு வேற ஒண்ணு ஞாபகம் வருது. ஒரு டாக்டரு என்னெ பாக்க வந்திருந்தாரு. ஒடம்பெ பாக்க அல்ல. என்னெப் பாக்க. அப்ப அவருக்கு நா ஒரு மருந்து சொன்னேன்.”

“இந்த ஆட்டுட கொட்டெ இரிக்கிது பாருங்க, அதெ பொரிச்சு சாப்ட்டா, நல்லதுன்னு சொன்னேன். ஒடனே அவரு, ‘ஹஸ்ரத், எனக்கு ஒரு சந்தேகம்’, அப்புடீன்டாரு. என்னா சந்தேகம்டு கேட்டேன்.”

“இந்த ஆட்டு கொட்டேன்னு சொன்னிங்களே, அது ஆணாட்டுக் கொட்டெயா இல்லெ பொண் ஆட்டு கொட்டெயான்டு கேட்டாரு.”

இந்த இடத்தில் எழுந்த சிரிப்பு அடங்க கொஞ்ச நேரம் ஆனது. சிரிப்பதற்காகவே வந்து உட்கார்ந்திருந்தவர்களையும் அப்போது இனம் காண முடிந்தது. மாமா தொடர்ந்தார்.

“கேட்ட ஒடனே அவருக்கே அபத்தமான கேள்விங்குறது வெளங்கிடுச்சு. சிரிச்சிட்டாரு. அந்த மாதிரில்ல இரிக்கிது நீ கேட்ட கேள்வி”

மாமா சொல்லவும் அறிவழகன் தலை குனிந்து கொண்டான். நிச்சயமாக என்னை செமையாகத் திட்டுவான். செஷனில் நடந்த ஜோக் நிகழ்ச்சிக்குப் பிறகு, கொஞ்சம் வெட்கம் வர, இரவு ஒரு மணிக்கு மேல் அறிவு தூங்கிப் போயிருந்தான். அதற்குப் பிறகு இரண்டாவது செஷனிலும் ரொம்ப நேரம் அவனால் விழித்திருக்க முடியவில்லை. வற்புறுத்தித் தூங்கிக் கொண்டிருந்தான். அவனை இப்போது மாமா எழுப்பச் சொன்னார்.

தொட்டவுடனேயே எழுந்து கொண்டான் அறிவு.

“போய் மூஞ்செ கலுவிட்டு வாங்க. ஒரு முக்கியமான சேதி சொல்லணும்“ என்றார்.

உடனே போய் கழுவி விட்டு வந்து அமர்ந்து கொண்டான்.

“கொஞ்சம் டீ குடி” என்றார். நான் ஊற்றிக் கொடுத்தேன். நானும் கொஞ்சம் குடித்தேன். ஆயிரத்து எழுநூத்தி முப்பத்தி நாலாவது தடவையாக மாமாவும் எங்களோடு சேர்ந்து கொஞ் சம் குடித்துக் கொண்டார்.

“அது ஒண்ணுமில்லப்பா. எதிர்காலத்தெப் பாக்குறதுக்கு ஒரு வழி இருக்கு. அதெ சொல்லத்தான் ஒன்னெ எழுப்புனேன்.”

“இப்ப நமக்கு ஒரு பத்து லட்ச ரூவா தேவைப்படுதுன்னு வச்சுக்க. என்னா செய்யுறது? கொள்ளையடிக்கவோ நோட்டடிக்கவோ கூடாது. சட்டப்படி கெடைக்கணும். ஆனா பத்து லச்சம் சட்டப்படி வர்றதுக்குள்ள நாம மௌத்தாப் போயிடலாம். அப்ப என்னா செய்யுறது?”

அறிவுக்கு தூக்கம் எங்கு போனதென்று தெரியவில்லை. அப்படி ஒரு விழிப்புணர்வை அவன் முகம் காட்டியது. அதற்கு நிச்சயம் முகம் கழுவிக் கொண்டதோ டீ குடித்ததோ காரணமல்ல என்று எனக்குத் தெரியும். நாங்கள் இருவருமே ஒரே படகில்தானே சென்று கொண்டிருந்தோம்!

"குதுரெ ரேஸ் இருக்குதுல்ல. அதுல போயி ஜெய்க்கிற குதிரையில பணம் கட்டணும். இது ஒரு உதாரணம்தான். இந்த மாதிரி நெறய பணம் வர்ற எதையும் செய்யலாம். சரி, குதுரெ ரேஸுக்கு போனா, எந்த குதுரெ ஜெயிக்கும்டு தெரியணும்ல? அதுக்கு என்னா செய்யுறது? இங்கதான் எதிர்காலத்தெ பாக்குற வழிய பயன்படுத்தணும். ஜெயிச்ச பிறகு மறுநாள் இன்ன குதிரெ ஜெயிச்சுச்சுன்னு பேப்பர்ல செய்தி வரும்ல? அந்த பேப்பரெ மொதல்லெயே பாத்துடணும். வெளங்குதா?" என்றார்.

"எப்புடி ஹஜ்ரத், பேப்பர் மறுநாள்தானே வரும்?" என்றான் அறிவு.

"தூக்கக் கலக்கம் இன்னும் போவலேன்னு நெனைக்கிறேன். மறுநாளொ நாலு நாள் கழிச்சோ, வருதுல்ல? அதெ இன்னக்கே பாக்கணும்னு சொல்றேன்"

"அது எப்புடி ஹஜ்ரத்?"

"அதுக்குத்தான் வழி இரிக்கிதுன்டு சொல்றேன்" என்றார்.

என்ன வழி ஹஜ்ரத் என்று கேட்டோம். மூன்று வழிகளைச் சொன்னார். பயிற்சி மிகவும் கடுமையாக இருந்தது. மூன்றையும் நான் விடாமல் முயன்று பார்த்தேன். எனக்கு குதிரை பந்தயங்களில் ஆர்வமில்லை. லட்சக் கணக்கில் பணம் பார்ப்பதிலும் ஆர்வமில்லை. ஆனால் பயிற்சியின் பலனை சோதித்துப் பார்ப்பதில் ஆர்வம் அதிகமாக இருந்தது.

பயிற்சி தனக்கு பலிக்கவே இல்லை என்று அறிவு சொன்னான். தெய்வத்தால் ஆகாதெனினும் முயற்சி தன் மெய் வருத்தக் கூலி தரும். மெய்யை வருத்துவதைப் பொருத்து கிடைக்கும் போலுள்ளது. எனக்கு வேறு விதமான பலன்களை அப்பயிற்சிகள் கொடுத்தன. நான் பல முறை அவற்றை பரிசோதித்து ஜெயித்துப் பார்த்தேன்.

அந்த மாமா, இரண்டு லட்ச ரூபாயை தாஹாவிடம் கேட்டிருக்கிறார்! வாங்கியும் இருக்கிறார்! ஆனால் சொன்னபடி திருப்பிக்கொடுக்கவில்லை! அதைத்தான் என்னால் புரிந்து கொள்ளவே முடியவில்லை.

தாஹாவின் எதிர்காலத்தை துல்லியமாகத் தெரிந்து கொண்டதால் அப்படிச் செய்திருப்பாரோ?!

14 சிகரெட் புகை

ஒரு நாள் நான் உள்ளே போனபோது மாமாவும் அந்தப் பெண்ணும் இருந்தனர். வெள்ளைத் துப்பட்டி. ஒரு இருபது வயதிருக்கும். தலையைக் குனிந்தபடி உட்கார்ந்து கொண்டிருந்தாள். மாமா அவள் தலையில் கை வைத்து ஓதிக்கொண்டிருந்தார். மறு கையில் சிகரெட் புகைந்து கொண்டிருந்தது.

“வா, உள்ளெ வா” என்றார் என்னைப் பார்த்து.

பொதுவாக பெண்கள் இருக்கும்போது அவர்கள் வெளியாகும் வரை நாங்கள் வெளியேதான் இருப்போம். ஆனால் அவர் என்னை அழைத்ததற்கு நிச்சயமாக ஏதோ காரணம் இருக்க வேண்டும் என்று தோன்றியது. போனேன்.

“இது யாரு தெரியுமா?” என்றார். தெரியாது என்பதாக நான் தலையாட்டினேன்.

“இது எம் பொண்டாட்டிட மவ”

எனக்கு உடனே புரிந்து விட்டது. நான்கூட இது போன்ற சந்தர்ப்பங்களில் அப்படித்தான் பேசியிருக்கிறேன். என் வாப்பாவின் இரண்டாவது மனைவிக்கு என் சின்னம்மாவைத்தான் அப்படிச் சொல்கிறேன் பிறந்த என் தங்கையின் கணவர், அதாவது என் மச்சானை ஒருவருக்கு அறிமுகப்படுத்த நேர்ந்தபோது, “என் வாப்பாட மருமவன்” என்றுதான் அறிமுகப்படுத்தினேன். அது பெரிய பிரச்சனையாக விஸ்வரூபமெடுத்தது ஒரு தனி கதை. அது இப்போது வேண்டாம். ஆனால் வேண்டுமென்றே நான் அப்படிக் கூறவில்லை. என் நாக்கும் மனசும் அப்படித்தான்

பேசியது. நெருக்கமும் அண்மையும் சொல்லால் மட்டும் வருவதா என்ன? என் வாப்பா என்னோடு கொண்டிருந்த உறவு அப்படி.

ஆனால் மாமாவுக்கு? திருமணமாகி விவாகரத்தாகிவிட்டது என்று கேள்விப் பட்டிருக்கிறேன். ஆனால் அது பற்றி கேட்கின்ற வாய்ப்பு ஏற்படாது. குருவின் தனிப்பட்ட வாழ்க்கை சிஷ்யனுக்குத் தேவையில்லாததும்கூட. ஆனால் அரசபுரசலாக காதில் விழுந்திருக்கத்தான் செய்தது. (அது என்ன அரசபுரசல்?) வேறு விதமாக.

“பொண்டாட்டியோட வாலத்தெரியாதவரு, ஊரெ வால வைக்கப் போறாரா?” என்று சேச்சிமா தொடங்கி பல பெண்கள் என்னிடம் ஏதேதோ சொல்லியுள்ளனர்.

அன்று இரவு மாமாவே அந்தப் பேச்சை மறுபடி எடுத்தார்.

காலை அமுக்கி விட்டுக்கொண்டே இருந்தேன். இரண்டு மணி நேரத்துக்கும் மேலாக அமுக்கி விட்டுக் கொண்டிருக்கிறேன். என்னை வளர்த்து ஆளாக்கிய பாட்டிக்குக்கூட இப்படி ஊழியம் செய்ததில்லை நான். எப்பவாவது, “செத்த அமுக்கி வுடு வாப்பா” என்று கெஞ்சும்போது, வலிக்க வலிக்க ரெண்டு மூனு மிதி மிதித்துவிட்டு, “ஆ, போதுன்டா போதும்“ என்று சப்தம் வந்ததும் போய்விடுவேன். மிதிக்க ஆரம்பித்த, ஐ மீன் அமுக்க ஆரம்பித்த, ரெண்டு மூனு நிமிஷத்திலேயே அந்த சப்தம் வருமாறு பார்த்துக் கொள்வேன். ஆனால் மாமாவிடம் அப்படிச் செய்ய முடியுமா?

மணிக்கணக்கில் நான் யாருக்கும் அமுக்கி விட்டது கிடையாது. செய்யப் போவதும் கிடையாது. செல்லமாக வளர்ந்த பிள்ளை. இப்படி அமுக்கும் காட்சியை என் பாட்டியார் மட்டும் பார்த்தால் மாமாவை மிதித்தே கொன்றுவிடும். ஆனால் குருகுலத்தில் இதெல்லாம் சகஜமப்பா என்று சொல்வதுபோல நானும் அறிவும் செயல்பட்டுக் கொண்டிருப்போம். அவன் மாமாவுக்கு சொறிந்து விட்டுக் கொண்டிருப்பான், முதுகை.

இந்த உலகத்திலேயே எனக்கு பிடிக்காத ஒரு வேலை ஒன்று உண்டென்றால் அது சொறிவது. அதுவும் அடுத்தவனுக்கு. அதை மாமா செய்யச் சொல்லும்போது நைஸாக அந்த வேலைக்கு அறிவை அனுப்பிவிட்டு நான் அமுக்கலைப் பார்த்துக் கொள்வேன். அவன் சரியான சொறியன் என்று எனக்குத் தெரியும்.

மாமாவின் மெத்தையை நாங்கள்தான் இரவில் ஒழுங்கு படுத்துவோம். ஒரே மண்ணாக நரநரவென்றிருக்கும். எனக்குப் பாவமாக இருக்கும். நாளெல்லாம் ஊருக்காக உழைத்து

கிடைக்கும் வருமானத்தில் சிங்கத்தின் பங்கை – ‘லயன்ஸ் ஷேர்’ என்பதற்கு தமிழ் சிங்கத்தின் பங்குதானே? – அவருடைய அக்கா குடும்பத்தினருக்குத்தானே செலவு செய்கிறார்? இந்த புது வீடு கூட அவர்களுக்காக கட்டப்பட்டதுதானே! அக்கா பையன்கள் அலி, சாதிக் யாராவது இந்த மெத்தையைத் தட்டிப் போடக் கூடாதா என்ற கேள்வி ஒவ்வொரு தரம் மெத்தை விரிப்பை உதறும்போதும் வரும். ஆனால் பதில் கிடையாது. ஒரு பெண் துணையில்லாவிட்டால் ஞானிகளுக்குக்கூட கஷ்டம்தான் போலிருக்கிறது. (ஆனால் பெண்களின் துணையிருந்ததனாலேயே பல பேர், குறிப்பாக ஞானிகள், கஷ்டப்பட்டது வேறு விஷயம். அது வேறுவிதமான கஷ்டம்).

மாமா மல்லாக்கத்தான் பெரும்பாலும் படுத்திருப்பார். சரியாக அரை மணி நேரம் கழித்து இடது பக்கமாகத் திரும்பிப் படுப்பார். தூங்க மாட்டார். விழிகளை மூடிக்கொண்டு என்ன செய்தார் என்பது அவருக்குத்தான் வெளிச்சம். அதிக பட்சமாக மூன்று மணி நேரம் இவ்விதம் ஓய்வெடுப்பார். பின் மறுபடியும் எழுந்து வந்து ஹாலில் சாய்மா நாற்காலியில் உட்கார்ந்து கொள்வார். மறுபடி டீ, சிகரெட், பேச்சு. விடிய விடிய இந்த கதைதான். விடிகாலை நேரம் நாங்கள் கிளம்பும்போது மறுபடியும் போய் படுத்துக்கொள்வார். பிறகு என்ன செய்வார் என்று தெரியாது. ஆனால் பதினோரு மணிக்கு மக்களைப் பார்க்க வேண்டுமே? எழுந்து விடுவார். எப்போது பல் துலக்குவார், குளிப்பார், பசியாறுவார் என்பதெல்லாம் தெரியாது.

ஆனால் இப்படி அமுக்கி விட்டுக்கொண்டிருக்கும் போது என் சிந்தனை வேறு எங்காவது போனால், உடனே அவருக்குத் தெரிந்துவிடும்.

“என்னா யோசனெ பண்ணிட்டிருக்கா?” என்று கேட்பார். எனக்குத் தூக்கி வாரிப் போடும். “சரியா அமுக்கு” என்று சொல்லிவிட்டுத் திரும்பிப் படுத்துக் கொள்வார். அவர் தூங்குவதே இல்லை என்பதை அப்போதுதான் புரிந்து கொண்டேன். “தூக்கம் என்பது ஒரு விழிப்பு நிலை” என்று தொடங்கி ஒரு கேஸட்டில் அவர் எப்படித் தூங்குவது என்பது பற்றி பேசியிருக்கிறார். தூக்கத்தை விழிப்பு நிலை என்று சொன்ன ஞானி இந்த உலகில் வேறு எவராவது இருந்தாரா என்று தெரியவில்லை.

தூங்கும்போது மெல்ல உளறுவதுபோல ஏதாவது பேசுவார். அப்போதெல்லாம் அறிவை அமுக்கச் சொல்லிவிட்டு நான் மெதுவாக அவர் காதருகில் போய் ஒட்டுக் கேட்பேன். கொஞ்சம் புரிந்தும் கொஞ்சம் புரியாமலும் இருக்கும். ஆனால் புரியும்

விஷயங்கள் ரொம்ப அற்புதமான பொக்கிஷங்களாக இருக்கும். நான் ரொம்ப நல்ல பையனாக இருந்ததால், விழித்த பிறகு, அதாவது மறுபடியும் நாற்காலியில் வந்து அவர் உட்கார்ந்த பிறகு சொல்லிவிடுவேன்.

"கேட்டியா, ம், யார்ட்டயும் சொல்லாதே" என்பார்.

அப்படி ஒரு நாள் தன் மண வாழ்க்கையையும் அது முறிந்து போனதைப் பற்றியும் ஏதோ சொன்னார். சரியாக விளங்கவில்லை. உட்கார்ந்த பிறகு கேட்டேன்.

"நா லவ் பண்ணித்தாம்பா கல்யாணம் பண்ணேன். லவ்வுன்டா நீங்க நெனக்கிற மாதிரி அல்ல. நீ லவ் பண்ணிக்கிறியா? அது ஒரு கலை. ஒரு சின்ன பொறி மனசுல ஓடும். அதுல பெரிய ரஹ்மானியத் (தெய்வத்தன்மை) இருக்கு. அந்த ஒரு பொறி, எண்ணம், பட்டவொடனே, கொப்புங்கெளையுமா மனசு பூரா அடைச்சிக்கும். வேறெ எதுவுமே செய்ய உடாது."

"அப்பறம்? இந்த பொண்ணெத்தான் முடிப்பேன்டு உறுதியா சொல்லிட்டேன். பலத்த எதிர்ப்பு. அந்த உறுதி காதல்ல வர்றதுதானே? கடெசீல, கல்யாணப் பத்திரிக்கெ அடிச்சாச்சு. கொண்ட்டு போயி, எங்க உஸ்தாதுமார்வொள்ட்ட அவருடைய குருமார்களை அவர் உஸ்தாது என்றுதான் சொன்னார் குடுத்தேன். எனக்கு பதினோரு உஸ்தாதுகள் இருந்தாங்கன்னுதான் ஏக்கனவே சொல்லியிருக்கன்ல? அதுல ஒரு உஸ்தாது மெய்தீன் ஹஜ்ரத். அவுஹல்ட்ட கொண்ட்டு போயி குடுக்கும்போது, 'தப்பு பண்ணிட்டே, கூடிய சீக்கிரமே அல்லாஹ்ட ஒதவியாலெ தலாக்கு சொல்லிடுவே' அப்புடீன்டஹா! எனக்கு இன்னும் அவுஹட கொரலு காதுல உலுந்துகிட்டே இரிக்கிது."

"எங்க மண வாழ்க்கெ கொஞ்சநாள் நல்லா இருந்திச்சு. அப்பறந்தான் வெளங்குனுச்சு நம்ம இந்த வாழ்க்கைக்காக பொறந்தவன் அல்லன்டு. பட் டூ லேட். விவாகரத்து செய்யுறதத் தவிர வேற வழியே இல்லெ. நானே அவளுக்கு ஒரு மாப்புளெ பாத்து கல்யாணம் முடிச்சு வச்சேன். அவனுக்குப் பொறந்தவதான் நீ காலைலெ பாத்தியே அவ"

எங்களிடம் இதையெல்லாம் ஏன் அவர் சொன்னார் என்று லேசாக எனக்குப் புரிய ஆரம்பித்தது. எங்கள்மீது அவர் கொண்டிருந்த நேசத்தை எண்ணி நெகிழ்வாகவும் இருந்தது. அவர் சிகரெட்டை ஊதிக்கொண்டே தொடர்ந்தார்.

"நா சிகரெட் குடிச்சிகிட்டே இருக்கனே, இதுக்கு என்னா காரணம்னு நெனக்கிறா? இது வெறும் பழக்கமா இருந்தா,

எப்பவோ தூக்கி எறிஞ்சிருப் பேன். இதுதாம்பா என்னோட செக்ஸ். இதுதான் எனக்கு இன்டர்கோர்ஸ். அன்னக்கி சிகரெட் குடிச்சிக்கிட்டு இரிக்கிம்போது, என் லாத்தா கேட்டா, 'இந்த நாத்தம் புடிச்ச எலவெ தூக்கி எறியேன்' அப்புடீன்டு. அவளுக்கு இது நாத்தம், எனக்கு இது லைலாவாச்சே. அது அவளுக்கு எப்புடிப் புரியும்? இதெ நா உட்டேன்டா பயங்கரமான விளைவுகள் ஏற்படும். எனக்கு மட்டுமல்ல, உங்களுக்கும்தான். ஐ மீன், நம்ப புள்ளைகளுக்கு"

"செக்ஸ்ங்குறது சாதாரண சக்தியல்லப்பா. ஒரு மனுசன்ற ஒடல்ல உள்ள தெய்வத்தன்மைக்கி, கண்ணுக்கு இவ்வுளவு, கைக்கு இவ்வுளவுன்னு சதவீதக் கணக்கு போட்டம்னா, மிக அதிகமான தெய்வத்தன்மெ அவன்ற விந்துலதான் இருக்கு. அதுதான் எல்லாம். தெய்வத்தன்மெ இல்லாம ஒரு மனுசனால ஒரு மயிரும் புடுங்க முடியாது."

அப்படி அவர் சொன்னதும், ஒருமுறை அவர் குடித்த டீயை எனக்குக் கொடுத்தது ஞாபகம் வந்தது.

அன்று செஷனில் எல்லா ரிடம் அவரவர் கண்ட கனவைப் பற்றிக் கேட்டுக்கொண்டிருந்தார். நான் என் கனவைச் சொன் னேன். மாமா ஒரு சோடா பாட்டில் மூடியில் தனது விந்தை

வைத்து எல்லாருக்கும் வினியோகித்துக் கொண்டிருப்பதாக கனவு! இந்த அசிங்கமான கனவை சொல்லலாமா வேண்டாமா என்று முதலில் தயங்கி, பின்பு சொன்னேன்.

ஒடனே சாய்மா நாற்காலியில் இருந்து மாமா சட்டென நிமிர்ந்து நேராக உட்கார்ந்தார்.

“அடடெ, இதல்லப்பா மொதல்ல சொல்லியிருக்கணும். அற்புதமான கனவப்பா. ரெண்டு மூணு வருசங்கழிச்சுத்தான் இப்புடி வரும். ஆனா ஒனக்கு ரொம்ப சீக்கிரமே வந்திருக்கு. இந்தா, இந்த டீயெக் குடி” என்று அவர் குடித்துக் கொண்டிருந்த எச்சில் டீயை எனக்குக் கொடுத்தார். எனக்கு மிகவும் பெருமையாக இருந்தது. அவருடைய எச்சில் கொடுக்கப்பட்ட ஒரே சிஷ்யன் இன்றுவரை நான்தான். பல பேருக்கு அது பொறாமையாக இருந்தது எனக்குத் தெரியும்.

“இந்த சிகரெட்டுதான் எனக்கு எல்லாம். இதுல வர்ற பொகையெ வச்சு ஊதுனேன்னா மலையெக் கூட பேத்துடு வேன்”

தெரியும். அவர் எத்தனை உஹது *மலை*[1]களை பொடிப் பொடியாக்கி இருக்கிறார் என்று எனக்குத் தெரியும். கரீம்பா என்றொரு மலை. அதுவும் தொண்டையில் வளர்ந்த மலை. அதைப் பொடியாக்கியதை விடவா?

மாமாவின் ஆத்ம நண்பரின் மகன் கரீம்பா. ஒரே மகன். ஒரு நாள் கரிம்பாவின் தந்தை ரஹீம் பாய் வந்து அழுதார். (கரீம்பாய் என்பதுதான் கரீம்பா ஆகியிருக்குமோ?) அப்போது நான் பக்கத்தில்தான் இருந்தேன். அந்த ரஹீம்பாய் என் வாப்பாவுக்கும் நண்பரென்பதால் என்னை யாரும் போகச் சொல்லவில்லை.

கரீம்பா சவூதி செல்ல எல்லா ஏற்பாடுகளும் செய்தாகிவிட்டது. இன்னும் மூன்று மாதத்தில் ரியாத் போய் விடுவான். சூப்பர் வைஸர் வேலை. மூவாயிரம் ரியால் சம்பளம். எல்லாம் இங்கேயே முடிவாகி விட்டது. இரண்டு குடும்பங்களும் பெருமூச்சு விட்டுக்கொண்டிருந்த நேரம் அது. (ரஹீம் பாய்க்கு இரண்டு வீடுகள். பெரிய வீட்டின் மகன்தான் கரீம்பா).

ஆனால் அப்போதுதான் கரீம்பாவுக்கு தொண்டையில் ஏதோ வலி வந்தது. பொறுக்க முடியாத வலி. உடனே தஞ் சாவூருக்கு கூட்டிப் போனார்கள். கழுதை கெட்டால் குட்டிச் சுவரு. எங்க ஊர்க்காரர்கள் கெட்டால் தஞ்சாவூர். தஞ்சாவூரில்

1. **உஹது மலை - மக்காவில் உள்ள ஒரு வரலாற்று முக்கியத்துவம் வாய்ந்த ஒரு பெரிய மலை. இந்த மலையடிவாரத்தில்தான் உஹதுப் போர் நடந்தது. பல ஹதீதுகளில் இந்த மலைபற்றியும் அதன் அளவு பற்றியும் பேசப்படுகிறது. இந்த உஹது மலையளவு என்னிடம் பொன்னிருந்தாலும் கொடுத்து விடுவேன் என்பதாவும் ஹதீது உள்ளது.**

உள்ள எல்லா கிளினிக்குகளும் எங்க ஊரில் இருந்த முஸ்லிம் நோயாளிகளை நம்பியே செழித்தன. ஊரிலேயே இயற்கையான முறையில் குழந்தை பிறப்பதைவிட, தஞ்சாவூர் போய் அங்குள்ள ஆஸ்பத்திரி கத்தரிக்கோல்களால் கிழிக்கப்பட்டு சிசேரியன் செய்து பிரசவம் பார்க்கப்படுவதுதான் எங்க ஊர் பணம் படைத்த வெள்ளைத் துப்பட்டிகளுக்குப் பெருமை. சோழ நாடு சோறுடைத்து. தஞ்சாவூர் நோயுடைத்து.

ஆனால் கரீம்பாவைக் காட்டியபோது தஞ்சாவூரில் கையை விரித்து விட்டார்கள். பாண்டிச்சேரி ஜிப்மருக்கு கொண்டு போகச் சொல்லிவிட்டார்கள். ஜிப்மரில் எல்லா சோதனைகளும் முடிந்து தீர்ப்பு சொன்னார்கள். கரீம்பாவுக்கு தொண்டையில் கான்ஸர். இன்னும் ஆறு மாதங்கள்தான் உயிரோடு இருப்பான். அதுவும் தீவிரமான சிகிச்சை தொடர்ந்து கொடுக்கப்பட்டால்.

மாமாவின் கால்களை ரஹீம்பாய் அழுது கொண்டே தொட்டார். மாமா, “அடட, என்னா இது, நீங்க என் நண்பர், எங்காலத் தொடுறதாவது, அவனெ வரச்சொல்லுங்க” என்றார்.

கரீம்பா வந்தான். மாமா அவனை வைத்துக்கொண்டு தனது கையளவு எலக்ட்ரானிக் மந்திரக் கண்ணாடியில் ஏதேதோ கணக்கு போட்டுப் பார்த்தார். அப்போது தெரிந்த ரஹீம்பாயின் முகத்தை என்னால் மறக்கவே முடியாது. அப்படி ஒரு இறுக்கம். பயத்தாலும் பாசத்தாலும் மற்றும் ஷேவ் பண்ணப்படாத முகத்தால் மட்டும் அந்த இறுக்கம் சாத்தியமில்லை. அது ஒரு உறைந்துபோன திராவக நிலை. அந்த நிலையை மட்டும் ஒரு மனிதன் வேண்டுமென்றே ஏற்படுத்திக்கொள்ள முடியும் என்றால் அவனால் எதுவும் செய்ய முடியும் என்று தோன்றியது. எதுவும்.

மாமா முகத்தை டிஜிட்டல் டைரியிலிருந்து நிமிர்த்திச் சொன்னார்.

“ரஹீம், ஒண்ணும் கவலப்படாதீங்க. நா பாத்துக்குறேன். உங்க மவன் நிச்சயம் சவுதி போவான்” என்றார். ரஹீம் பாய் மறுபடியும் கண்ணீர் சிந்தினார். திராவகக் கசிவு. ஜிப்மரின் தீர்ப்பை மாற்ற முடியுமா?

ஒரு மாதம் தினமும் கரீம்பாவுக்கு ஓதிப்பார்த்தார் மாமா. ஒரு பாட்டிலில் தண்ணீர் கொண்டு வருவான் கரீம்பா. மாமா ஓதி, பின் சிகரெட் புகையை அதற்குள் ஊதுவார். அவ்வளவுதான். எல்லாம் ஒரு சில வினாடிகள். ஒரு சில சமயங்களில் அவன் தொண்டையைத் தடவி விடுவார்.

ஒருமாதம் கழித்து, ரஹீம்பாயை அழைத்தார் மாமா.

“இப்ப போய், ஜிப்மர்ல டெஸ்ட் பண்ணிட்டு வாங்க” என்றார். அப்படியே செய்யப்பட்டது.

அவ்வளவு நம்பிக்கையாக அல்லது தெனாவட்டாக, ஜிப்மரில் போய் சோதனை செய்து வரச்சொல்ல மாமாவால்தான் முடியும். வேண்டுமென்றேதான் அவர் அப்படிச் சொன்னார். கௌது *நாயகம்*[2] பற்றி மாமா சொன்னது எனக்கு அப்போது ஞாபகம் வந்தது.

ஒருமுறை கௌது நாயகம் அவர்களிடம் ஒருவன் விவாதம் செய்தானாம். உங்கள் நபிகள் நாயகம் இறந்தவருக்கு உயிர் கொடுத்திருக்கிறாரா என்று கேட்டானாம். இல்லை என்று சொன்னவுடன், எங்கள் இயேசு நாதர் கொடுத்திருக்கிறார் என்றானாம்.

அப்படியா, சரி, இப்போது என்னுடன் கல்லறைக்கு வா, ஏதாவது ஒரு கல்லறையைக் காட்டு, நபிகள் நாயகத்தைப் பின்பற்றுபவனாகிய நான் அந்த கல்லறைக்குள்ளிருக்கும் பிணத்துக்கு உயிர் கொடுக்கிறேன் என்றார்களாம். அவனும் அழைத்துப் போய் பல வருடங்களுக்கு முன் இறந்த ஒரு பாடகனின் கல்லறையைக் காட்டினானாம்.

உங்கள் இயேசு நாதர், இறந்தவர்களுக்கு உயிர் கொடுப்பதற்கு முன், என்ன சொல்லி உயிர் கொடுப்பார் என்று கௌது நாயகம் கேட்கவும், "கும் பி இத்னில்லாஹ்" (இறைவனின் உத்தரவு கொண்டு எழுவாயாக) என்று சொல்வார் என்று அவன் சொன்னானாம்.

அப்படியா, இறைவனின் உத்தரவு கொண்டுதானே அவன் இறந்தே போயிருக்கிறான்? மறுபடியும் அவனுடைய உத்தரவு எதுக்கு? இப்போ, நான் சொல்கிறேன், "கும் பி இத்னீ" (என் உத்தரவு கொண்டு எழுந்திரு) என்றார்களாம் கௌது நாயகம். கல்லறை வெடித்து அந்தப் பாடகன் தசையும் எலும்புமாக உயிர்கொண்டு பாடிக்கொண்டே வந்தானாம்.

இந்த கதையில் எங்களுக்கான பாடம் 'கும் பி இத்னீ' என்பதுதான். மாமா ஜிப்மருக்கு அவர்களை மறுபடி போகச் சொன்னதுக்கும் காரணம் 'கும் பி இத்னீ' தான்.

"கான்ஸரா, இல்லவே இல்லையே" என்றது ஜிப்மர். நீதானே சொன்னாய் ஒரு மாதத்துக்கு முன்பு என்று கேட்டபோது, ஆமாம் சொன்னேன், அப்போது இருந்தது, இப்போது இல்லை, எப்படி என்று தெரியவில்லை என்று கண்களை அகல விரித்தது ஜிப்மர். 'கும் பி இத்னீ' பற்றி ஜிப்மருக்குத் தெரிந்திருக்க வாய்ப்பில்லைதான்.

'கும் பி இத்னீ' எப்படி வேலை செய்ததென்று என்று எனக்கு புரிந்துவிட்டது. எல்லாம் சிகரெட் புகைதான்.

---

2. **கௌது நாயகம் - பாக்தாதில் அடங்கியிருக்கும் ஞானி. மெய்தீன் அப்துல் காதிர் ஜீலானி. இவர்களைப் பற்றிய குறிப்பு ஏற்கனவே சொல்லப்பட்டுவிட்டது.**

15 அக்னிப்பரீட்சை

"மச்சான், இங்கெ சீக்கிரம் வாங்கமா" என்று கொல்லையில் இருந்து பானு என்னை அழைக்கும் குரல் கேட்டது.

குரலில் ஒரு பதட்டம் இருந்தது. அது அழைப்பல்ல அவசரமென்று போய்ப் பார்த்த உடனேயே தெரிந்து விட்டது. கையை உதறிக்கொண்டிருந்தாள்.

"ம்மாடி, எஜமானே, கௌது நாயகமே என்னாச்சு, என்னாச்சு?" என்று பதறிக்கொண்டு ஒரு பெண்கள் கும்பல் அவளைச் சுற்றி நின்றுகொண்டிருந்தது. அந்த பதட்டக் கும்பலில் வழக்கம்போல என் மாமியார், என் மனைவியின் பாட்டி இன்னும் பலர்.

என் மாமியாரைப் பொறுத்தவரை இந்த உலக வாழ்க்கை பதட்டங்களாலும் அதிர்வுகளாலும் ஆனது. அவர்கள் இருக்கும் அறைக்குள் சட்டென்று ஒரு குழந்தை உள்ளே போய்விட்டால் கூடப் போதும். உடனே, "த்தூ, ம்மடீ, கௌது நாயகமே" என்று பதறி, அது பேயல்ல, ஒரு குழந்தைதான் என்று புரிந்து கொண்டு இதயத்துடிப்பு நார்மலுக்கு வர கொஞ்ச நேரம் ஆகும்.

என் மனைவியின் குள்ள பாட்டி அதைவிட மோசம். 'கிளிப்புள்ளெ' என்று நான் அவர்களுக்குப் பெயர் வைத்திருந்தேன். கொஞ்சு மொழியோ மூக்கோ அதற்குக் காரணமல்ல. ஒரு முறை வாழைப்பழம் வாங்கி வரப்பட்டது. யார் வாங்கி வந்தார்கள் என்று தெரியாது. மஞ்சள் பழம் என்று நினைக்கிறேன். அதில் ஒன்றை அவர்களை சாப்பிடச் சொன்னபோது, "ச்சீ, வாணா

மா, த்தூ ஒரே கிளிப்புள்ளெ வாசம்'' என்று சொன்னார்கள். கிளி சாப்பிடும் பழத்துக்கு கிளியின் வாசம் ஏறுமா? எனக்கு அது ரொம்ப வினோதமான கற்பனையாகத் தெரிந்தது. அதிலிருந்து அவர்கள் எனக்கு 'கிளிப்புள்ளெ.'

எல்லாருமாகச் சேர்ந்து என் மனைவியை மேலும் காபராப் படுத்திக்கொண்டிருந்தார்கள்.

“கொஞ்சம் எல்லாரும் சும்மா இரிக்கிறிங்களா?'' என்று குரலை கொஞ்சம் கடுமையாக வைத்துச் சொல்லிவிட்டு, என்ன என்றேன் மனைவியிடம். அவள் வலது கை நடுவிரலைக் காட்டினாள். தேள் கொட்டிவிட்டதாம். தேளைக் கண்டுபிடித்து அடித்தும் விட்டார்கள்.

தேள்! அடடா எனக்கொரு வாய்ப்பு வந்துவிட்டது என்று நினைத்தேன். ச்சீ, இப்படிகூட நினைப்பு வருமா என்று என்னை நானே கேட்டுக்கொண்டேன். ஆனால் வந்ததே! மாமா விஷக்கடி இஸ்மு ஓதக்கொடுத்து, உருவேற்றச் சொல்லி இரண்டு மாதம்தான் ஆகியிருந்தது. சொன்னபடி பத்தியம் இருந்து, நோன்பு பிடித்து உருவேற்றியாச்சு. தினமும் அதை மூன்று முறை ஓதிக்கொள்ள வேண்டும். அதுவும் செய்து வந்தோம். அதை ஓதினால் தேள், பாம்பு போன்ற எந்த விஷ ஜந்துவால் கடிக்கப்பட்டாலும் ஐந்து அல்லது பத்து நிமிடத்திற்குள் விஷம் இறக்கிவிடலாம் என்று மாமா சொல்லியிருந்தார். கேட்பதற்கு ரொம்ப அற்புதமாகத்தான் இருந்தது. நடைமுறையில் சாத்தியமா என்ற கேள்வி ஒவ்வொரு சிஷ்யர் மனதுக்குள்ளும் ஒளிந்துகொண்டிருக்கத்தான் செய்தது.

அதைப் பரீட்சித்துப் பார்ப்பதற்கு ஒரு வாய்ப்பு. அதுவும் பானு கொடுத்திருக்கிறாள். அவளுக்கு நன்றி சொல்வதா அல்லது தேளுக்கு சொல்வதா தெரியவில்லை. என் நினைப்பை எண்ணி எனக்கே சிரிப்பாக வந்தது. நமது அறிவை பரிசோதித்துப் பார்க்க, நம் உறவுகளே வேதனையில் துடிக்க வேண்டுமா? ஆனால் மனம் அப்படித்தான் சந்தோஷப்படுகிறது. இப்படித்தான் நான் சின்ன பிள்ளையாக இருந்தபோதும் ஒரு விஷயம் நடந்தது.

சின்ன பிள்ளை என்றால் ஒரு பதினைந்து வயதிருக்கும். ஆரிஃபியா மத்ரஸா பள்ளியில் ஓதிக்கொண்டிருந்த காலம் அது. 'தல்கீன்' என்று ஒரு பாடம். யாராவது இறந்துபோய் விட்டால், அவர்களை அடக்கம் செய்யும்போது குழிக்குள் வைத்து விட்டு மூடுவதற்கு முன் அதை ஓத வேண்டும். அதற்காக உள்ளதுதான் அது. எனக்கு அதன் அர்த்தமெல்லாம் தெரியாது. ஆனால் நீளமாக இருந்த அதை நான் விரைவிலேயே மனப்பாடம்

செய்துவிட்டேன். ஏனெனில் அது ஒரு பாட்டு மாதிரி வரும். பாட்டு பிடிக்காத சிறுவன் உண்டா?

அதற்கென நியமிக்கப்பட்ட வானவரால், மரித்தவரிடம் குழியில் கேட்கப்படும் கேள்விகளும் அதற்கான பதில்களும் அடங்கிய ஒரு துஆ (பிரார்த்தனை) அது. வ மன் ரப்புக (உன் நாயன் யார்?), வ மா தீனுக (உன் மார்க்கம் எது?), வ மா கிப்லத்துக (நீ வணங்கும் திசை எது?), வ மா இமாமுக? (உனது தலைவர் யார்?) இப்படியாக அடுக்கடுக்காகக் கேள்விகள். வானவர் கேட்பாராம். அதற்கு குழியில் மறுபடியும் உயிர் கொடுக்கப்படும் அந்த இறந்த நபர் பதில் சொல்ல வேண்டும்.

அந்த கேள்விகளும் அதற்கான பதில்களும் எனக்குத் தெரிந்தபோது எனக்கொரு சந்தேகம் வந்தது. நான் சாபுவிடம் போய், "ஏன் சாபு, அரபு தெரியாத ஒரு முஸ்லிமுட்ட இந்த கேள்வியக் கேட்டா எப்புடி பதில் சொல்றது?" என்று கேட்டேன். "போடா ஷைத்தான்" என்று என்னை விரட்டிவிட்டார்.

ஆனால் அதை மனப்பாடம் செய்ததில் எனக்கு ரொம்பவும் பெருமையாக இருந்தது. என்னோடு ஓதிய மற்ற பையன்களுக்கெல்லாம் அது வரவில்லை. ஆனால் எல்லாம் ஒத்திகையோடு நிற்கிறதே என்ற ஒரு வருத்தம் இருந்தது. அதை ஓதிப்பார்க்க வேண்டுமென்றால் யாராவது சாகவேண்டுமே!

எப்போது ஓதிப்பார்ப்பது என்று குழம்பிக் கொண்டிருந்த மூன்றாவது நாள் என் பாட்டனார் இறந்து போனார். அவரை குழிக்குள் வைத்தபோது எனக்கு ரொம்ப சந்தோஷமாக இருந்தது. தல்கீன் ஓதலாமே?! நான் முதன் முதலில் தல்கீன் ஓதக் கற்றுக்கொண்டு ஓதியது என் பாட்டனாருக்குத்தான். கடைசியாக ஓதியதும் அதுதான்! அதற்குப் பிறகு யாரும் சாகவில்லையா என்று நீங்கள் கேட்பது காதில் விழுகிறது. அதற்குப் பிறகு தல்கீன் செத்துவிட்டது! ஐ மீன், மறந்து விட்டது. தல்கீனுக்கு எப்படி தல்கீன் ஓதமுடியும்?

தேள் கொட்டி பானு துடித்துக் கொண்டிருக்கையில் எனக்கு தல்கீன் ஞாபகம் வந்தது. என்னை நானே திட்டிக்கொண்டு மனசுக்குள்தான் அவள் விரலைப் பிடித்துப் பார்த்தேன். நடுப்பகுதியில் சிவந்திருந்தது. பெருக்கும்போது கொல்லையில் இருந்த அலமாரிக்குள் ஒளிந்திருந்த தேள் அவள் விரலை எதிரி என்று நினைத்து ஒரு போடு போட்டுவிட்டது.

அடிக்கப்பட்டு நசுங்கிக் கிடந்த தேளைப் பார்த்தேன். நல்ல பெரிய தேளாக இருந்தது. "இந்த தேள் இருக்கே ஜ"னைத்,

அதுக்கு விதி முடிஞ்சி போவும்போது நம்ம கண்ணுல படும்'' என்று ஜப்பார் நானா சொன்னது ஞாபகம் வந்தது.

என் திறமையைக் காட்ட வேண்டிய நேரம் வந்துவிட்டது! எல்லாரையும் சும்மா இருக்கும்படி சப்தம் போட்டேன். நான் என்ன செய்யப் போகிறேன் என்று கும்பல் ஆவலாக அமைதியானது. எனக்கும் ஆவலாகத்தான் இருந்தது.

ரொம்ப கடுக்குதா?'' என்றேன். என் மனைவியால் பதில் சொல்லக்கூட முடியவில்லை. அவள் முகத்திலேயே அந்த வேதனை தெரிந்தது. ஆமா என்பதுபோல தலையசைத்தாள். அவள் கண்களின் ஓரம் இருந்த ஈரம் அந்த கடுப்பில் இருந்த ஜ்வாலையைச் சொன்னது. தேள் கொட்டினால் எப்படி இருக்கும் என்று எனக்கும் தெரியும். ஒரே ஒரு முறை கொட்டியிருக்கிறது.

அப்போது நான் உயர்நிலைப் பள்ளியில் படித்துக் கொண்டிருந்தேன். எங்கள் வீட்டில் ஒரு முருங்கை மரம் இருந்தது. அதில் ஏறி அடிக்கடி நான்தான் முருங்கைக் காய்கள் பறித்துக் கொடுப்பேன். எனக்கு மிகவும் பிடித்த வேலைகளில் அது ஒன்று. காரணம், தொரட்டிக் கம்பைப் பிடித்து, கிளையை வளைத்து முருங்கையைப் பறிக்கும்போது ஒரு எதிரியை வெற்றி

கொள்கின்ற சந்தோஷம் இருக்கும். ஆனால் அந்த சமயங்களில் முருங்கை மரத்தில் இருந்த மொத்தமான கறுப்பு எறும்புகள் என்னைக் கடித்துவிடும். முருங்கைக்காயின் நண்பர்கள். ஒரு நாள் என்னைத் தேள் கொட்டியபோது அந்த தடித்த கறுப்பு எறும்புக் கடி மாதிரியே இருந்தது.

அது இரவு நேரம். கட்டிலில் படுத்துக் கொண்டு டேப் ரிகார்டரில் ஏதோ பாட்டுக் கேட்டுக்கொண்டிருந்தேன். எங்கள் வீட்டு ஹால் கூரை ரொம்ப உயரமாக இருக்கும். மரத்தால் கூம்பு போல் அமைக்கப்பட்ட சீலிங். அதிலிருந்து தேள் விழுந்திருக்கலாம். என் வலது காலிலோ இடதிலோ சரியாக ஞாபகமில்லை. விழுந்ததும் ஒரு போடு போட்டது. எனக்கு சுள்ளென்றதும் அந்த எறும்பின் ஞாபகம்தான் வந்தது. என்னவென்று பார்க்காமலே கைலிக்குள் சுள்ளென்ற அந்த இடத்தை இன்னொரு காலால் அமுக்கி அப்படியே கால் மீது கைலியோடு சேர்த்து இழுத்தேன். நசுங்கிச் சாகட்டும் அந்த கறுப்பு கட்டை எறும்பென்று. கொஞ்ச தூரம் தொடைவரை மேலே வன்முறையோடு இழுக்கப்பட்ட தேள் கடுப்பாகி மறுபடியும் ஒரு போடு போட்டது.

அப்போதான் அது எறும்பாக இருக்க முடியாது என்பது சுள்ளென்று உரைத்தது. உடனே பதறி எழுந்து கைலியை உதறியபோது கீழே விழுந்து ஓடியது ஒரு கருந்தேள்! நல்ல வேளை, தொடைக்கு மேலே முன்னேறவில்லை! தலை தப்பியது தம்பிரான் புண்ணியம் என்று சொல்வார்கள். ஆனால் தம்பி தப்பியது தொடைபிரான் புண்ணியம் என்றுதான் சொல்லவேண்டும்! அன்று இரவு பூராவும் நான் பட்ட வேதனை எனக்குத்தான் தெரியும்.

ஆனால் இப்போது நிலமை வேறு. பானுவுடைய விரலின் கொட்டு வாயில் என் விரலை வைத்து மூடினேன்.

"பயப்புடாதெ. ஒரு அஞ்சு நிமிஷம் பொறுத்துக்க" என்று மனைவிக்கு தைரியமும் நம்பிக்கையும் கொடுத்து விட்டு மாமா சொல்லிக்கொடுத்த படி ஓத ஆரம்பித்தேன்.

யா அஹ்யா அஷ்ராஹியா ஆதூனீ அஸ்பா ஊதூ
யா முஜ்லீ அலாயிமுல் உமூரி
பி ஹக்கில் ஹக்கி வ பி ஹக்கி
ஹாலிகில் ஹல்கி யஃபல்னா பி ஹக்கி
பிஸ்மில்லா ஹில்லதீ லா யளுர்ரு ம அஸ்மிஹீ ஷைஉன்
ஃபில்லர்லி வலா ஃபிஸ்ஸமா இ
வ ஹுவஸ் ஸமீஉல் அலீம்.

ஒன்று

யா அஹ்யா அஷ்ராஹியா... இரண்டு... மூன்று... நான்கு... ஐந்து...ஆறு...ஏழு...என ஓதினேன். நான் ஓதியது யாருக்கும் கேட்காதவாறு மனதுக்குள் ஓதினேன்.

"இப்ப கொறஞ்சிருக்குது மச்சான்" என்றாள் பானு. எனக்கு நம்பிக்கையும் சந்தோஷமும் வந்தது. தொடர்ந்து ஏழு தடவைகள் ஓதினேன்.

கடுப்பு சுத்தமாக இறங்கி பானு நார்மலாகிவிட்டிருந்தாள். சுற்றியிருந்த கும்பல் என்னை பயங்கர வியப்புடன் பார்த்தது.

எனக்கு மாமா ஞாபகம் வந்தது.

அதற்குப் பிறகு ஒரு ஏழெட்டு தடவை இந்த விஷக்கடி இஸ்மை ஓதி வேதனைக்கு நிவாரணம் கொடுக்கின்ற வாய்ப்பு ஏற்பட்டது. ஓரிரு குளவி கடி. மற்றதெல்லாம் தேள்கடி. ஆனால் துபாயில் இருந்த சிஷ்யன், என் நண்பன் மெய்தீன் ஓதிப்பார்த்து அது பலிக்கவில்லை என்று அதைப்பற்றி ஒரு கதைகூட எழுதினான் கிண்டலாக. ஆனால் எனக்கு எல்லா நேரத்திலுமே அது வேலை செய்தது. அவனுக்கு ஏன் செய்யவில்லை? ஒருமுறை அவனே மாமாவிடம் இது சம்பந்தமாக ஒரு கேள்வி கேட்டான்.

"ஹஜ்ரத், ஓதுவது ஏன் எல்லாருக்கும் பலிக்கிறதில்லை?"

"ஓதுனா பத்தாது மெய்தீன், ஓதுற மனசெப் பொறுத்தது அது."

"உங்க வூட்லெ உங்க கூடவே இத்தினி வருஷமா இரிக்கிற உங்க சொந்தக்காரப் புள்ளைங்களுக்கும் அதுனாலதான் முன்னேற்றம் ஏற்படலியா ஹஜ்ரத்?"

இந்தக் கேள்வியை யாருமே எதிர்பார்க்கவில்லை. செஷனே கொஞ்சம் அதிர்ச்சியடைந்தது. மாமாவின் சகோதரி மகன்கள் இருவர் இருந்தனர். அவர்களும் எங்களோடு சிஷ்யர்களாகவே பயிற்சிகளை மேற்கொண்டிருந்தனர். அதிலும் குறிப்பாக மாலிக் என்று ஒருவன். அவன் பயங்கரப் பொய்யன். வாயைத் திறந்தாலே பொய்தான். பொம்பளை விஷயத்தில்கூட கொஞ்சம் ஒரு மாதிரி. அது தொடர்பாக பல காரியங்களைச் செய்துவிட்டு போலீஸில்கூட பலமுறை மாட்டியுள்ளான். மாமாதான் அவருடைய செல்வாக்கைப் பயன்படுத்தி அவனை விடுவித்தார். இது எல்லாருக்குமே தெரியும்தான். ஆனால் மாமாவிடமே நேரடியாக இதுபற்றி கேட்கும் துணிச்சல் யாருக்கும் வந்தது கிடையாது.

“நல்ல வேளையா நீங்க கேட்டிங்க மெய்தீன். எல்லாருமே கேக்க நெனைச்ச கேள்விதான். நீங்க இப்ப பூனைக்கி மணி கட்டியிருக்கிங்க. எனக்கு எதிர்ல என்னான்னா இருக்கு பாத்து சொல்லுங்க கொஞ்சம்“ என்றார்.

மாமா என்ன சொல்வதற்காக அப்படிக் கேட்டார் என்று எங்களுக்குப் புரியவில்லை.

“என்னா, இந்த பக்கம் செவரு இருக்குது. அந்த பக்கம் ரெண்டு அலமாரி இருக்குது” என்றான் மெய்தீன்.

“கரெக்ட். இந்த செவரு, இந்த அலமாரி எல்லாம் எங்கூடவே ரொம்ப காலமா இரிக்கிது. நா பேசுறதையெல்லாம் கேட்டுகிட்டேதான் இரிக்கிது. ஆனா ஏதாச்சும் முன்னேத்தம் அதுங்களுக்கு ஏற்பட்டிக்கிதா?” என்றார்.

மெய்தீன் சிரித்துக் கொண்டான். ஆனால் முறையாகப் பயிற்சி செய்த அவனுக்கும் ஏன் விஷக்கடி இஸ்மு வேலை செய்யவில்லை?

விஷப்பரீட்சை என்பது அதுதானோ?

நூலறுந்த பட்டம் 16

டி.வி. ஓடிக்கொண்டே இருந்தது.

ரிமோட்டை அழுத்தி அழுத்திச் சானல்களை மாற்றிக் கொண்டே இருந்தார் மாமா. தங்களுக்குப் பிடித்தச் சானல்கள் மாற்றப்படும்போது வீட்டுப் பொடியன்கள் ஒன்றும் சொல்ல முடியாமல் தவித்தனர்.

நான் அவருக்கு எதிரில் உட்கார்ந்திருந்தேன். என் இடது பக்கத்தில் சுவரோரம் டி.வி.ப்பெட்டி இருந்தது. ரிமோட் மாமா கையில். ரிமோட் பித்தான்களை மாமா அமுக்கிக் கொண்டே இருப்பதைத்தான் நான் பார்த்தேன். திரும்பி டி.வி.யைப் பார்க்கவில்லை. ஆனால் என்னைச் சுற்றி உட்கார்ந்திருந்த சிஷ்யர்கள் பலர் பொறுமை இழந்தனர். மாமா எதுவுமே பேசாமல் ரிமோட்டை அமுக்கிக் கொண்டே இருப்பதைப் பார்க்க அவர்களுக்கு அலுத்துவிட்டது. திரும்பி டி.வி.யைப் பார்க்கத் தொடங்கினர். மாமா யாரையும் ஒன்றும் சொல்லவில்லை. அப்படியே கொஞ்ச நேரம் போனது. பிறகு மெல்ல மெல்ல ஒவ்வொருவராக எழுந்து உத்தரவு வாங்கிக் கொள்ள ஆரம்பித்தார்கள். மாமாவும் 'ம்' என்று உத்தரவு கொடுத்தார்.

கடைசியில் சுல்தான், பெரிய தம்பி, சாதிக், நான், அறிவு, அமான் என ஆறு பேர் எஞ்சியிருந்தோம்.

திடீரென்று எங்கள் பக்கம் திரும்பி, "ஜம் செய்றிங்களா?" என்றார்.

நாங்கள் உஷாரானோம். "செய்றோம்'' என்றார் சுல்தான்.

“உங்க கொறைகளெப் பாத்திங்களா?”

“ம் பாத்தோம்'' இப்போது பதில் சொன்னது சுல்தான்தான்.

“என்னா கொறையெப் பாத்திங்க?”

“பிஸ்னஸ்ல, எதாச்சும் இப்புடி செய்யலாம் அப்புடி செய்யலான்டு ஐடியா தோனுனா, அதெ மத்தவங்கள்ட்ட சொல்லிக் காட்டி கருத்து கேக்குற பழக்கம் இரிக்கிது” என்றார் சுல்தான். அவர் பல நேரங்களில் பதில் சொல்லும்போது, “பிஸ்னஸ்ல” என்றுதான் ஆரம்பிப்பார். ஊரில் லோக்கல் டி.வி. கேபிள் கனெக்ஷன் கொடுத்துக் கொண்டிருந்தார்.

“மத்தவங்கள்னா யாரு?”

“இல்லெ, பெரியாப்பா ஃப்ரண்ட்ஸ் இந்த மாதிரி”

“அதுக்கு எதுக்கு ‘இல்லே'ன்னு ஆரம்பிச்சீங்க. அதுவே ஒரு பெரிய கொறையாச்சே”

“இல்லே..” என்று மறுபடியும் தொடங்கியதும் அவருக்கே சிரிப்பு வந்து சிரித்து நிறுத்திக் கொண்டார்.

“சரி ஜம்முன்னா என்னா?”

“ஜம்ங்குறது உங்களெ நெனச்சுக்குறது”

“என்னா நெனச்சிக்கிறது? இப்ப ஹஜ்ரத் சிகரெட் குடிச்சிக்கிட்டு இருப்பாஹா. இப்ப டீ குடிச்சிகிட்டு இருப்பாஹா, இப்புடி நெனைக்கிறதா?”

“இல்லெ...” மறுபடியும் சுல்தான்.

“ம்ம்.. இந்த இல்லெ கரெக்ட். சொல்லுங்க. இல்லேன்னா என்னா?”

“நம்ப கொறையெ பாக்குறது”

“அப்ப என்னெ நெனைச்சுக்கிறதல்லவா? சரி, அறிவு நீங்க சொல்லுங்க”

“ஹஜ்ரத், நீங்க சொன்ன மொறைப்படி நம்ம குறைகளைப் பார்க்கறது. வாழ்க்கையில எந்த நேரத்துலயும் நீங்க சொன்ன மாதிரி நடந்துக்கிறது”

“வாழ்க்கெ இரிக்கட்டும். ‘ஜம்'முல எப்புடி நெனப்பீங்க?”

நான் கையை உயர்த்தினேன். சரி சொல்லு என்றார்.

"ஜம்"முங்குறது நம்மை நாமே உத்துப் பார்த்து நம்மோட கொறைகள் என்னன்னு அலசிப் பார்க்குற பயிற்சி. ஒரு விஷயத்தெப் பத்தி நெனைக்கும்போது, இதெ நீங்க சொன்னமாதிரி செஞ்சோமா, அல்லது நீங்களே செஞ்சிருந்தா எப்புடி செஞ்சிருப்பீங்கன்னு பார்க்குறது"

"கரெக்ட். சரி, இப்ப டி.வி. பாத்திங்க? ச்சானலெ மாத்தும்போதெல்லாம் மூஞ்சி மஞ்ச மஞ்சளா போனுச்சுல்ல? டி.வி. பாக்க முடியலையே, இங்கெ வர்றதே வேஸ்ட்டுன்னு வெளியே போனீங்கள்ள? இந்த டி.வி.யெல்லாம் நா பாக்குறதுக்காக போடுறேன்னு நெனைக்கிறீங்களா?"

குற்றச்சாட்டு எங்களை நோக்கியதல்ல. வெளியில் போனவர்களைப் பற்றித்தான் என்று தெரியும். நாங்கள் ஒன்றும் சொல்லாமல் காத்திருந்தோம்.

"அதுதான் இல்லெ, நீங்க பாக்குறதுக்காகத்தான் போடுறேன். என் சிந்தனைக்கி நீங்க எடையூறா இரிக்கப் படாதுன்னுதான், டி.வி.யெ போட்டு உங்க கவனத்தெ நா அந்தப் பக்கமா திருப்புறேன். ஐ மீன், இந்த டி.வி.யெ வச்சிருக்கிறதே ஊருக்காகத்தான். சரி, இப்ப சொல்லுங்க, ஒரு படத்தெ பாத்து, நீங்க என்னா தெரிஞ்சுக்கிறீங்க?"

யாரும் பதில் சொல்லவில்லை.

"சரி இன்னும் ஸ்பெசிஃபிக்கா கேக்குறேன். ஒரு கதா நாயகனெப் பாக்குறீங்க. ஒரு வில்லனெப் பாக்குறிங்க. இந்த ரெண்டு பேர்ட்ட இருந்தும் என்னா தெரிஞ்சுக்கிறீங்க?"

மறுபடியும் மௌனம்.

"கதா நாயகனெ யாரு பாக்குறா? பொம்புளைட மொலையையும் தொடையையும்தான் பாக்குறோங்குறீங்களா?" என்றார்.

புன்னைகை. மௌனம்.

"என்னா, புரியலையா? ஒரு ஹீரோவோட காரக்டருக்கும் வில்லனோட காரக்டருக்கும் வித்தியாசம் இருக்குதா இல்லையா?"

"இருக்கிது" என்றார் சுல்தான்.

"இரிக்கிதுல்ல, அது என்னா?" என்று கேட்டுவிட்டு அவரே தொடர்ந்தார்.

"ஒரு ஹீரோ படம் முழுக்க ஹீரோ மாதிரித்தான் பேசுவான், நடந்துக்குவான். ஒரு வில்லன் படம் முழுக்க வில்லத்தனமாத்தான் பேசுவான், நடந்துக்குவான். அதாவது, ஒரு ஹீரோ

நூறு பர்சண்ட் ஹீரோவாவும், ஒரு வில்லன் நூறு பர்சண்ட் வில்லனாவும் இருப்பான். இல்லையா?"

"அப்ப, சிஷ்யர்களா இருக்கிற நீங்க, நூறு பர்சண்ட் சிஷ்யர்களா இரிக்கிறிங்களா? இதுதான் கேள்வி. உங்க கேரக்டருக்கு மாத்தமான பேச்சு, மாத்தமான நடத்தெ இரிக்கிதா இல்லையா?"

"இரிக்கிது"

"ம்.. அதெத்தான் கேட்டேன். அப்ப, ஒரு ஹீரோ வில்லன் மாதிரி பேசுனா, அல்லது நடந்துகிட்டா, எப்புடி அவன்ற இமேஜ் கெட்டுப் போயிடுமோ, அதே மாதிரி, இந்த பாதையில இரிக்கிற நீங்களும் பாதை மாறுனா, மாறும்போதெல்லாம் நூலறுந்த பட்டம் மாதிரி போய்டுவிங்க. புரியுதா? இறை நம்பிக்கையுள்ள ஒருத்தன் திருடுனான்னா, அவன் திருடுற அந்த நேரத்துல இறை நம்பிக்கையை வுட்டு அவன் தூரமாயிடுறான் அப்புடீன்னு ஹதீஸ் இரிக்கிது. வெளங்குதா"

"அப்ப என்னா செய்யணும்? நூலறுந்து போச்சுன்னு தெரிஞ்ச ஒடனேயே பாஞ்சு, அந்த பட்டத்தெ புடிச்சிடணும். அப்பப்ப இப்புடிச் செக் பண்ணி புடிச்சிக்கிட்டே இருக்கணும். அதுக்குத்தான் 'ஜம்' குடுத்தேன். புரியுதா?"

"அதுனால, டி.வி. பாக்கக் கூடாதுன்னு சொல்லலெ. ஆனா, பாக்குறதுக்கு முந்தி எந்த மன நெலெ இரிந்திச்சோ, அதே மனோ நெலெ, பாத்து முடிச்ச பிறகும் இரிக்கணும். வெளங்குதா?"

"அதாவது, டி.வி. பாக்க முடியலெயேங்குற வேதனையிலெ எந்திரிச்சு போனீங்கன்னா, நீங்க என்னெச் சேர்ந்தவன் அல்ல. *ஹஸ்ரத் க்வாஜா முயினுத்தீன் சிஷ்தி* [1] சொன்னாஹா, என்ன தெரியுமா? நீ நானாக மாறும் வரை நீ என்னைச் சேர்ந்தவன் அல்ல. இதெ எலுதி வச்சுக்குங்க. அப்ப நீங்க நானாக மாறணும். அதுக்கு பயிற்சிதான் ஜம். வெளங்குதா?"

உடனே தனது பாக்கெட் டயரியை எடுத்து எழுதிக் கொண்டு, "வெளங்குது ஹஜ்ரத்" என்றார் சுல்தான்.

"என்னா வெளங்குது?"

"நீ நானாக மாறும் வரை நீ என்னைச் சேர்ந்தவனல்ல..."

"நான் சொன்னதை கிளிப்புள்ளெ மாதிரி திருப்பி சொல்லச் சொல்லலெ. நாந்தான் ஒரு பாட்டு படிச்சிட்டேனே,

1. காஜா முயினுத்தீன் சிஷ்தி - அஜ்மீரில் அடங்கியிருக்கும் புகழ்மிகு இறை நேசர்.

மச்சானெப் பாத்திங்களான்னு. நீங்க அதே பாட்டெ கிச்சானெ கீத்திங்களான்னு பாடக்கூடாது. அதே ட்யூனெ ஹம் பண்ணவும் கூடாது. நீங்க வேற பாட்டு பாடணும் வெளங்குதா இல்லையா?" கொஞ்சம் கடுப்புடன் கேட்டார்.

சுல்தான் அமைதியாகிப் போனார். அவருக்கு ம்யூசிக் சென்ஸ் அவ்வளவாகக் கிடையாது. பாட்டும் மெட்டும் இன்னும் பிடிபடவில்லை. யாரும் ஒன்றும் பேசவில்லை.

"கெணத்தெ உத்துப் பாருன்கன்னா, எட்டிப் பாருங்கன்னு அர்த்தமல்ல. தூரெடுக்கணும்னு அர்த்தம் வெளங்குதா?"

"ஒரு பிரச்சனையெ எடுத்து வச்சிக்கிட்டு அதெப் பத்தி 'ஜம்'முல சிந்திக்கலாம். இப்ப சொல்லு, யார் யாரு அவங்கவங்க பிரச்சனையெ எடுத்து வச்சு யோசிச்சா?"

"நான் யோசிச்சேன் ஹஜ்ரத்" என்றார் அமான்.

"என்னா யோசிச்சா?"

"எனக்கு வேலெ இல்லெ. அது கெடைக்கறதப் பத்தி யோசிச்சேன்"

"ம்ஹூம். இது சரியில்ல. வேலெ இல்லேங்குறது ஒரு பிரச்சனையல்ல" என்றார் மாமா. மேற்கொண்டு மாமாவிடம்

சந்தேகம் கேட்டு வாங்கிக் கட்டிக் கொள்ள அமான் தயாராக இல்லை. ஏற்கனவே அவர் நிறைய வாங்கியிருந்தார். போன செஷனில்கூட அவர் பட்டிருந்தார்.

தூக்கத்திற்கும் விழிப்புக்கும் மத்தியில் ஒரு இடைவெளி உள்ளது. அந்த இடைவெளியான ஒரு சில வினாடிகளை எப்படி பிடிப்பது என்றும், அதில் ஒரு கேள்வியையோ, சந்தேகத்தையோ போட்டால், அது தூக்கத்திலேயே அதை 'ப்ராசஸ்' செய்து, விழிக்கும்போது விடை கொடுக்கும் என்பது பற்றி விரிவாகப் பேசி அதற்கான பயிற்சியும் கொடுத்திருந்தார். அது பற்றிய கேள்விகள் கேட்கப்பட்ட போது அமான் ஒன்று சொல்லி மாட்டிக் கொண்டார்.

"ப்ராசஸ் பண்ணும்போது எண்ணம் வருது" என்பது மாதிரியாக ஏதோ அமான் சொன்னார்.

"என்னா? என்னா சொல்றா? சோத்தெ உண்டா அரிசி வருதுன்னு சொல்றியா? சோறு உண்டா பீதானே வரணும்? அதுவும் மஞ்சளா இருந்தாத்தான் ஆரோக்கியம்'' என்று மாமா சொல்லவும் அமானுக்கு அவமானமாகப் போய்விட்டது. எம்.ஏ. ஆங்கில இலக்கியம் படித்துவிட்டு, வேலை தேடிக் கொண்டிருந்தார். மனைவியும் ஒரு குழந்தையும் இருந்தனர்.

மறுபடியும் ஆரோக்கியமான மஞ்சள் மலத்தில் விழுவதைத் தவிர்க்கும் பொருட்டு அமான் மௌனமாக இருந்துவிட்டார். ஆனால் என்னால் அப்படி இருக்க முடியவில்லை.

"மாமா, அவருக்கு வேலெ இல்லேங்குறது ஒரு பிரச்சனையே இல்லேன்னு எப்புடி சொல்றீங்க? அதுதானே முக்கியமான பிரச்சனை?" என்று கேட்டேன்.

"இல்லெ, அதல்ல பிரச்சனெ. வேலெயெ இழுக்குற தகுதியெ அவன் வளத்துக்கல. அதுதான் பிரச்சனை. அந்த தகுதியெ எப்புடி வளத்துக்குறது அல்லது அதெ வளக்க எதெல்லாம் தடையா இரிக்கிதுன்டு யோசிச்சா அது சரி"

எனக்கு விளங்கியது. அமானுக்கு விளங்கியதோ என்னவோ. அவர் சிவந்த முகத்தைப் பார்த்தால் விளங்கிய மாதிரி தெரியவில்லை. அமான் கடுமையான சிவப்பு கலந்த வெள்ளை. அவர் முகத்தில் ஊதினால் ஊதிய இடத்தில் ஒரு ரோஜா பூக்கும். சின்ன வயதில் தெருவில் கபடி ஆடும்போது வேண்டுமென்றே அமானின் முதுகில் ஒன்று வைப்பேன். என் கைவிரல்கள் முதுகில் பூத்திருப்பதைக் கண்டு மகிழ்வேன்.

முதல் செஷன் முடிந்து நானும் அறிவும் இரவுச் சாப்பாட்டை முடித்து விட்டு வருவதற்காகக் கிளம்பினோம். போகும்போது

எப்போதும் போல மாமாவின் காலை லேசாகத் தொட்டேன். கிர்ரென்று ஷாக் அடித்து அதிர்வதுபோல அவர் பாதங்கள் உதறின. இவ்வளவுக்கும் நான் கூச்சம் ஏற்படுத்துவதற்காக உள்ளங்காலை விரல்களால் வருடுவதுபோலத்தான் மெதுவாகத் தொட்டேன். எனக்கு அந்த பாதங்களின் உதறல் ஆச்சரியமாக இருந்தது. அப்போது நான் எதுவும் கேட்கவில்லை.

மணி இரண்டாகிவிட்டிருந்தது. அறிவு படுத்துக் கொண்டிருந்தான். கண் சரியாகத் தெரியாதவர்களுக்காக கண்ணாடி போடாமலே நன்றாக பார்க்க உதவும் ஒரு பயிற்சி பற்றி என்னிடம் சொல்லிக் கொண்டிருந்தார் மாமா. எனக்கு அதில் அவ்வளவு ஆர்வமில்லாததால் நான் சிரத்தையில்லாமல் கேட்டுக்கொண்டிருந்தேன். அப்போது சட்டென்று அறிவுக்கு விழிப்பு வந்ததும் மாமா, “ஒனக்காகத்தாம்பா ஒரு பயிற்சி பற்றி சொல்லிக்கிட்டிருந்தேன்” என்றார். அறிவு தடித்த கண்ணாடி போட்டிருப்பான். தூரப்பார்வை என்று சொல்லியிருந்தான். போட்டுக்கொள், தூர நோக்கு ஏற்பட உதவி செய்யும் என்று நான்கூட கிண்டலாகச் சொல்லியிருந்தேன்.

அறிவு எழுந்து பவ்யமாக உட்கார்ந்ததும் மாமா அந்த கண் பார்வைப் பயிற்சி பற்றி அவனிடம் என்னை சொல்லச் சொன்னார். நான் மாட்டிக் கொண்டேன். நான் சொல்ல ஆரம்பித்த உடனேயே, “என்னா ஒளர்றா?” என்று சொல்லிவிட்டு மாமாவே சொன்னார். அறிவு ரொம்பக் கவனமாகக் கேட்டுக் கொண்டான்.

ஏதோ சுவரில் ஒரு வட்டம் போட்டுக்கொள்ள வேண்டும். அதை ஒரு குறிப்பிட்ட தூரத்தில் இருந்து கொஞ்ச நேரம் இமைக்காமல் உற்றுப் பார்க்க வேண்டும் என்பது போன்ற விஷயங்கள் கொண்டது அது. மாமா சொல்லி முடித்தவுடன் அறிவு என்னப் பிராண்டினான். என்ன என்றேன். சொன்னான்.

உடனே நான், ‘‘மாமா, அறிவுக்கு ஒரு சந்தேகம்’’ என்றேன். அறிவு இதை எதிர்பார்க்கவில்லை. அடத்துரோகி என்பதுபோல என்னை முறைத்தான்.

“என்ன சந்தேகம்?”

“ஒரு குறிப்பிட்ட தூரத்திலேந்து அந்த வட்டத்தெ பாக்கணும்டு சொன்னீங்களே, அதெ, கண்ணாடி போட்டுகிட்டு பாக்குறதா, இல்லெ கண்ணாடி போடாம பாக்குறதான்னு கேக்குறாரு” என்றேன்.

மாமா சிரித்தார். “இப்புடி இருந்திங்கன்னா, நீங்க எந்த காலத்துல கரை சேர்றது?” என்று சொன்னவர் திடீரென்று

காலைப் பிடித்துக்கொண்டார். மறுபடியும் கடுமையான வலி ஏற்பட்டு விட்டது. அப்போது அவர் காலைத் தொட முடியாது. உடனே அறையில் இருந்த வைப்ரேட்டரை எடுத்து வரச் சொன்னார்.

எடுத்து வந்து வைத்தான் யூசுப் சாபு. ஒரு ‘டப்’ மாதிரி இருந்த அதில் மிதமான சுடுதண்ணீர் ஊற்றப்பட்டது. அதற்குள் பாதங்களை வைத்துக் கொண்டார் மாமா. பின் அதன் வயர் முனை ப்ளக் பாய்ன்ட்டில் செருகப்பட்டது. லேசாக கிர்ரென அதிர்வுகள் கிளம்பின அந்த ‘டப்’ முழுவதும். பாதங்களை அமுக்கி விடுவது போன்றது அது. ஒரு அறை மணி நேரம் அப்படி வைத்திருந்த பிறகு ஸ்விட்ச் ஆஃப் செய்யப்பட்டது.

“ஏம் மாமா, ஊருக்கெல்லாம் பிரச்சனையெ தீத்து வக்கிறீங்க. உங்க ஒடம்புல உள்ள பிரச்சனையெ ஏன் தீக்கலெ?” நேரம் பார்த்து நான் கேட்டேன்.

ரொம்ப நாட்களாக கேட்க வேண்டும் என்ற நினைப்பு இருந்தது. மாமா அடிக்கடி சில மாத்திரைகள் விழுங்குவதையும் நான் பார்த்திருக்கிறேன். எதற்கு இதெல்லாம்? ஏன் அவர் தன்னைத் தானே குணப்படுத்திக்கொள்ள முடியவில்லை? அப்போ எப்படி அடுத்தவரை குணப்படுத்தும் தகுதி அவருக்கு வருகிறது?

“அது ஒன்னுமில்லப்பா. ஊருல உள்ளவங்களுக்கெல்லாம் உள்ள பிரச்சனையெ தீக்குறதப் பத்தி யோசிச்சு யோசிச்சு என்னைப் பத்தி நெனைக்க நேரமில்லாம போயிடுது. என்னெ எங்க ரிலாக்ஸா இருக்க வுடுறிங்க? காலம் பூரா இந்த லவு தான். அதுக்குத்தான் நீங்க என்னெ மாதிரி இரிக்க வேணான்டு சொல்றேன். நா காட்டுன வழில போனா போதும்“

“ரஸூலுல்லாஹ்க்கு செவுனெ செய்யப்பட்டிச்சு. அவுஹ அதுனால கஷ்டப்படத்தான் செஞ்சாஹா. ஆனா அதுக்காஹ, அந்த கஷ்டத்துலருந்து வெளில வர்ற தகுதி அவுஹலுக்கு இல்லேன்னு அர்த்தமல்ல. கஷ்டத்தெ அவுஹ ஏத்துக்கிட்டஹா. வெளில வர விரும்பல. அவ்வளவுதான். ஆனா, உங்களுக்கு கஷ்டம் வந்தா, நீங்களும் அதெ ஏத்துக்கணும்டு அர்த்தமல்ல. நீங்க அதெ எதுத்து போராடலாம். அதெ ஒழிக்கலாம்” என்று சொன்னவர் மறுபடியும் கண்ணைச் சுருக்கி ‘ஆ’ என்றபடி காலைப் பிடித்துக் கொண்டார். கொஞ்ச நேரம் பிடித்திருந்து விட்டு நிமிர்ந்து என்னைப் பார்த்து தொடர்ந்தார்.

“நா ஆல்ரௌண்டா வாழலெ. ஆனா நீங்க என்னெ மாதிரி இரிக்கக் கூடாது. லைஃபோட எல்லா பக்கத்துலயும் வெற்றியோட வாழணும். அதுக்குத்தான் சொல்றேன். வெளங்குதா?”

எனக்கு மிகவும் ஆச்சரியமாக இருந்தது. அவர் பேசிக் கொண்டிருந்தபோது இருந்த முகபாவம், உட்கார்ந்த முறை எல்லாம் வேறாக இருந்தது. ‘ஆ’ என்று காலைப் பிடித்தபோது எல்லாம் மாறிப்போனது. மறுபடியும் அவர் தொடர்ந்தபோது பழைய முகமும் பாவமும் வந்துவிட்டது. காலில் அப்படி ஒரு வலி ஏற்படவே இல்லை என்பது போலப் பேசி முடித்தார்.

நூலறுந்த பட்டத்தை ஒரே தாவலில் பிடிக்க வேண்டும். ஆமாம். இப்போது பிடிக்க முடிந்தது.

17

தப்புக் கணக்கு

"உங்க வாப்பாக்கு பொறுமையே கெடையாது"

உண்மைதான். அப்படி ஒரு குணத்தை வாழ்க்கையில் அவர் அறிமுகப்படுத்திக் கொண்டதே கிடையாதுதான். ஆனால் அவருடைய சம்பந்தி விஷயத்தில் அவர் செய்தது என்னவோ சரியென்றுதான் எனக்கு பட்டது. இன்னும்கூட செய்திருக்கலாம் என்றே தோன்றியது.

அந்தப் பயலின் மூஞ்சியைப் பார்க்கும்போதே எனக்கு சந்தேகமாகத்தான் இருந்தது. ஆனால் என் வாப்பாவுக்கு ஏற்ற சம்பந்திதான். இவர் பந்தா பரமசிவமென்றால் அவன் எடுப்பு ஏகாம்பரமாக இருந்தான். அவனைப் பற்றி வாப்பா ரொம்பத்தான் சொன்னார். எப்போதும் போல.

என் வாப்பாவுக்கு ஒரு ஆளைப் பிடித்துவிட்டால் போதும். பெரிய மினாரா உயரத்தில் அவனைத் தூக்கி வைத்து விடுவார். பிடிக்கவில்லை என்றால் அடுத்த கணமே மினாரா உச்சியிலிருந்து அவனைத் தள்ளிவிட்டு, அவன் தலைகீழாக விழுந்து மண்டை உடைந்து சிதறுவதைப் பார்த்து ரசிப்பார். இது எல்லாருக்கும் தெரிந்ததுதான்.

அவருக்கு ஒருவரை பிடிப்பதற்கும் பெரிய காரணங்கள் ஒன்றும் தேவையில்லை. இவர் பெரீய்ய பணக்காரராக்கும், இவர் விரலை அசைத்தால் அங்கே புரூனே சுல்தான் ஒண்ணுக்குப் போகமுடியாமல் திணறுவான், இவர் பெரீய்ய செல்வாக்குள்ளவராக்கும், இவர் தூங்கி விழித்து விட்டாரா

என்று கேட்டுத் தெரிந்துகொண்ட பிறகுதான் சோனியா காந்தி அலுவல்களைத் துவங்குவார், இவர் உலகமகா சர்ஜனாக்கும், இவர் கத்தியைப் பிடித்துவிட்டால், மனித உடலிலுள்ள உள்ளூறுப்புகளெல்லாம் சந்தோஷப்பட ஆரம்பித்துவிடும், அவ்வளவு மென்மையாக, அதே சமயம் துல்லியமாக, மிகக்குறைந்த ரத்தப் போக்கில் அறுவை சிகிச்சை வெற்றிகரமாகச் செய்துவிடுவார் என்று யாராவது பேசிக் கொண்டிருப்பதை இவர் கேட்டுவிட்டால் போதும்.

உடனே வீட்டுக்கு வந்து அவர்களைப் பற்றி பூமிக்கும் ஏழாவது வானத்துக்கும் குதிப்பார். ஏதோ அவர்களுக்கும் தனக்கும் பூர்வ ஜன்ம உறவு அல்லது பால்ய சினேகிதம் இருந்த மாதிரி பேசுவார். இப்படி புகழப்பட்ட நிறைய டாக்டர்கள் அவருடைய செல்வத்தைப் பறித்திருக்கிறார்கள். கேள்விப்பட்டவுடனேயே, வழக்கம்போல, ஃபர்ஸ்ட் க்ளாஸில் ரிசர்வ் செய்து தம்பதி சகிதமாக என் சின்னம்மாவையும் அழைத்துக்கொண்டு - என் தாயார் எனக்கு ஐந்து வயதாக இருக்கும்போதே போய்விட்டார்கள் - சென்னையில் அவருக்குப் பிடித்த அசோகா அல்லது உட்லண்ட்ஸில் ஏஸி அறை எடுத்து, பூப்பூவான இட்லியை அறைக்கே வரவழைத்து, இட்லி கொண்டு வந்த அறைச் சிப்பந்திக்கு ஐம்பது ரூபாய் அவ்வப்போது டிப்ஸ் கொடுத்து - “அப்பத்தான் நம்மள மதிப்பான்” - டாக்ஸி கேப் பிடித்து அந்த டாக்டரைப் பார்த்து, அவர் கொடுக்கும் ஹைதர் காலத்து எண்ணெயை பல ஆயிரம் ரூபாய்கள் கொடுத்து மரியாதையுடன் வாங்கி, அதை சின்னம்மாவின் முட்டி வலி போக தேய்க்கச் சொல்லி எல்லாமாகச் சேர்ந்து ஒரு இருபத்தையாயிரம் காலியானவுடன் ஊர் வருவார்.

ஒருவாரம் கழித்து அந்த டாக்டரைப் பற்றி யாராவது பேச்சை எடுத்தால் போதும். கடித்துக் குதறி விடுவார். ஒரு வாரத்தில் சரியாகிவிடும் என்று சொல்லியிருப்பான். சரியாக ஒரு வாரத்தில் எண்ணெயும் காலியாகி, சின்னம்மாவின் முட்டி வலியும் மொத்த உடம்புக்கும் பரவியிருக்கும்.

“ஏன் வாப்பா இப்புடி செய்யுறிங்க?” என்று உரிமையாக, ஆனால் மெதுவாக யாராவது என் தம்பிகளோ தங்கைகளோ கேட்டுவிட்டால் போதும்.

“கம்னாட்டி, கம்னாட்டி - ஆணையும் பெண்ணையும் அவர் ‘கம்னாட்டி’ என்று பொதுவாக திட்டியதிலிருந்து ‘கம்னாட்டி’ பலவின்பாலாகத்தான் இருக்க வேண்டும் என்று தெரிகிறது - அறிவில்ல? சிங்கப்பூர்லேர்ந்து மாசம் ஒரு இருவத்தஞ்சாயிரம் ரூவா பிச்செக்காரக் காசு அனுப்புறதுக்கு நீ இவ்வுளவு

பேசுறியா?” என்று அவர் போடும் சப்தத்தில் சிங்கப்பூரின் சப்த நாடியும் ஒடுங்கிப் போகும்.

அவர் பேச்சுக்கு ஆளாகாத ஆளே கிடையாது குடும்பத்தில். என்னைத் தவிர. நான் அவ்வளவு நல்ல பையனா என்றால் அதுதான் கிடையாது. நான் அவரோடு இருக்கவில்லை என்பதுதான் ரகசியம். என் தாயாரின் தாயாரான பாட்டியின் வளர்ப்பில், என் தாயார் வீட்டிலேயே வளர்ந்தேன் நான்.

என் வாப்பா பொறுப்பில்லாமல் ஊதாரித்தனமாக இருந்தார் என்று சொல்லமுடியாது. ஏனெனில் அவர் சம்பாதித்த காலத்தில் ராஜா மாதிரி இருந்தார். இருபத்தையாயிரம் ரூபாய் அவர்ருக்கு பிச்சைக்காரக் காசாகத்தான் இருந்தது. எனக்குத் தெரியும். நான் ஏழாவது படிக்கும்போது அவருக்கு ஏழு கார்கள் இருந்தன. (அட, எல்லாமே ஏழு!) ஒரு ப்ளைமெளத், ஒரு ஃபியட், ஒரு அம்பாஸடர் மற்ற கார்களின் பெயர்கள் தெரியவில்லை. கடைசியாக இருந்தது ஒரு போகாட். (அதை வாப்பா “பேக்காடு” என்று சொல்வார். அதுதான் அவருக்கு ராசிக் காராம். அது மட்கி மண்ணாகும்வரை விற்காமல், பட்டறையிலேயே பல மாமாங்கங்கமாக போட்டுவைத்திருந்தார். எனக்கு திருமணமாகும் வரை அந்த நினைவுச்சின்னத்தை ஊருக்குப் போகும்போதெல்லாம் பார்ப்பேன். அதுவும் துருப்பிடித்து உதிர்ந்து செத்துக் கொண்டிருந்தது).

எங்க ஊரில் கடைத்தெருவுக்குப் போய் ட்ரிபிள் ஃபைவ் சிகரெட் ஒரு கார்ட்டன் கொடுங்கள் என்று எந்தக் கடையில் கேட்டாலும், “சாக்லேட்டு காக்காவுக்கா?” என்றுதான் கேட்பார்கள். ‘சாக்லேட் காக்கா’ என்பது என் வாப்பாவுக்கு ஊர் வைத்த செல்லப்பெயர். ஒரு காலத்தில் சாக்லட்டுக்குள் தங்கக் கட்டிகள் கடத்தி விற்றுக் கொண்டிருந்தாராம்! ஆனால் சாக்லேட் கரைந்து எலிப்புடுக்கு மிட்டாயாகிவிட்டது என்பதைத்தான் அவர் இன்னும் உணராமலிருந்தார்.

ஒரு முறை தொடையில் ஏற்பட்ட ஒரு கட்டிக்காக மலர் ஆஸ்பத்திரியில் ஆபரேஷன் செய்துகொண்டார். எப்போதும்போல, ரத்த அழுத்தம் பரிசோதிக்க வந்த நர்ஸுக்கு ஐம்பது ரூபாய் அழுத்தியவுடன் அவள் ரொம்ப குளிர்ந்துபோய், ஒரு நாளைக்கு நாலைந்து முறை ரத்த அழுத்தம் பரிசோதிக்க ஆரம்பித்தாள். அவள் வந்த ஒவ்வொரு முறையும் அறையில் இருந்த மற்றவர்களின் ரத்த அழுத்தம் எகிறியது. ஆனால் வாப்பாவின் சீதக்காதித்தனம் தொடர்ந்து கொண்டுதான் இருந்தது.

கூடவே பயமும். என் வாப்பா ஒரு அரசமரம் என்றால் வேர்கள் பூரா பயம்தான். ஆனால் அந்த பயமெல்லாம் உடம்பு சம்பந்தப்பட்டதுதான். பிடரி வலிக்காக கழுத்து காலர் போட்டிருந்தார். அவருக்கு மட்டும் பிரத்தியேகமான தலையணை ஒன்றும் உண்டு. எங்கே போனாலும் கவச குண்டலம் மாதிரி அதை எடுத்துக் கொண்டுதான் போவார். ஒருமுறை அவரை அழைத்துக் கொண்டு டாக்டரிடம் போன என் தம்பி அன்சாரிதான் சொன்னான்.

ஆட்டோவில் அமர்ந்தவுடன், எப்போதும்போல தலையணையை எடுத்து பிடரிப் பக்கம் வைத்துக் கொண்டு, கண்களை மூடி தேவையே இல்லாமல்தான் சாய்ந்து கொண்டாராம். பிறகு உடனே விழித்து ஆட்டோ ட்ரைவரிடம், "தம்பி, நா ஒரு ஹார்ட் பேஷண்ட்டு - அவர் ஹார்ட் பேஷண்ட்டே கிடையாது - மெதுவா போவணும்'' என்று சொல்லியதோடு எவ்வளவு வேகம் குறைக்க வேண்டும் என்பதையும் அவ்வப்போது சொல்லிக் கொண்டிருந்தாராம்.

ஒருவழியாக ஆட்டோ ஊர்ந்து ஆஸ்பத்திரியை அடைந்ததும் அந்த ஆட்டோ ட்ரைவர், "சார், இந்த மாதிரி மெட்ராஸ்லெ நா ஆட்டோ ஓட்டுனா, எத்தினி வருசம் ஆனாலும் என் ஆட்டோக்கு எந்தப் ப்ராப்ளமும் வராது சார்" என்றானாம்! அன்சாரி சொல்லி சொல்லி சிரிப்பான்.

அள்ளி வீசுவது, அதை மற்றவர் பொறுக்கிக் கொள்வதைப் பார்த்து மகிழ்வது, பயம் - இந்த குணங்களை வாப்பாவிடமிருந்து யாராலும் போக்கிவிட முடியாதென்று தோன்றியது. இதோடு இன்னொரு குணத்தையும் சேர்த்துக் கொள்ள வேண்டும். பேச்சு. ஆமாம். கொடுத்ததை தம்பட்டம் அடிப்பது, காசில்லாவிட்டால் குடும்பத்தினர் மீது கோபப்படுவது இதெல்லாம் அவர் கூடப்பிறந்த குணங்கள்தான்.

ஆனால் இன்னொரு மனிதனை கொஞ்சம்கூடவா எடை போடத் தெரியாது? பாம்பின் கால் பாம்பறியும் என்பார்களே? பந்தா பண்ணுகிற ஒருவர், இன்னொருவன் வீண் பந்தா பண்ணும்போது அதை எப்படி நம்ப முடியும்? அப்படி நம்பி, தன் கடைசி மகளையும் அவன் வீட்டுக்கு மருமகளாக அனுப்புகிறார் என்றால்? உயர உயர வாயால் பறந்த ஒரு ஊர்க்குருவியை எப்படி பருந்தாக நினைக்க அவரால் முடிந்தது? என்னால் அதைத்தான் புரிந்து கொள்ளவே முடியவில்லை. அது சரி, பாம்பின் கால் பாம்புதானே அறியும்? ரப்பர் பாம்புகள் அறியுமா என்ன?

காசிம் காக்காவை பந்தா பண்ணுபவன் என்று சொல்வது அவ்வளவு சரியல்ல. அவன் ஒரு பக்கா அயோக்கியனாக இருந்தான். சாமுத்திரிகா லட்சணம் படிக்காமலேயே, அவனைப் பார்த்தவுடன் எனக்குப் புரிந்தது அதுதான். நான் நினைத்தது சரிதான் என்பது ஒரு மூன்று மாதங்களுக்குள்ளாகவே தெரிய ஆரம்பித்தது.

அவனுக்கு ஒரே மகன். புகாரி. பெங்களூரில் பொறியியல் படித்தவன். எஞ்சினியர் மாப்பிள்ளை. குடும்பத்துக்கே சந்தோஷம். முதல் முறையாக ஒரு படித்த மாப்பிள்ளையை எடுக்கின்றனர். அதுவும் கடைசி மகளான ஆயிஷாவுக்கு. நூறு பவுன் நகை. ஐநூறு பேருக்கு சாப்பாடு. நான்கு லட்ச ரூபாய் பெறுமானமுள்ள ஒரு வீட்டை பெண்ணுக்கு சீதனமாகத் தரவேண்டும். இதல்லாமல், ஃப்ரிஜ், டி.வி., கட்டில், மெத்தை இத்யாதி. எல்லாம் சரி, ஆனால் ஒரு விஷயம் மட்டும் எனக்கு இடித்தது.

மாப்பிள்ளை வீட்டார் தம் சொந்த ஊரை விட்டு வந்துவிட்டதால், எங்க ஊரிலேயே அடமானத்துக்கு ஒரு வீடு பார்க்கச் சொன்னது என் சந்தேகத்தை அதிகரித்தது. சொந்த ஊரை விட்டு இன்னொரு ஊருக்கு ஏன் திடீரென்று அகதிகளைப்போல வரவேண்டும்? இதைவிட மோசமான விஷயம் என்னவென்றால், அந்த வீடு பார்த்துக் கொடுத்து, அதற்கான பணம் ஐம்பதாயிரம் ரூபாயை வாப்பாவே கொடுத்ததுதான். எந்த உடன்படிக்கையிலும் வராத பேச்சு அது. சாக்லேட் காக்கா, சீதேவி காக்கா, சீதக்காதி காக்கா.

கடைசி நிமிஷத்தில் என்னிடம் மாப்பிள்ளையை வந்து பார்க்கும்படியும், அவர் டிகிரி விஷயங்களை ஒரிஜினல்தானா என்று அவர்கள் அறியாமல் பரிசோதிக்கும்படியும் எனக்கு உத்தரவு. என் கடைசித் தங்கைக்காக என்னால் செய்ய முடிந்தது அவ்வளவுதான் என்று வாப்பா வீட்டுக்கும் தெரியும்.

அப்போதுதான் நான் மாப்பிள்ளையையும் அவன் வாப்பா காசிம் காக்காவையும் பார்த்தேன். பார்த்தவுடனேயே சாணியை மிதித்துவிட்ட மாதிரி வெறுப்பு அப்பிக் கொண்டது எனக்கு. காசிம் கறுப்பாக இருந்தது அதற்குக் காரணமல்ல. உள்ளே ஏதோ கறுப்பாக இருந்ததாக எனக்குப் பட்டது. மாப்பிள்ளையின் சான்றிதழ்களையெல்லாம் சும்மா 'காசுவலாக' - போட்ட திட்டப்படி - வாங்கிப் பார்த்தேன். (சான்றிதழ்களையெல்லாம் எதற்குக் கொண்டுவந்தார்கள்?) 'அரியர்ஸ்' வைத்து 'பாஸ்' பண்ணிய மதிப்பெண் விபரங்கள் மட்டும் இருந்தன. டிகிரி இல்லை. எங்கே என்று கேட்டேன்.

“அதுக்குத்தான் ட்ரை பண்ணிட்டிருக்கோம். பேர்ல ஒரு மிஸ்டேக் ஆயிப்போச்சு தம்பி. அதெ சரி பண்ணி வாங்குறதுக்கு அம்பதாயிரம் கேக்குறான். அதான், பங்காரப்பாவோட பி.ஏ. நம்ம காசிம் காக்காவுக்கு ரொம்ப வேண்டியவரு. அவரு கிட்ட சொல்லி, இன்னும் ஒரு வாரத்துல வாங்கிடுவோம்’’ என்றான் கூட வந்த ஒரு பந்தா.

பங்காரப்பா என்று அந்த கோணவாய் கர்நாடக அமைச்சரின் பெயரை அவன் உச்சரித்ததும் என் வாப்பா முகத்தில் பூரிப்பைப் பார்க்க வேண்டுமே! கர்நாடக மாநிலமே தனக்கு சொந்தமாகிவிட்டதைப் போல என்னை ஒரு பார்வை பார்த்தார்.

எல்லாரும் சாப்பிட்டுவிட்டுப் போனபிறகு, நான் எனக்குப் பட்டதை தெளிவாகச் சொன்னேன்.

“சர்ட்டிபிகேட் இல்லெ. எனக்கு சந்தேகமா இரிக்கிது. அதோட, பெங்களூர்ல படிக்கிறேன்னு சொல்றவங்களெ நம்ப முடியாது. காசு கறக்குற பார்ட்டி மாதிரி தெரியுது. நீங்க பங்காரப்பா, தேவ கெளடா, நரசிம்ம ராவ்னு சொன்னவொடனே மல்லாந்து படுத்துடுறிங்க. நல்லா யோசிச்சு செய்ங்க” என்றேன்.

நான் சொன்ன வார்த்தைகள் வாப்பாவை கோபமும் கலவரமும் படுத்திவிட்டன. ரொம்ப கலங்கிப் போனது சின்னம் மாதான். தம்பி தங்கைகளும் நான் சொன்னதை ஆதரித்தனர். ஆனால் வாப்பாவுக்கும் ஆயிஷாவுக்கு பிடித்திருந்தததது.

ஏற்கனவே ஒரு மாப்பிள்ளை பார்த்தார்கள். அவர் குள்ளமாக இருந்தாராம்.

நிழல் படத்தைப் பார்த்தவுடனேயே ஆயிஷா தன் தோழியிடம், “என்னாடி இது, விஜய் மாதிரி ‘ஹைட்’டும் இல்லெ. அர்விந்த சாமி மாதிரி ‘வொய்ட்’டும் இல்லெ. பிரபு மாதிரி ‘வெய்ட்’டும் இல்லெ” என்றாளாம்! காற்று வாக்கில் செய்தி பரவி விட்டது! சந்தமுள்ள எதிர்பார்ப்புகள்.

ஆனால் நான் என் கடமையைச் சரியாகச் செய்ததாகத்தான் நினைத்தேன். சம்பந்தியை எனக்குப் பிடிக்காததற்காக ஒரு பெண்ணுக்குக் கிடைக்க வேண்டிய நல்ல வாழ்க்கை தடைபட வேண்டுமா என்ற கேள்வியை பிரதானமாக வைத்து, அலசி ஆராய்ந்து, கடைசியில் புகாரிக்கு - அதுதான் மாப்பிள்ளையின் பெயர், சொன்னேனே - ஆயிஷாவை முடித்து வைத்தனர்.

மூன்றே மாதம்தான். சாயம் முற்றிலுமாக வெளுத்து விட்டது.

காசிம் காக்கா என்பவன் தன் சொந்த ஊரில் செய்து கொண்டிருந்த தொழில் கட்டப் பஞ்சாயத்து. ஒரு அரசியல்

கட்சியில் ஒரு காலத்தில் முக்கிய பிரமுகராக இருந்ததைச் சொல்லி பலரை ஏமாற்றி பணம் பறித்து, செலவு செய்துவிட்டு, எதிர்ப்பு வலுக்கவும், தப்பித்து குடும்பத்தோடு ஓடி வந்திருக்கின்றான். ஒண்ணு.

அவனுடைய செல்ல மகன் புகாரி பெங்களூரில் படித்தது உண்மைதான். ஆனால் எஞ்சினியரிங் கல்லூரியில் அல்ல. ஒரு டுபாகூர் இன்ஸ்ட்யூட்டில். அவனுடைய படிப்புக்கு டிகிரி காப்பிகூட கிடைக்காது. ரெண்டு.

முதல் மாதமே ஆயிஷாவை மாமனாரும் மாமியாரும் மோசமான வார்த்தைகளால் திட்டித் திட்டி வேலை வாங்கியிருக்கிறார்கள். மூணு.

எப்போதும் தன் குடும்பத்துக்கே ஆதரவாகப் பேசிய புகாரி, கடுமையாக மனைவியை அடிக்கவும் ஆரம்பித்திருக்கிறான். பொறுக்க முடியாமல்தான் ஆயிஷா வாப்பாவிடம் வந்து சொல்லியிருக்கிறாள். நாலு.

புகாரி ஆண்மையில்லாதவன் என்ற விஷயத்தை மூன்று மாதங்களுக்கு மேல் ஆயிஷாவால் மறைக்க முடியாமல் போனதும்தான் அவளுடைய வாழ்க்கை கல்யாணத்தில் கண்ணுக்கு இட்ட மையாட்டம் இருண்டு போனது எல்லாருக்கும் விளங்கியது. ஐந்து.

இதற்குப் பிறகுதான், வாப்பா பொங்கி எழுந்திருக்கிறார். கடைத்தெருவில் உட்கார்ந்திருந்த காசிம் காக்காவை, “டேய், ஹராத்துல பொறந்த நாயே, ஒரு பெம்படாப் பயலெ பெத்துவச்சு கிட்டு, ஆட்டமாடா ஆடுனே” என்று தொடங்கி திட்ட ஆரம்பித்தவர், கடைத்தெரு வரலாற்றில் மறக்க முடியாத ஒரு நாளாக அதை ஆக்கிவிட்டார். கடைசியில் காசிம் காக்காவுக்கு இறுதி மரியாதையாக நெஞ்சில் ஒரு உதையும் விழுந்திருக்கிறது.

உங்க வாப்பாக்கு பொறுமையே கெடையாது என்று சின்னம்மா சொன்னது இதற்காகத்தான். ஆனால் எனக்கு ரொம்ப சந்தோஷமாக இருந்தது. இன்னும் கொடுத்திருக்க வேண்டும் என்று தோன்றியது. எனது தீர்க்க தரிசனத்தை வாப்பா குடும்பத்தினர் மனதுக்குள் மெச்சிக் கொண்டது எனக்குத் தெரியும். ஆனாலும் ஆயிஷாவின் வாழ்க்கை?

கடைசியில் விவாகரத்தானால் போதும் என்றாகிவிட்டது. மூன்றே மாதங்கள். கடைசி மகளின் வாழ்க்கையை வீணடிக்க பதினைந்து லட்சம் செலவு செய்தாகிவிட்டது. ஆயிஷாவின் கல்யாணத்தில் வாப்பா போட்ட சாப்பாட்டைப் பற்றி ஊரே பேசிக்கொண்டது. விவாகரத்தைப் பற்றியும்தான். நல்ல வேளை,

விவாகரத்துக்கும் சாப்பாடு போடும் பழக்கம் இல்லாமல் போனது.

நான் உள்ளே போனபோது வீடு எழவு விழுந்த வீட்டின் மூன்றாம் நாள் மாதிரி அமைதியாக இருந்தது. நான் சின்னம்மா பக்கத்தில் போய் உட்கார்ந்தேன். நெஞ்சைப் பிடித்துக் கொண்டு வாப்பா உட்கார்ந்திருந்தார். அது நெஞ்சு வலியல்ல. இதயத்தில் ஏற்பட்ட வலி. யார் முகத்திலும் ஈயாடவில்லை. ஆயிஷாவைப் பார்த்து ஆறுதல் சொல்லும் தைரியம் எனக்கு வரவில்லை.

சின்னம்மாதான் பேச ஆரம்பித்தார் கள். அவர்கள் பேசும்போது தலை அனிச்சையாக தஞ்சாவூர் பொம்மை மாதிரி, ஆனால் மெல்ல, ஆடும்.

"மொசலியார் ஹஜ்ரத்துட்ட தான் கல்யாணத்துக்கு முந்தி கணக்குப் போட்டுப் பாத்தோம். ஆயிஷா மேலெ அவுஹலும் உயிரா இருப்பாஹா. அவளுக்கு என்னென்னவோ ஓதக்கூட குடுத்தாஹா. இந்த சனியம் புடிச்சவனெ பேசுனப்ப, போயி சொன்னோம். கணக்கெல்லாம் போட் டுப் பாத்துட்டு, முடிங்க, முடிக்கலாம், பொருத்தமாத்தான் இரிக்கிதுன்டு சொன்னாஹா. இது சரியா வராதுன்டு ஒரு சின்ன குறிப்புகூட குடுக்கலெ. அவுஹல நம்பித்தான் புள்ளெயெ குடுத்தோம். கடெசீல இப்புடி ஆயிடுச்சு" சின்னம்மாவுக்கே தெரியாமல் கண்களிலிருந்து வழிந் திறங்கியது.

மாமாவிடம் இது பற்றி நான் கேட்டுக்கொள்ளவில்லை. ஆனாலும் ஆயிஷாவின் வாழ்க்கையோடு விளையாடியது யார் அல்லது ஏன் என்ற கேள்வி இருந்து கொண்டுதான் இருந்தது.

18 தங்கச் சுரங்கத்தின் சாவி

"ஒரு தடவெ, தர்ஹாக்கு ஒரு ஆளு கேரளாலேருந்து வந்திருந்தாரு. அவரு என்னெ மாதிரி கணக்கு போட்டு பாக்குற ஆளு."

மாமா சொல்ல ஆரம்பித்ததும் நானும் அறிவும் ஆர்வமாகக் கேட்க ஆரம்பித்தோம். அப்போதுதான் சுல்தான், "அப்ப நா கிளம்பவா ஹஜ்ரத்து?" என்று உத்தரவு கேட்டார்.

"இப்புடிக் கேக்குறதுக்கு பதிலா, வாயெ மூடுடான்னு என்னெ சொல்லியிரிக்கலாமே" என்று மாமா சொல்லவும் செஷன் டென்ஷனான அமைதியில் ஆழ்ந்தது. சுல்தான் முகத்தில் உயிரில்லை.

"இல்லெ ஹஜ்ரத், வூட்லெ இன்னக்கி ஃபாத்தியா இரிக்கிதுன்டு உங்கள்ட்ட ஏக்கனவே சொல்லியிருந்தேன்..." என்று இழுத்தார்.

"என்னா ஃபாத்தியா? நீங்க போயி, புடுங்கவா போறிங்க? நீங்க ஆமீன்னு துவா கேட்டவொடனெ பெரிய எஜமான், சின்ன *எஜமான், கௌது நாயஹம், இமாம் ஜாஃபர் சாதிக்* [1] எல்லாரும் முண்டியடிச்சுகிட்டு வந்து உங்க பிரச்சனெயே தீக்க வரேன்டு சொல்லப் போறாஹளா? எல்லாரையும் மாதிரி ஃபாத்தியா ஓதிக்கிட்டு, *தப்ரூக்* [2] வாங்கித் தின்டுகிட்டு இரிக்கவா, எங்கிட்ட வர்றிங்க?"

---

1. **பெரிய எஜமான், சின்ன எஜமான், கௌது நாயஹம், இமாம் ஜாஃபர் சாதிக் - இறைநேசர்கள்.**

2. **தப்ரூக் - பிரார்த்தனைக்குப் பின் பகிர்ந்தளிக்கப்படும் இனிப்பு.**

மாமா கோபமாக கத்தவும் சுல்தான் ஒன்றும் சொல்லாமல் நின்று கொண்டிருந்தார்.

"நா பேசிக்கிட்டிருக்கிறேன். அதெ முடிக்க முன்னே, பொய்ட்டு வர்றேன்னு உத்தரவு கேக்குறிங்க! அதுக்கு என்னா அர்த்தம்? உங்க பேச்சு முக்கியமல்ல, நா போறதுதான் முக்கியம்னுதானே அர்த்தம்? அப்ப, என்னட்ட ஏன் கேக்குறீங்க? போய்த் தொலைய வேண்டியதுதானே? நா பேசி முடிக்கிற வரைக்கிம்கூட உங்களுக்கு பொறுமையில்ல, அப்புடித்தானே?"

"நீங்க எனக்குக் குடுக்க வேண்டிய மரியாதையெ குடுக்க லேன்டா உங்களுக்கு கெடைக்க வேண்டிய நிஅமத் கெடைக்காம போயிடும், சொல்லியிருக்கிறன்ல? அதெவிட மோசம், 'சல்புன் நிஅமத்' வந்துடும். அதாவது, கொடுக்கப்பட்ட அருள் பறிக்கப்பட்டு விடும். ஞாபகம் இரிக்கிதா?"

"என்னா சாபங் குடுக்குறேன்னு பாக்குறீங்களா? உங்க மரியாதை எனக்கு ஒரு மயிருக்கும் தேவையில்லை. இது ஒரு யுனிவர்சல் ரூல். இதெ மீறுனிங்கன்னா, நஷ்டம் உங்களுக்குத்தான். இதெ என்னாலெயும் மாத்த முடியாது. வெளங்குதா?"

ஏன்டா வாயைத் திறந்தோம் என்று சுல்தான் பேயறைந்த மாதிரி நின்று கொண்டிருந்தார்.

"சரி, போய்ட்டு வாங்க. போய், எங்க எல்லாருக்காகவும் கையேந்தி துஆ கேளுங்க" என்று சிரித்துக் கொண்டே சொன்னார்.

இறுக்கம் லேசாகத் தளர்ந்தாலும், தயங்கித் தயங்கி நின்று கொண்டிருந்தார் சுல்தான்.

"என்னா நிக்கிறிங்க?"

"இல்லெ, தண்ணி ஓதி சல்மாக்கு தர்றேன்டிங்க"

"இது, என்னா கொசுறு சமாதானமா?" என்று கேட்டுக் கொண்டே அவர் நீட்டிய பாட்டிலை வாங்கி ஓதிக்கொடுத்தார். சல்மா என்பது சுல்தானின் சகோதரி.

"அப்ப, நா அந்த ப்ராட்டா கடெ ஓரமா போய்க்கிட்டிருந்தேன். அப்பத்தான் அந்த கேரளாக்காரப் பையனெப் பாத்தேன்"

மாமா விட்ட இடத்திலிருந்து தொடர்ந்தார். சொல்ல ஆரம்பித்தபோது முகத்தில் என்ன உணர்ச்சி இருந்ததோ அதே உணர்ச்சியுடன். விட்ட இடத்திலிருந்து ஒரு விஷயத்தை தொடரும் தகுதி வந்துவிட்டால், நினைத்ததை அடையும்

தகுதி வந்துகொண்டிருப்பதற்கு அது அறிகுறி என்று ஏற்கனவே சொல்லியிருக்கிறார். ஆனால் வார்த்தைகளுக்கு இடையில் மட்டுமல்லாமல், உணர்ச்சிகளுக்கு இடையில்கூட முன்னால் பின்னால் என்று பாண்டி ஆடுவதற்கு அவரால்தான் முடியும். இந்த வாழ்க்கையே ஒரு நாடகம் என்பது மாதிரியும், கொஞ்ச நேரத்துக்கு முன் வெடித்தது, கோப உணர்ச்சிக் காட்சி என்பதைப் போலவும் அவர் நடந்து கொண்டார். எப்போதுமே அவரால் அப்படி இருக்க முடிந்தது. உத்தரவை மீறி என்னை எப்போதுமே ஆச்சரியப்படுத்திய விஷயங்களில் அதுவும் ஒன்று.

“பையன்னு ஏன் சொல்றேன்னா, கொறஞ்ச வய்சுதான் இரிக்கிம். ஒரு ப்ராட்டாவெ வச்சுகிட்டு, திங்கிறதா வேணாமான்னு யோசிச்சு யோசிச்சு தின்டுகிட்டிருந்தான். நானும் பசியாறத்தான் போனேன். வேணும்டே அவனுக்கு எதிர்ல போய் உக்காந்தேன். என்னமோ அவனெப் பாக்கும்போது அவனுக்கு ஒதவனும்டு தோணுச்சு. மெதுவா பேச்சுக் குடுத்தேன்”

“அவன் ரமல் கணக்கு போடுறவன். நல்லா போடத் தெரிஞ்சவன்தான். ரமல் கணக்கு தெரியும்ல? புள்ளிகளாகவும் கோடுகளாகவும் போடுறது. தந்தி அடிக்கிற மாதிரி. கணக்குல ஒரு முன்னூறு வகை இருக்கு. அதுல ரமல்தான் ரொம்ப டாப். சுல்தானுக்கு, நம்ப துபாய் ஷேக்கு

இருக்கிறாருல்ல, அவருக்கெல்லாம் சொல்லிக் குடுத்ததுதான்" அவர் துபாய் ஷேக் என்று குறிப்பிட்டது மெய்தீனை.

எனக்கு பொறாமை ஏற்படுத்துகின்ற விஷயங்களில் இந்த ரமல் என்ற சொல்லும் உண்டு. அது ஒரு வகை கணக்கு. அதைப் போட்டால், யாருக்காக அதைப் போடுகிறோமோ, அவர்களின் பிரச்சனைகளையும் அதற்கான தீர்வையும் துல்லியமாகச் சொல்ல முடியும். சீனியர்களான சுல்தான் போன்றவர்களுக்கு அதையெல்லாம் ஒரு காலத்தில் மாமா சொல்லிக் கொடுத்துள்ளார். ரமல் கணக்கு போட்டு எழுதிவைத்த அந்த நோட்டைக்கூட சுல்தான் என்னிடம் காட்டியிருக்கிறார். ஆனால் என்னிடம் காட்டியபோது ரமல் பற்றி அவருக்கு எதுவுமே ஞாபகமில்லை. அது ஒரு கணக்கு என்பதற்கு மேல் அவருடைய ஐன்ஸ்டீன் மண்டைக்குள் வேறெதுவும் ஏறவில்லை.

ஆனால் எனக்குக் கிடைக்காத ஒரு அரிய வாய்ப்பு அவர்களுக்குக் கிடைத்தும் வீணாக்கி விட்டார்களே என்று எரிச்சலாகவும், பொறாமையாகவும்கூட இருக்கும். நானும் அதைத் தெரிந்து கொள்ள வேண்டும் என்று இரண்டு முறை மாமாவிடம் கேட்டுவிட்டேன். "அப்பறம் பாக்கலாம்பா" என்று சொல்லிவிட்டார்.

"ஆனா கணக்கு போட்டு பாக்க யாருமே வரலேன்னு சோகமா உக்காந்திருந்தான். கையில இருந்த காசு, அன்னக்கி மேலே வராது. அதுனாலதான் ப்ராட்டாவெக்கூட திங்கலாமா வாணாமான்னு யோசிச்சுக்கிட்டு இருந்திருக்கிறான்"

"அப்ப நா அவனெ வூட்டுக்கு கூட்டிக்கிட்டு வந்து, கணக்கு போடச் சொன்னேன். ஏதோ வருமானம் வருதுன்னு நெனச்சிகிட்டு போட்டான். ரொம்ப துல்லியமா போட்டான். எனக்கு ரொம்ப ஆச்சரியமா போச்சு."

"அப்ப, நா கேட்டேன், ஏன்டா மூதேவி, வர்ற ஜனங்களுக்கு மட்டுந்தான் கணக்கு போட்டு பாக்கணுமா? மக்கள் ஒன்னெத் தேடி வர்றதுக்கே ரமல் கணக்கெ யூஸ் பண்ணலாமேன்னு சொன்னேன்"

"அவ்வுளவுதான். ரொம்ப குஷியாயிட்டான். எம்மேலெ ரொம்ப பிரியமாயிட்டான். அப்பறம் இங்கெயே பலி கெடந்தான். ரமல்லெ அவனுக்கு இரிக்கிற சந்தேகத்தையெல்லாம் கேட்டான். நானும் சொன்னேன்."

"இப்ப அந்த மாதிரி சரியா கணக்கு போடறவங்க கொறஞ்சி போய்ட்டாங்க" என்று பெருமூச்சுடன் சொன்னார்.

“சரி, போன வாரம் என்னா செஞ்சிங்க?”

“மாமா” என்றேன் மெல்ல. இதுதான் வாய்ப்பு. இதை நழுவ விட்டால் மறு வாய்ப்பு எப்போது கிடைக்குமோ?

“என்னா?”

“ரமல் சொல்லித் தர்றேன்னு சொன்னிங்க” என்று மெல்லச் சொல்லி முடித்தேன்.

“ஒனக்கு அறிவில்ல? இதோட மூணு தடவே கேட்டுட்டா. உங்களுக்கு எது தேவென்னு எனக்குத் தெரியாது? அதெ நீங்களே முடிவு செய்ய முடியும்னா என்னட்ட வந்திருக்க வேண்டிய அவசியமே இல்லையே?”

“ஏன் திரும்பத் திரும்ப அதையே கேட்டுகிட்டிருக்கிறா? அறிவு மேலே ஒனக்கு ஒரு அடங்காத் ஆசெ இரிக்கிது. ஒன்னட மொதல் எதிரியே அறிவுதான் தெரிஞ்சுக்க. இன்னமே நீ எந்த புஸ்தகமும் படிக்கக்குடாது. ரமல் கிமல்ங்குற பேச்சே எடுக்கக் குடாது. எடுத்தீன்னா, இங்கெ வராதெ. நின்டுக்க.”

“நா உங்களுக்கு என்னா சொல்லிக் குடுத்துக்குட்டு இரிக்கிறேன்! இப்ப போய் ரமல் கத்துக்கணுங்குறியே! ரமலெ விட லச்சம் மடங்கு ஒஸ்தியான விசயத்தெ நா உங்களுக்கு சொல்லிக் குடுத்துகுட்டு இரிக்கிறேன். நாம ‘அர்ஷெ முஹல்லா’வுலெ இருந்து பேசிக்கிட்டிருக்கிறோம். இப்ப போயி நீ பூமியில உள்ள ஒரு காணி நெலம் வேணுன்டு கேக்குறா? ஏதாவது அறிவு கிறிவு இரிக்கிதா இல்லையா? உங்களுக்கெல்லாம் என்னட்ட ஏச்சு வாங்கலேன்னா தூக்கம் வராதா?”

நான் சுல்தானானேன்.

“ஏன் இப்புடி இன்னக்கி எல்லாரும் எம் மூடெ கெடுக்குறதுன்னே வந்திக்கிறீங்க?”

“ஏம்ப்பா, ஒரு தங்கச் சொரங்கம் இரிக்கிது, அதை நேரம் வரும்போது உங்களுக்குக் காட்டுறேன், கூட்டிட்டு போறேன், அதோட சாவி இதுதான், இதெ பத்தரமா வச்சுகிங்க, நா சொல்லும்போது நீங்க தொறந்து சுரங்கத்து உள்ள போவலாம்டு குடுத்தா, அந்த சாவியெ தூக்கிகிட்டு நீங்க ஓடிப் போயிடுறீங்க, ஏன்? அந்தச் சாவியும் தங்கம்! அந்த மாதிரில்ல இரிக்கிது ரமல் வேணும்ங்குற கதெ? வெளங்குதா?”

விளங்கியது. சாவிகளைத் திருடித் திருடி பழக்கமாகி விட்டது. ஆனால் குருவின் கையால் குட்டு வாங்குவதும் ஆசீர்வாதம் தான்.

உயிர் மூச்சு

19

பானுவுக்கு மூச்சு வாங்கியது.

கொஞ்ச நாட்களாகவே நான் இதை கவனித்து வருகிறேன். ம்ஹூம். அப்படிகூடச் சொல்ல முடியாது. அவள் பேசும்போதும், சாப்பிடும்போதும், லேசான கனமுடைய பொருள் எதையாவது தூக்கிச் செல்ல நேரும்போதும் என்னுடைய கவனம் அவளை நோக்கித் தானாகவே திரும்புகிறது. புஸ்புஸ் என்று மூச்சு விட்டுக்கொண்டு, மெல்ல மெல்ல நடந்து பானு வரும்போது எப்படி அவளைக் கவனிக்காமல் இருக்க முடியும்?

அயோக்கியப் பயலே, உன் மனைவி எவ்வளவு கஷ்டப்படுகிறாள்? இவ்வளவு நாள் அதைக்கூடக் கவனிக்காமல் இருக்கிறாயே, நீயெல்லாம் ஒரு மனிதனா என்று என்னை நானே கேட்டுக்கொள்ளத்தான் செய்வேன் அப்போதெல்லாம். ஆனால் சினிமாத்தனமான இந்த மனசாட்சியின் பேச்சாலெல்லாம் தம்பிடிக்குப் பிரயோஜனம் கிடையாது என்று பானு ஒவ்வொரு முறை மூச்சுவிடும்போதும் நிரூபணமானது.

அவளைப் பார்க்க எனக்கு ரொம்ப பாவமாக இருந்தது.

வாசலில் கொட்டிக் கிடக்கும் கற்குவியலையும், உன் மனைவிக்கு வந்த கேன்ஸரையும் ஒன்று போல் உன்னால் பார்க்க முடியுமா?

அது ரொம்ப அநியாயமல்லவா மாமா?

அப்ப எது நியாயம்னு நெனைக்கிறே?

மனைவிக்கு நோயென்றால் கவலைப்படுவதுதானே நியாயம்? அதுதானே கடமை?

கடமை கிடமைங்கற பேச்செல்லாம் இங்கெ வாணா. கவலை என்பதை மட்டும் இப்போதைக்கு விவாதத்துக்கு எடுத்துக்குவோம். கவலைப்பட்டா என்னாகும்னு நெனைக்கிறே?

புருஷன் தன்னைப் பத்தி கவலைப்படுறானேன்னு மனைவிக்கு ஒரு சந்தோஷமாவது வருமில்லையா?

மனைவியோட சந்தோஷம் முக்கியமா, மனைவியோட நோய் நீங்குறது முக்கியமா?

நோய் நீங்குறதுதான் முக்கியம்.

கவலைப் பட்டு இந்த ஒலஹத்துல எங்கேயாவது நோய் நீங்கி நீ கேள்விப்பட்டிருக்கியா?

இல்லெ.

அப்ப, எதுக்கு கவலைப்படணும்?

அதுக்கில்லெ மாமா

இந்த வளவள கொளகொளவெல்லாம் வாணா, நீ கவலப்பட்டு, நீ ஓம் பொண்டாட்டி மேலெ ரொம்ப பிரியமா

இருக்கிறேன்னு அவளுக்கு காமிக்கிறது முக்கியமா? ஒரு கொடுமையான நோயால பீடிக்கப்பட்டிருக்கிற ஓம் பொண்டாட்டி நோய் நீங்குறது முக்கியமா?

நோய் நீங்குறதுதாம் மாமா முக்கியம்

அப்ப கவலைப் பட்டா என்னா அர்த்தம்? கவலப்படுறதனால ஒரு மயிரும் புடுங்க முடியாது.

மௌனம். மாமாவே தொடர்கிறார்.

அப்பா என்னா செய்யணும்? ஒரு மனைவியோட நோயையும் வாசல்ல கொட்டிக் கெடக்குற கல்லையும் ஒண்ணா பாக்கணும்னு நா அப்ப எதுக்காகச் சொன்னேன்? நா என்ன அவ்வுளவு கல் நெஞ்சக்காரனா?

யாரும் பதில் சொல்லவில்லை. மாமா மேற்கொண்டு என்ன சொல்லப் போகிறார் என்று தெரிந்துகொள்ளவே ஆர்வமாக இருந்தோம்.

அப்புடி உங்களாலெ இருக்க முடிஞ்சுதுன்னா, அவளோட நோயெ தீர்க்குற பக்குவம் உங்கள்ட்ட வரும். மாறா, கவலைப் பட்டிங்கன்னா, நோய் அதிகமாத்தான் ஆவும். உங்க உள்ள இருக்குற curative force வேலெ செய்யாது.

மாமா எடுத்துச் சொன்னதெல்லாம் ஒரு கணம் ஞாபகம் வரத்தான் செய்தது. ஆனால் என்னால் அவ்வளவு கல் நெஞ்சுக்காரனாக இருக்க முடியவில்லை. வேண்டாம், அப்படிப் பட்ட எந்த curative force-ம் வேண்டாம்.

ஒரு கணம் வந்து போன செஷன் நினைவுகளிலிருந்து மீண்டு பானுவைப் பார்த்தேன்.

எல்லாரையும்போல அவளால் மூச்சுவிட முடியவில்லை. மூச்சை உள்ளிழுத்த வேகத்துக்கு வெளிவிட்டுக் கொண் டிருந்தாள். இல்லை, அதுவாகவே வெளியே வந்து கொண் டிருந்தது. அவள் மூச்சுக்கு ரொம்ப ஆயுசுக் கம்மி என்று தோன்றியது. இப்படிப்பட்ட நினைப்பு ஷைத்தானியத் என்று தெரிந்தாலும் வரத்தான் செய்கிறது. ஒரு அபசகுணமாகத் தோன்றியது.

மாம கொடுத்த மூச்சுப் பயிற்சியை நான் சில ஆண்டுகளாகத் தொடர்ந்து செய்து வந்ததால் என் மூச்சு சாதாரணமாகவே மற்ற மனிதர்களுடையதைவிட ஆழமாகத்தான் ஓடியது. வல்லுனர்கள் அதை 'ஆல்ஃபா' என்று சொல்லலாம். அதில் எனக்கு எப்போதுமே ஒரு பெருமை உண்டு. அதை வைத்துப்

பார்க்கும்போது, பானுவின் மூச்சோட்டம் ரொம்ப சீக்கிரம் சீக்கிரமாக நடந்து விடுவதாகத் தோன்றுகிறதோ என்னவோ. ஆனாலும் அவளுடைய மூச்சு ரொம்பச் சின்னச் சின்னதாக, 'பீட்டா'விலும் பாதியாக, இன்னும் விஞ்ஞானத்தால் பெயர் வைக்கப்படாத புதிய வகையைப்போல் தோன்றியது.

அதையும் 'செக்' பண்ணிப் பார்த்துவிட்டேன்.

ம்ஹூம். அப்படியில்லை. என்னுடைய மூச்சோடு ஒத்துப் பார்க்கக் கூடாது. ஆனால் மற்றவர்கள் விடும் மூச்சின் அளவைவிட பல மடங்கு கம்மியாகத்தான் விடுகிறாள். மூச்சை உள்ளே இழுத்ததுமே, அது நுரையீரலுக்குப் போவதற்குள், தொண்டைக்குள் இறங்கிக் கொண்டிருக்கும்போதே, சரி போதும் வெளியே போய்விடு என்று கழுத்தைப் பிடித்து வெளியே அது தள்ளப்படுவதை என்னால் தெளிவாகப் பார்க்க முடிந்தது.

நிறைமாத கர்ப்பிணி மாதிரி வீங்கியிருக்கும் அந்த வயிறுதான் எல்லாவற்றுக்கும் காரணம்.

பானுவால் சரியாக சாப்பிட முடியவில்லை. ஒரு மிடக்கு தண்ணீர் குடித்தவுடன் வயிறு நிறைந்து விடுகிறது. அவளுடைய உடல் இருந்த பலவீனமான நிலை என்னை பயமுறுத்தியது. உறுத்தியது. ஏதாவது உடனே செய் என்று கெஞ்சியது.

ஆனால் விதம் விதமாகவும் வகைக்கொன்றாகவும் என் நாக்குக்கு ஆக்கிப்போட அவள்தான் அடுப்பங்கரையில் உழல வேண்டியிருந்தது.

சொன்னால் கேட்க மாட்டாள். எனக்கென்று வேறு யாரையும் ஆக்கவும் விடமாட்டாள். எவ்வளவு கஷ்டமானாலும் அவள் கைதான் எனக்கான எல்லாவற்றையும் செய்ய வேண்டும். இதில் எனக்கென்று ஆக்குவது என் மகனுக்குப் பிடிக்காது. அவனுக்குப் பிடித்தது எதுவும் என் மூத்த மகளுக்குப் பிடிக்காது. கடைக்குட்டி மட்டும்தான் எது கொடுத்தாலும் சாப்பிட்டு விடுவாள்.

எல்லாருக்கும் பிடித்த மாதிரி பல வகையாகச் சமைப்பதற்கு பானுதான் சமையல் கட்டுக்குள் இருந்தாக வேண்டும். இருந்தாக வேண்டும் என்றால், சும்மா உத்தரவுகள் கொடுப்பதற்கல்ல. அப்படி கொடுப்பதென்றால் அந்த உத்தரவுகளை அவளுக்கு அவளே கொடுத்துக்கொள்ள வேண்டியதுதான்.

வீட்டில் ராதா என்று வேலைக்காரி ஒருத்தி இருந்தாள். அவள் சரியாக காலை 12 மணிக்கெல்லாம் வந்துவிடுவாள். விருந்தினர் யாராவது வரப்போகிறார்கள் என்ற தகவல் காதில் விழுந்தால், அவர்கள் வரும் அன்று அவள் வீட்டில் ஏதாவது விஷேஷம்

வைத்துக்கொள்வாள். மகளுக்கு காதுகுத்து. அல்லது கணவன் வந்து அவன் தாய்வீட்டுக்கு கூட்டிப் போய்விட்டான். திடீரென்று குழந்தைக்கு உடம்பு சரியில்லை. இப்படி ஏதாவது. எல்லாமே விருந்தினர்கள் எங்கள் வீட்டுக்கு வருவதைப் பொறுத்ததாக இருந்தது.

அப்படியே ராதா வந்து பண்ட பாத்திரங்களைக் கழுவினாலும், வெள்ளிக்கிழமை போன்ற நல்ல நாட்களாகப் பார்த்து, எனக்கென்று பிரத்தியேகமாக பானு எடுத்து வைத்திருக்கும் சின்ன, அழகான, சிங்கப்பூர் அல்லது சைனா டீ க்ளாஸ், பீங்கான் போன்ற எதாவது நிச்சயமாக உடையும். நானாவது கொஞ்ச நேரத்தில் அதை மறந்துவிடுவேன். ஆனால் பானு அன்று பூராவும் தூங்க மாட்டாள். திரும்பத் திரும்ப தனது வாயால் புலம்பிப் புலம்பி மறுபடி மறுபடி உடைத்துக் கொண்டிருப்பாள்.

துவைக்கிறேன் என்று என் வெள்ளை சட்டைகளையும் பனியன்களையும் எடுத்துப்போய், ஏற்கனவே பானு கண்டிப்பாகச் சொல்லியிருந்ததையெல்லாம் 'மறந்துவிட்டு', நீலம் போட்டோ அல்லது மற்ற கலர்த் துணிகளோடு சேர்த்தோ வாளிக்குள் அமுக்கி வைத்து நிறம் மாற்றி விடுவாள் ராதா. இப்படியாக காலதாமதாக வருவதற்கும், பழி தீர்ப்பதற்கும், உடைப்பதற்குமாக அவள் மாத சம்பளம் வாங்கிக் கொண்டிருந்தாள்.

ராதா வேலை செய்து விட்டுப் போகிற அன்று வீட்டை நான் கயாமத் (இறுதித் தீர்ப்பு) நாளாட்டம் ஆக்கிவிடுவேன். காசும் கொடுத்து, வேலையையும் கெடுத்து, என்னிடம் ஏச்சையும் ஏன் வாங்கிக்கொள்ள வேண்டும் என்று பானு ராதாவை நிறுத்திவிட்டாள்.

"பசியாற வாங்க மச்சான்"

பானு என்னருகில் வந்து கை நீட்டி அழைத்தாள். மூச்சு வாங்கியது. என் கவனமெல்லாம் ஏறி இறங்கிக் கொண்டிருந்த அவள் வயிற்றின் மீது இருந்தது.

கருவறைக்குள்ளே ஒரு கட்டி. இருட்டில் ஒளிந்து கொண்டிருந்த ஷைத்தான். அது கண்ணுக்குத் தெரியாமல் நாளொரு மேனியும் பொழுதொரு வண்ணமுமாக அசுர வளர்ச்சியடைந்து, இந்த இரண்டு வருடங்களில் அவளை நிறைமாத கர்ப்பிணியாக்கிவிட்டிருந்தது. ஆனால் உள்ளே உயிருக்கு பதிலாக பிணம். அதுவும் சாதாரணப் பிணம் அல்ல. இன்னும் கொஞ்ச நாள் விட்டால் பானுவும் பிணமாகி விடலாம்.

இந்த நினைப்பு வந்ததுமே எனக்கு சுர்ரென்று கோபம் வருவது மாதிரி அந்த ஐடியா வந்தது.

மாமாவிடம் சொல்லாமல் டாக்டரைப் பார்க்கப் போய்விட வேண்டியதுதான்.

மாமாதான் இத்தனை காலமாக பானுவுக்கு தண்ணீர் ஓதி கொடுத்துக் கொண்டிருந்தார். கட்டி கரைந்துவிடும் என்றும், நா பாத்துக்குறேன் என்றும் சொல்லியிருந்தார். அந்த நம்பிக்கையில்தான் இத்தனை வேதனைகளுக்கு மத்தியிலும் டாக்டரிடம் காட்டாமல் இருந்தோம். இனிமேல் முடியாது என்ற முடிவுக்கு வந்தேன்.

"பானு, நம்ம ஸ்ரீதரன் சார்ட்ட சொல்லி, டாக்டர் யாரையாவது பாக்கலாமா?"

"மாமா எதாவது நெனைச்சிக்க மாட்டாஹா?"

"மாமாட்ட சொல்லவாணா"

"நீங்க சொல்லலேன்னா மட்டும் அவுஹலுக்குத் தெரியாம இருக்குமா?"

செருப்பால் அடித்த மாதிரி இருந்தது. என்னைவிட மாமாவை பானுவே மிகச்சரியாகப் புரிந்து வைத்திருக்கிறாள். உண்மையான சிஷ்யையாக இருக்க அவளுக்கே எல்லாத் தகுதிகளும் இருந்தன. எனக்கு இது ஏன் தோன்றாமல் போனது?

"அப்ப சொல்லிடலாங்குறியா?"

"இல்லெம்மா, மாமாத்தான் தண்ணி ஓதிக் குடுத்திருக் கிறஹால்ல? இன்னும் கொஞ்ச நாளைக்கி குடிச்சிப் பாக்கலாமே"

எனக்கு என்னவோ போலிருந்தது. இப்படி ஒரு சிஷ்யை எனக்கிருந்தால், முதல் வேலையாக அவளை குணப் படுத்திவிட்டுத்தான் மறுவேலை பார்ப்பேன். ஆனால் மாமாவிடம் இப்படியெல்லாம் பேச முடியாது. நம்முடைய அவசரத்துக்கெல்லாம் அவர் ஆளில்லை. அவர் சொன்னால் சொன்னதுதான். எனக்கு எல்லாம் புரியத்தான் செய்தது. ஆனால் பானுவை அப்படிப் பார்த்துக் கொண்டு என்னால் இருக்க முடியவில்லை. அவளில்லாமல் கிடைக்கின்ற வெற்றிக்கும் சந்தோஷத்துக்கும்தான் அர்த்தமென்ன?

"இல்லெ, நா இன்னைக்கே ஸ்ரீதரன் சாருக்கு ஃபோன் போட்டு பேசிடுறேன். நம்ம ரெண்டு மூனு நாளையில மெட்ராஸ் போய்ட்டு வந்துடலாம்'' உறுதியாகச் சொன்னேன்.

என் வார்த்தைகளில் தொனித்த முடிவின் உறுதியை பானுவும் உணர்ந்துகொண்டாள். அது அவளுக்குத் தேவையாகவும்

இருந்திருக்க வேண்டும். அப்படி நான் சொல்ல மாட்டேனா என்று கூட அவள் ஏங்கியிருக்கலாம். நான்தான் கவனிக்கத் தவறி விட்டேன்.

சரி மச்சான் என்று சொல்லிவிட்டு பானு போய்விட்டாள்.

நான் உடனடியாக வேலையில் இறங்கினேன். என் அக்கறையும் துரிதகதியும் அவளையும் என் மாமியாரையும் மிகவும் ஆச்சரியப்படுத்தின. கொஞ்சம் சந்தோஷமும்கூட என்பதைச் சொல்லத் தேவையில்லை.

முதலில் நண்பரும் பேராசிரியருமான ஸ்ரீதரனைப் போய்ப் பார்த்தோம்.

"யுட்டிரஸெ ரிமூவ் பண்றது லாங் ரன்ல நல்லதல்ல. எனக்கு அந்த அனுபவம் ஏற்பட்டிருக்கு. ஆல்டர்னேட்டிவ் மெடிசின் இப்ப எவ்வளவோ வந்திருக்கு. நா கூட ஆபரேஷனுக்குப் பிறகு யோகா பண்ணித்தான் எனக்கு வந்த கடுமையான பெயின கொறைச்சேன்" என்று ஸ்ரீதரனின் மனைவி சொன்னார்.

அவரோ அல்லது ஸ்ரீதரனோ சொன்னால் ரொம்ப சரியாகத்தான் இருக்கும். அவரது மனைவி ஒரு யோகா ஆசிரியை. அவர் குடும்பத்தையும் வீட்டையும் கவனித்துக் கொண்ட விதமும், சுத்தமும், வார்த்தையில் இருந்த அன்பும், கனிவும், தெளிவும் எங்களுக்கு மிகவும் பிடித்திருந்தன.

ஒருமுறை எங்களுக்கு மீன் பொரித்து அந்த அம்மா கொடுத்தார். மீன் வாடை கொஞ்சம்கூட வரவில்லை! அவ்வளவு சுத்தம்! மீனும் அவ்வளவு ருசியாக இருந்தது. பானுவின் சுத்தமான சுவையான மீன் பொரியலுக்குப் பிறகு, வாழ்வில் முதன்முறையாக அதேமாதிரியான ஒரு சுவையையும் சுத்தத்தையும் அவர் வீட்டில்தான் பார்த்தேன்.

கணவனும் மனவியும் ரொம்ப பொருத்தமான ஜோடி. மெடிகல் அறிவும், சென்னையில் யார் யார் திறமையுள்ள, அனுபவமுள்ள ஆனால் காசுக்காக வைத்தியம் பண்ணாத நல்ல டாக்டர்கள் என்பதெல்லாம் அத்துபடி. மெடிகல் ரிபோர்ட்டுகளை அவரிடம் கொடுத்தால் போதும். எனக்குப் புரிவது மாதிரி அதை பாமரத்தமிழில் விளக்கமாகச் சொல்வதில் மன்னன்.

ஸ்ரீதரன் சொன்னபடி ஒரு ஹோமியோவைப் போய்ப் பார்த்தோம்.

20 கட்டியும் தண்ணீரும்

முதல் முறை என்பதால் எங்களோடு அந்த ஹோமியோவைப் பார்த்துப் பேச ஸ்ரீதரனும் வந்திருந்தார்.

அவர் ஒரு சாதாரண டாக்டரல்ல என்றும், அவரை ஒரு செமினாரில் சந்தித்து 'இம்ப்ரெஸ்' ஆன கதையையும் ஏற்கனவே என்னிடம் சொல்லியிருந்தார் ஸ்ரீதரன். நானும் 'இம்ப்ரெஸ்' ஆகியிருந்தேன்.

பல அல்லோபதி, ஹோமியோபதி, சித்தா, யூனானி மருத்துவர்கள் ஒன்றுகூடி, எப்படி ஒரு நோயை அறிந்து குணப்படுத்தினர் என்பதைப் பற்றிய கட்டுரைகளை வாசித்த ஒரு நாள் பட்டறையாம் அது. இந்த ஹோமியோ வந்து, "நான் கிட்னி கற்களை ஆபரேஷன் இன்றி குணப்படுத்தியது உண்மைதான். ஹோமியோவில் இன்னின்ன அடையாளங்களிருந்தால் இன்னின்ன மாதிரி மருந்து மாத்திரைகள் கொடுக்க வேண்டும் என்று இருப்பது உங்களுக்கெல்லாம் தெரியும்தான். ஆனால் நான் எப்படி இந்த கேஸை டீல் செய்தேன் என்று மட்டும் சொல்கிறேன். ஹோமியோ முறை பற்றி நீங்கள் புரிந்து கொள்ளுங்கள்" என்று சொல்லி தான் நோயாளியிடம் பேசியதிலிருந்து புரிந்து கொண்ட விஷயங்களை வைத்து எப்படி ஒரு முடிவுக்கு வந்தார் என்றும், அந்த முடிவுகளுக்குத் தக்கவாறு, எப்படி மருந்து கொடுத்து குணப்படுத்தினார் என்றும் விபரமாகச் சொன்னாராம். எல்லாரும் வெகுவாகப் பாராட்டினார்கள் என்று ஸ்ரீதரன் சொன்னபோது, எனக்கும் அந்த டாக்டரிடம் காட்டப் போகிறோம் என்று சந்தோஷ மாகத்தான் இருந்தது.

இரண்டு மணி நேரம் காத்திருந்தோம். ஒரு நோயாளியை குறைந்தது ஒரு மணி நேரம் அவர் பார்த்தார். நாங்கள் மூன்றாவதாகச் சென்றோம்.

அந்த டாக்டர் பெயர் மெஹந்தி. பெயரைக் கேட்டதும் எனக்கு ஹர் தரஃப் தேரா ஜல்வா என்று பாடிய தலேர் மெஹந்தி ஞாபகம் வந்தது. வட நாட்டுக்காரராக இருப்பாரோ என்று நினைத்தது சரியென்று அவரைப் பார்த்தவுடன் புரிந்துபோனது. நல்ல சிவப்பு நிறம். ஆள் குள்ளம். ஹிந்தி உச்சரிப்பில் ஆங்கிலம். 'தர்ட்டி' என்பதை 'தஹ்ர்ட்டி' என்றுதான் சொன்னார். சிவப்பில் ஒரு சட்ட அணிந்திருந்தார். அது அவருக்கு பொருத்தமாகவே இருந்தது. ஆனால் தலேர் மெஹந்தி மாதிரி தலைப்பாகை எதுவும் இல்லை.

ஒரு படிவம் வைத்திருந்தார். பல கேள்விகள் கேட்டார். நாங்கள் சொல்லச் சொல்ல அந்த படிவத்தில் குறித்துக்கொண்டே போனார். அந்த படிவம் முடிவதற்கு கிட்டத்தட்ட அரை மணி நேரமாகிவிட்டிருந்தது. பானுவைப் பற்றி ஒரு எம்.ஃபில். ஆய்வே செய்துவிடலாம் போலிருந்தது. அவ்வளவு தகவல்கள். எனக்கும் பானுவுக்கும் தெரிந்த தகவல்கள், எனக்கு மட்டுமே தெரிந்தவை, பானுவுக்கு மட்டுமே தெரிந்தவை என. எங்களை அறிமுகப்படுத்திவிட்டு ஸ்ரீதரன் வெளியில் காத்துக் கொண்டிருந்தார்.

ஏற்கனவே எடுத்த ஸ்கேன் போன்ற ரிப்போர்ட்டுகள் எதையும் வாங்கவோ பார்க்கவோகூட மெஹந்தி மறுத்து விட்டார். அவருக்குத் தேவையான தகவல்கள் எல்லாம் அந்த படிவத்தில் சேர்ந்து விட்டன. இனி எதுவும் தேவையில்லை என்று சொன்னார்.

ரத்தச்சோகை இருப்பதாகவும், முதலில் அதை ஆரோக்கியமாக்க வேண்டுமென்றும் கூறினார். உண்மைதான். பார்த்தாலே யாருக்கும் தெரிந்து விடுமாறுதான் பானு இருந்தாள். அவள் அப்படி வெளுத்துப்போய் இருந்தவளல்ல.

"நல்ல சாப்பாடுதானே சாப்பிடுறோம், பின்ன எப்புடி டாக்டர், இந்த ரத்த சோகை வருது?"

"ஓ, அதுவா, அவங்க சாப்பிடுறதையெல்லாம் அந்த கட்டி சாப்பிட்டுடுதே!" என்று சொல்லிச் சிரித்தார்.

"லுக் மிஸ்டர் ஜுனைத், இது ஒரு ஸ்லோ ப்ராசஸ்தான். பட், கட்டியெ நிச்சயமா கரைச்சு, ரொம்ப நெக்லிஜிபிளா ஆக்கிடலாம். ஐ மீன், அது இருக்குறதும் இல்லாததும்

ஒண்ணுன்னு சொல்ற அளவுக்கு ஆக்கிடுவேன். பட், இட் வில் டேக் சம் டைம், ஓகே?" என்றார்.

எனக்கு சந்தோஷமாக இருந்தது. ஆனால் அவருடைய கன்சல்டிங் ஃபீசும், மருந்துக்குமான செலவுதான் சந்தோஷம் தருவதாக இல்லை. கன்சல்டிங் ஃபீஸ் ஐநூறு ரூபாய். மருந்து, ஒரு வாரத்துக்கு ஆயிரம் ரூபாய்!

ஆனால் ரொம்ப நல்ல டாக்டர். பணம் பத்தாவிட்டாலும் மருந்து கொடுத்து விடுவார். அவரிடத்தில் ஒரு அக்கௌண்ட்டே வைத்துக் கொண்டோம்!

குட்டிக்குட்டி வெள்ளை பாட்டில்களில் கடுகு மாதிரி இருந்த மாத்திரைகள். பிறகு டாக்டர் ஸ்பெஷலாகக் கொடுத்த தூள் மருந்து. ஒருமுறை நான் கூட கொஞ்சம் சாப்பிட்டுப் பார்த்தேன். கசப்பு ஒன்றுமில்லை.

"ஐயோ, நீங்க சாப்புடுறீங்களே, உங்களுக்கு கட்டி கிட்டி வந்துடப்போவுது" என்றாள் பானு.

"இது கட்டியெ உண்டாக்குற மருந்தில்லம்மா. கட்டியக் கரைக்கிறதுக்கு" என்று பதில் சொல்லிவிட்டு நானும் சிரித்துக் கொள்வேன்.

இப்படியே ஆறு மாதம் ஹோமியோ மருந்தில் கழிந்தது. பிறகு ஒரு நாள் மெஹந்தியே போய் எங்களை ஒரு ஸ்கேன் எடுத்து வரச் சொன்னார். எனக்கு மாமாவின் ஞாபகம் வந்தது. தொண்டை கேன்ஸருக்கு அப்படித்தானே கரீம்பாவுக்கு ஜிப்மரில் போய் ரிபோர்ட் எடுத்து வரச் சொன்னார்?

எடுத்தோம். கட்டிக்கு ஹோமியோ மருந்து மிகவும் பிடித்திருக்க வேண்டும். அதையும் அதுவே சாப்பிட்டுவிட்டு ஆறுமாத காலத்தில் கணிசமாக வளர்ந்திருந்தது.

"ஸாரி, முதல் மூணு மாசத்துல கட்டி கொஞ்சம் கொறைஞ்சு, அடுத்த மூணு மாசத்துல வளர ஆரம்பிச்சிடுச்சு. நாம மாத்திரையெ மாத்தி குடுத்துப் பாப்போம்'' என்றார்.

அதுதான் மெஹந்தியை நாங்கள் கடைசியாகப் பார்த்தது. அவர் அடுத்த செமினாருக்குப் போகும்போது, ஒரே மாத்திரையில் எப்படி யுட்டிரஸ் கட்டி குறைந்து பின்பு வளரும் என்பதைப் பற்றி கட்டுரை வாசித்து கைதட்டல் பெற்றிருக்கலாம்.

இப்போதெல்லாம் பானுவுக்கு மூச்சு சின்ன சின்னதாக வரவில்லை. மூச்சு விடுவதே சிரமமாகிவிட்டிருந்தது.

ஒரு அசட்டுத் துணிச்சலில் மாமாவிடம் ஃபோன் போட்டு விஷயத்தைச் சொன்னேன்.

"டாக்டர்ட்டென்னா காட்டிப் பாரேன்" என்று பதில் வந்தது.

அந்த பதில் எனக்கு ரொம்ப எரிச்சலூட்டியது. இரண்டு வருஷம் கழித்துச் சொல்ல வேண்டிய பதிலா அது? பானு இறந்துபோன பிறகு ஃபோன் போட்டு சேதியைச் சொல்லியிருந்தால் கூட, "அட, டாக்டர்ட்ட காமிச்சிருக்கலாமப்பா" என்றுதான் பதில் வந்திருக்குமோ?

குருக்கள் தமது விளையாட்டுக்களை சிஷ்யர்களோடு மட்டும் வைத்துக்கொள்வது நல்லது.

சுமதி டாக்டர்தான் கடைசியில் தைரியம் கொடுத்தார். ஆரோக்ய மாதா ஆஸ்பத்திரியின் தலைமை டாக்டர் அவர்தான். டி.ஜி.ஓ. சர்ஜன். இன்னும் என்னென்னவோ படித்திருந்தார். பார்க்க ரொம்ப அழகாக இருந்தார். ஒரு முப்பது வயதிருக்கும்.

பானுவைப் பரிசோதித்துவிட்டு, "இத்தினி நாளா என்ன செஞ்சிகிட்டிருந்தீங்க?" என்று என்னை கடுப்படித்தார். எனக்கு வேண்டும் என்று நினைத்துக் கொண்டேன். டாக்டர்களின் கோபமும் அன்பல்லவா?

உடனடியாக ஆபரேஷன் செய்ய வேண்டும் என்றாலும், செய்ய முடியாத நிலை இருந்தது. காரணம் ரத்த சோகை! தேவைப்படும் அளவு ஹீமோக்ளோபின் இல்லை

என்றார். எனவே ரத்தம் ஏற்ற வேண்டும் என்றும் அதற்காக டோனர்களை தயார் செய்யும்படியும் சொல்லிவிட்டார்.

பானுவின் தம்பி காதர் சிட்டாய்ப் பறந்து விட்டான். அவன் க்விக் ஃபிக்ஸ் மாதிரி. சீக்கிரம் யாரோடும் ஒட்டிக்கொண்டு விடுவான். வந்த கொஞ்ச நாட்களிலேயே ஆஸ்பத்திரியில் இருந்த எல்லா நர்சுகளுக்கும், கேட் கீப்பருக்கும் நண்பனாகிவிட்டான். நர்சுகளையெல்லாம், ராதிகா சிஸ்டர், அமுதா சிஸ்டர் என்று பெயர் சொல்லித்தான் அழைத்தான். பார்வையாளர்கள் அனுமதிக்கப்படாத நேரத்திலேயே எப்போதும் பார்க்க வருவான். அவனுக்கு மட்டும் கதவு திறக்கப்படும். அதுவும் ஒரு புன்னகையோடு.

எனக்கு அது ரொம்ப ஆச்சரியான திறமையாக இருந்தது. என் நண்பர் ஒருவர், ஒரு பணக்காரர், நேரம் கெட்ட நேரத்தில் ஒரு நாள் பானுவைப் பார்க்க வந்தார். ஆனால் கேட் மூடியிருந்த நேரம் அது. எனக்கு கல்வி மந்திரியைத் தெரியும் என்று சொல்லியிருக்கிறார். போய் அவரைக் கூட்டிக்கொண்டு வாருங்கள் என்று சொல்லி வெளியே நிறுத்தியிருக்கின்றனர். அப்போது வந்த என் மைத்துனன் காதரை மட்டும் உள்ளே விட்டிருக்கின்றனர். அவனுடைய சிபாரிசின் பேரில் அவரும் உள்ளே வந்தாராம்! இதையெல்லாம் எனக்கு அவரே சொன்னார்.

தான் படித்த கல்லூரிக்குச் சென்று, பல நண்பர்களை ரத்த தானத்துக்கு மின்னல் வேகத்தில் தயார் செய்துவிட்டான் காதர். பானு அவனுக்கு ஒரே சகோதரி. ஆனால் எப்போதும்போல பைக்கில் மின்னல் வேகத்தில் வந்ததால், வழியில் கொட்டியிருந்த எண்ணெயில் பைக் வழுக்கி கீழே விழுந்து, முட்டியெல்லாம் அடிபட்டு ரத்தக் காயங்களுடன் ஆஸ்பத்திரிக்கு வந்து சேர்ந்தான்.

"ரத்த தானம் தரச்சொன்னா, ரோட்டுக்கெல்லாம் தானம் குடுத்துருக்கியா? இது மொறையல்ல. நாங்கதான் எடுப்போம்" என்று சுமதிகூட ஜோக்கடித்தது. காதரின் நண்பர்கள் மாற்றி மாற்றி ரத்தம் கொடுத்துக் கொண்டிருந்தார்கள். ஆஸ்பத்திரிக்கே அது ஆச்சரியமாக இருந்தது.

பானுவின் சொந்தக்காரர்கள் யாரையும் ஆபரேஷனுக்காக வரவேண்டாம் என்று சொல்லி விட்டிருந்தேன். என் சொந்தங்கள் என்று இருந்தது சின்னம்'மா மட்டும்தான். சின்னம்மா ஹஜ்ஜுக்குச் சென்றிருந்தது.

நான் அப்படிச் சொன்னதற்கு ஒரு காரணமிருந்தது. காலம்பூரா என்னையே கவனித்துக் கொண்டிருக்கும் பானுவை

நான் கவனித்துக்கொள்ள ஆசைப்பட்டேன். அந்த ஏற்பாட்டில் பானுவுக்கும் ரொம்ப சந்தோஷம்தான்.

“ஏம்மா, நீங்க ஒத்தியா இருந்து ஏங்கஸ்டப்படணும்?”

இப்படி அவள் கேட்டாலும் மனசுக்குள் பொங்கிய மகிழ்ச்சியை நானறிவேன். போன தடவை, பத்துப் பதினைந்து வருஷங்களுக்கு முன்பு கட்டி வந்தபோதும் நான்தான் கவனித்துக்கொண்டேன். அது இசபெல் ஆஸ்பத்திரியில். அப்போது வந்த கட்டி ஃபல்லோப்பியன் ட்யூபில் என்று சொன்னார்கள். கடைசியில் கட்டியிருந்த அந்த ட்யூபை எடுக்க வேண்டியதாகிவிட்டது. மீதி இருந்த ஒரு ட்யூபில் கருத்தரித்தவன்தான் என் இரண்டாவது வால் ஜமீல்.

“ஏம் மச்சான், எனக்கு மட்டும் கட்டி கட்டியா வருது?” என்று பானு கேட்டாள்.

“ஒன்னெ பொண்ணு பாத்துட்டு வந்தப்ப, சின்னம்மாட்டெ, பொண்ணு எப்புடி இரிக்கிதுன்டு கேட்டேன். அதுக்கு சின்னம்மா, பொண்ணு கட்டி லெச்சணம்டு சொன்னுச்சு. அப்ப கட்டி வரத்தானே செய்யும்?” என்று நான் சொன்னவுடன் கட்டியையும் வீங்கியிருந்த வயிறையும் மறந்து பானு குலுங்கிக் குலுங்கி சிரித்தாள்.

டாக்டர் சுமதி என்னைக் கூப்பிடுவதாக வெளியில் காத்துக் கொண்டிருந்த என்னை ஒரு நர்ஸ் வந்து கூப்பிட்டாள்.

ஆபரேஷன் முடிந்துவிட்டதா? ஆனால் பானு இன்னும் தியேட்டரைவிட்டு வெளியில் வரவில்லையே? அதற்கிடையில் என்னை ஏன் கூப்பிட வேண்டும்? கலவரத்துடன் உள்ளே சென்றேன்.

கொஞ்சம் பதட்டமாகத்தான் இருந்தது. ஆனால் அதற்கெல்லாம் அவசியமில்லை என்பதுபோல டாக்டர் சுமதி சிரித்துக்கொண்டே வந்தாள். அவள் பட்டுப் புடவை கட்டியிருந்தது எனக்கு கொஞ்சம் ஆச்சரியமாக இருந்தது. ஆபரேஷனுக்கு வரும்போதுகூட இப்படியெல்லாம் உடுத்தியிருப்பார்களா?

“ஒண்ணும் ப்ராப்ளமில்லெ மிஸ்டர் ஜுனைத். ஆனா, கட்டி எவ்வளவு பெரிசுன்னு உங்க கிட்ட காட்டணும்னுதான் வரச்சொன்னேன்” என்று சொல்லிவிட்டு பின்பக்கமாக பவ்யமாக நின்றுகொண்டிருந்த நர்ஸுக்கு சைகை காட்டினார். அந்த நர்ஸ் உள்ளே போய் ஒரு அலுமினியத் தட்டை ஏந்திக்கொண்டு வந்தாள்.

செவ்வக வடிவ தட்டின் மீது உலக உருண்டையை வைத்த மாதிரி இருந்தது ரத்தமும் சதையுமாக கட்டி. பானுவுக்குக் கொடுத்ததையெல்லாம் தான் தின்று வளர்ந்த கட்டி. மாமா

ஓதிக்கொடுத்த தண்ணீர்க்கெல்லாம் அசைய மாட்டேன் என்று பிடிவாதமாக வளர்ந்த ஷைத்தானின் குட்டி. பானுவின் ரத்தத்தை உறிஞ்சி உறிஞ்சி அவளுக்கு சோகையைக் கொடுத்த கட்டி.

அவ்வளவு பெரிய கட்டியை நான் பார்த்ததே இல்லை. வயிற்றுக்குள்ளே அது செங்குத்தாக நின்று கொண்டிருந்ததால்தான் நெஞ்சுவரை அடைக்க, மூச்சுவிட சிரமப்பட்டிருக்கிறாள் பானு. பானு எவ்வளவு பாவம் என்று தோன்றியது. எப்படி அந்த கட்டியை வைத்துக்கொண்டே வேலைகளையெல்லாம் பார்த்திருக்கிறாள்! நான் எவ்வளவு கொடுத்து வைத்தவன் என்றும், எவ்வளவு நன்றி கெட்டவன் என்றும் அப்போதுதான் புரிந்தது.

“டாக்டர், யுட்டிரஸ்லதானே கட்டின்னாங்க? யுட்டிரஸ் எங்கெ?” என்றேன்.

“யுட்டிரஸ்ஸா? இதோ” என்று கட்டியைத் தூக்கிக் காட்டினார் டாக்டர் சுமதி.

கட்டியின் கீழ்ப்பக்கத்தில் பாவமாக ஒளிந்துகொண்டிருந்தது கருவறை.

“யுட்டிரஸ்லதானே கட்டின்னு சொன்னாங்க?” என்று சந்தேகம் கேட்டேன்.

சுமதி புரிந்து கொண்டார். “யெஸ். ஆனா கட்டி வளர்ற சைஸுக்கு யுட்டிரஸ் போதலை. அதனால, யுட்டிரஸ்ஸுக்கு வெளியில வளர ஆரம்பிச்சிடுச்சு. இன்னும் கொஞ்ச நாள் விட்டிருந்திங்கன்னா, உயிருக்கே ஆபத்தாப் போயிருக்கும்.”

மறுபடியும் புன்னகை. இந்த புன்னகை உயிருக்கு ஆபத்து என்றதற்காக அல்ல.

கட்டியின் அளவைப் பற்றி பார்க்க வந்தவர்களிடமெல்லாம் நான் பல நாட்களுக்கு சொல்லிக்கொண்டிருந்தேன். ஒரு பாட்டியைப் போல. கட்டியின் சைஸை நினைக்க நினைக்க எனக்கு மாமா மீது கோபம் கோபமாக வந்தது.

வீட்டுக்குத் திரும்பிய அன்று நானும் பானுவும் அறைக்குள் நுழைந்தபோதே எங்களை வரவேற்பது மாதிரி கண்ணில் பட்டது அது.

கட்டியைக் கரைப்பதற்காக மாமா ஓதிக்கொடுத்த தண்ணீர் பாட்டில்.

மாமாவின் மூச்சுக் காற்று கலந்த அந்த தண்ணீரை எடுத்துக் கொண்டு போய் கொல்லையில் ஊற்றிவிட்டு வந்தேன்.

பானு நார்மலாக மூச்சு விட ஆரம்பித்தாள். நான் நிம்மதியாக மூச்சு விட ஆரம்பித்தேன்.

ப்ரேக்கிங் பாய்ண்ட் 21

தொலைபேசி அழைத்தது.

நான் காதில் வாங்காத மாதிரி தொடர்ந்து படித்துக் கொண்டே இருந்தேன். மாமா சொல்லிக் கொடுத்த முக்கியமான பாடங்களில் ஒன்றல்லவா!

எதையும்விட நாம் தான் ஒஸ்தி. ஆனால் இது சுப்பீரியாரிட்டி காம்ப்ளக்ஸ் அல்ல. ஏனென்றால் இப்படி நினைப்பதற்கு ஒவ்வொரு மனிதனுக்கும் உரிமை உண்டு. எல்லாரும் சமம். எல்லாரும் ஒஸ்தி. யாருமே சாதாரணமானவர்களில்லை. ஆனால் அதைப் புரிந்து கொண்டு வாழ்பவர்கள், புரியாமல் வாழ்பவர்கள் என்று இரண்டு வகையான மனிதர்கள். அவ்வளவுதான்.

அதோடு, எதுவுமே நம்மை டிஸ்டர்ப் பண்ண விடக்கூடாது. இன்பத்தையோ துன்பத்தையோ நாம் சுவைக்கக் கூடாது. அப்பதான் நாம யாருன்னு தெரியும். நாம யாருன்னு தெரியும்போதுதான், நாம யாருன்னு தெரியாம இருந்தப்ப செய்ய முடியாத காரியங்களையெல்லாம் இப்ப செய்ய முடியும். வெளங்குதா?

மாமாவின் பேச்சு துல்லியமாகக் காதில் விழுந்தது. எத்தனை முறை கேஸட்டை திரும்பத் திரும்பக் கேட்டிருப்பேன்! மாமாவின் பேச்செல்லாம் முக்கால் வாசி மனப்பாடமாகவே ஆகிவிட்டிருந்தது.

“ஏம்மா, ஃபோன் அடிக்கிதுல்ல? காதுல உளுவாத மாதிரி இரிக்கிறிங்க? நா இங்கெ வேலையா இரிக்கிறேன். எடுத்து யாருண்டு கேளுங்கம்மா. படிக்க ஆரம்பிச்சா ஒலஹமே தெரியாதே”

பானு கொஞ்சம் சப்தமாகவே சொன்னாள். உலகமே என்று அவள் குறிப்பிட்டது அவளைத்தான் என்று எனக்குத் தெரியும். எனக்கு வேறு உலகங்கள் இருப்பதில் அவளுக்கு எப்போதுமே விருப்பம் கிடையாது. அதிலும் என் புத்தகங்களையெல்லாம்கூட சக்களத்தியைப்போல்தான் அவள் பாவித்தாள். எதாவது ஒரு புத்தகத்தை எடுத்துக்கொடு என்று கேட்டுவிட்டால் அவள் முகத்தைப் பார்க்க வேண்டுமே! என்னைப் பாராட்டி வரும் கடிதங்களும் அவளுடைய எதிரிகள்தான்.

ஆனால் அவள் சப்தம் போட்டதில் ஒரு நியாயம் இருக்கத்தான் செய்தது. அடுப் பங்கரையில் எப்போதும்போல அவள் தன் மேதையையெல்லாம் கொட்டிக்கொண்டிருந்தாள். அப்போது வீட்டில் என்னையும் அவளையும் தவிர வேறு யாரும் இல்லை. பிள்ளைகள் எல்லாம் ஸ்கூலுக்குப் போயிருந்தார்கள். நான் லீவு போட்டுவிட்டு இருந்தேன். காய்ச்சல். (செல்லமாக சல்லக் கடுப்பு)!

எழுந்து போய் ரிசீவரை எடுத்தேன்.

"ஹலோ ஜுனைத் நானாவா?"

"ஆமா"

"நா ஈஸ் சாபு பேசுறேன்" என்று தொடங்கி விஷயத்தைச் சொன்னான். எப்ப, எத்தினி மணிக்கி என்று நான் கேட்டதை வைத்து பானு கலவரப்பட்டாள். அடுப்பங்கரையிலிருந்து என்ன என்று கேட்பதுபோல ஒரு பார்வை விட்டாள்.

நான் மறுபடியும் போய் புத்தகத்தை எடுத்து விட்ட இடத்திலிருந்து படிக்க ஆரம்பித்தேன். முக்கியமான எதுவுமில்லை போலிருக்கிறது என்று அவள் அமைதியாகி விட்டாள். இந்த விட்ட இடத்திலிருந்து தொடர்வதைப் பற்றிப் பலமுறை மாமா பேசியிருக்கிறார்.

●●●

ஒருமுறை செக்ஸ் சம்பந்தமாக பேசிக்கொண்டிருந்தோம். அப்போ என்னுடைய கேள்விக்கு பதிலாக அவர் சொன்னார். (கேள்வி என்ன என்று கேட்க வேண்டாம். அது ரகசியம்)!

"சாமர்செட் மாம்னு ஒருத்தன் ஒரு நாவல் எழுதுனான். Razor's Edge-னு. அதுல ஒரு எடம் வரும். ஒரு நண்பனோட வீட்டுல போய் அந்த ஹீரோ தங்கியிருப்பான். அப்ப அந்த நண்பனோட மனைவி அவம் மேலெ ஆசப்பட்டு, நடு ராத்திரில அவன் ரூமுக்கு வந்து நிப்பா"

"அவன் அப்ப ஒரு புஸ்தஹத்தெ படிச்சிகிட்டிருப்பான். அவளெப் பாத்த ஒடனே, என்னா வேணும்டு கேப்பான். அவ வந்த நோக்கத்தெ ஒளிவு மறைவில்லாம சொல்லுவா. பொறவு, ரெண்டு பேரும் படுக்கையெ ஷேர் பண்ணிக்கிவாங்க"

"எல்லாம் முடிஞ்ச பொறகு, அவ கௌம்புவா. வாச வரைக்கிம் போனவ, நின்டு, அவன்ற வேலையெப் பாராட்டி ஏதேதோ சொல்லுவா. அவங்கிட்டேருந்து எந்த பதிலும் வராததாலே திரும்பிப் பார்ப்பா. அப்ப அவன் என்னா செஞ் சிக்கிட்டிருப்பான் தெரியுமா?"

கேட்டுவிட்டு எங்களையெல்லாம் பார்த்தார் மாமா. அப்போது நானும் அறிவும்தான் இருந்தோம். அடடா, அந்த ஒரு நாவலை மிஸ் பண்ணிட்டோமே என்று மனதிற்குள் குறித்துக் கொண்டேன்.

"ஏற்கனவே ஒரு புஸ்தகத்தெ படிச்சிகிட்டு இருந்தான்ல? அந்த புஸ்தகத்தெ வுட்ட எடத்திலேருந்து கன்டின்யூ பண்ணி படிச்சிகிட்டு இருப்பான்"

சொல்லிவிட்டு எங்களை மறுபடியும் எதையோ எதிர் பார்ப்பதைப்போல பார்த்தார்.

“உங்களால இப்புடி இருக்க முடியும்னா, நீங்க எது வேணா செய்யலாம்“

மேலும் ஒரு நிமிஷத்துக்கு தொடர்ந்து ஆழ்ந்து படிப்பது என்ற முடிவோடு போய்தான் புத்தகத்தை எடுத்தேன். அதுவும் மாமா கொடுத்த பயிற்சிதானே.

நாம ஏதாவது வேலை பார்த்துக்கொண்டிருக்கும்போது, ஒரு நல்ல செய்தியோ அல்லது கெட்ட செய்தியோ வருகிறதெனில், அதன் காரணமாக, நாம் செய்துகொண்டிருக்கும் வேலையை விட்டுவிட்டாலோ, அல்லது தள்ளிப் போட்டாலோ, நாம் அந்த இன்பத்தை அல்லது துன்பத்தை சுவைக்க ஆரம்பித்து விட்டோம் என்று பொருள்.

ஒரு வேலையை செய்து கொண்டிருக்கும்போது, போதும் நிறுத்திவிடலாம் என்று தோன்றினால், அதுதான் ப்ரேக்கிங் பாய்ண்ட். அப்பதான் சக்தி முழு ஆற்றலோட வேலை செய்ய ஆரம்பிக்கும் நேரம். அப்ப, அந்த ப்ரேக்கிங் பாயிண்ட்டெ நாம ப்ரேக் பண்ணணும். எப்புடி? வேணுமின்னே செஞ்சிகிட்டிருந்த வேலையெ கொஞ்ச நேரம் எக்ஸ்டென்ட் பண்ணணும். இன்னும் ஒரு நிமிஷம் இதை நா செய்வேன்னு, வேணுமின்னே நல்ல கான்சென்ட்ரேஷனோட அதெ செய்யணும், அல்லது ஒத்திப் போட்ட வேலையெ வேணுமின்னே எம்மனசு ஒடையலேன்னு காட்டுற மாதிரி கொஞ்ச நேரம் மறுபடி கன்டின்யூ பண்ணணும் வெளங்குதா?

மாமா பேசிக்கொண்டே இருந்தார். அவர் பேசாத கணங்கள் என் வாழ்வில் இல்லையெனும் அளவுக்கு பேசிக்கொண்டிருந்தார். தொலைபேசி அழைப்பு வந்தபோது நான் அந்த ஒரு நிமிட முடிவு எடுத்தது எனக்கே ஒரு மாதிரியாகத்தான் இருந்தது. ஆனால் வேண்டுமென்றே திட்டம் போட்டெல்லாம் நான் அப்படிச் செய்யவில்லை. யூசுப் சாபுவிடம் பேசி முடித்த உடனேயே இப்படிச் செய் என்று உள்ளேயிருந்து ஒன்று உத்தரவிட்டது. அது மாமாவாக இருக்கலாம். மாமாவாகத்தான் இருக்கும். எனக்குக் கட்டளை போட இந்த உலகில் வேறு யார் இருக்கிறார்கள்? அந்த கட்டளைக்கு நான் அடிபணிந்தேன். அவ்வளவுதான்.

ஆனால் ஒரு நிமிடத்திற்கு மேல் என்னால் தாக்குப் பிடிக்க முடியவில்லை.

நேராக எழுந்து அடுப்பங்கரைக்குச் சென்றேன்.

"பானு, ஹஜ்ரத் மாமா மௌத்தாயிட்டாஹளாம்'' என்றேன்.

"என்னா, என்னாமா சொல்றீங்க? அதாம் ஃபோன்ல பேசுனீங்களா? எப்புடிமா இவ்வுளவு நேரம் ஒண்ணுமே சொல்லாம போய் படிச்சிகிட்டு இருந்திங்க? எப்ப மௌத்தாப்போனஹா? ஒடனே போவணுமே? போய் புள்ளைலுவல ஸ்கூல்லேருந்து கூட்டிட்டு வாங்கம்மா"

பதறிப் போனாள். சொல்லும்போதே அவள் கண்கள் கலங்கிவிட்டன.

எனக்கு அழுகை வரவில்லை. ஆனால் என் உடலினுள் ஒருவித இனம்புரியாத பதட்டம் இருந்தது. சட்டென்று நேற்று அதிகாலை கண்ட கனவு மறுபடியும் விரிந்தது மனதில்.

ஒரு தோட்டம் மாதிரியோ அல்லது வயல் வெளி மாதிரியோ இருக்கிறது. மேலே வானமும் கீழே பச்சையுமாய் ரொம்ப அழகு. அதன் நடுவில் அந்த மர சாய்மா நாற்காலியில் மாமா உட்கார்ந்திருக்கிறார். நான் போய் அவர் காலருகில் அமர்ந்திருக்கிறேன்.

"மாமா, நீங்க மட்டும் நெறைய காரியங்களெ செய்யுறிங்க. நாங்கல்லாம் எப்ப அதெத் தெரிஞ்சுக்குறது மாமா?"

சிரித்தார்.

"இங்கெ வா" என்று அழைத்தார்.

"அதை எடு" என்றார். அவர் காட்டிய இடத்தில் கூரையின் ஓடுகள் இரண்டு கிடந்தன. எடுத்தேன்.

"அதை இரண்டாக உடை" என்றார். உடைத்தேன்.

அந்த ஓட்டின் துண்டுகளை தன் முட்டிக்கு ஒன்றாக வைத்து, பின் என் கையை எடுத்து அவர் முட்டியின் மேல் வைத்துக் கொண்டார். நான் அவர் மடியின்மீது சாய்ந்து கொண்டேன் அல்லது அவர் சாத்திக் கொண்டார். திடீரென மேகம் மழை பெய்தது. ஆனால் அந்த மழை நெய்யாகவும் தேனாகவும் இருந்தது. நான் அதிலிருந்து அள்ளி அள்ளிக் குடித்தேன்.

பின் ஒரே இருள். கொஞ்ச நேரம்தான். பின் திடீரென்று ஒளிப்பந்துகள் மிதக்க ஆரம்பித்தன. அல்லாஹ் என்ற எழுத்தால் செய்யப்பட்ட பந்துகள். அதிலிருந்து அல்லாஹ் என்ற எழுத்துகள் உதிர்ந்து கொண்டே இருந்தன. பந்து பூரா அல்லாஹ். தரை பூரா அல்லாஹ் சிந்திக்கிடந்தான். பந்துகளின் கீழே நான் கையைக் கொடுத்தேன். என் கை பூரா அல்லாஹ் கொட்டினான்.

சின்னச் சின்னதாக ஜவ்வரிசியில் செய்த அல்லாஹ். நான் அல்லாஹ்வை ஒவ்வொன்றாக விழுங்கினேன்.

காட்சி மாறியது. மாமாவுக்கு வானத்திலிருந்து ஒரு ஒளிக்கயிறு இறங்கியது. அதைப் பிடித்துக்கொண்டு அவர் மேலே ஏறினார். அவர் ஒரு கையைக் கொடுக்க நானும் அவர் கையைப் பிடித்துக்கொண்டு மேலே ஏறினேன்.

கனவு கலைந்து விட்டது.

பானு வாய்விட்டு அழுது கொண்டிருந்தாள்.

நான் வேகமாக செயல்படத் துவங்கினேன். மறுபடியும் ஊருக்கு தொலைபேசினேன். விபரங்கள் சேகரித்தேன். அன்று இரவு மூச்சு விட முடியவில்லை என்று சிரமப்பட்டாராம். எவ்வளவோ சொல்லியும் டாக்டரிடம் போகவில்லையாம். கடைசியில் மறு நாள் காலை நிலமை ரொம்ப மோசமான பிறகு, வற்புறுத்திக் காரில் அழைத்துச் சென்றார்களாம். போகிற வழியிலேயே இறந்துவிட்டாராம். அன்று பிற்பகல் இரண்டரை மணிக்கு நல்லடக்கம்.

முன்பு ஒரு முறை மூச்சுத்திணறல் வந்தபோதுகூட இப்படித்தான் அடம் பிடித்தார். கடைசியில் ஜமால் டாக்டர்தான் வீட்டுக்கு வந்து பார்த்தார். அவர் வந்து பார்த்தபோது இரவு பதினோறு மணி.

மாமா தூங்கிக்கொண்டிருந்தார். ஆனால் ஜமால் வந்த கொஞ்ச நேரத்தில் விழித்துக் கொண்டார். அவரைக் கெஞ்சிக் கெஞ்சி செக்அப்புக்கு ஒத்துக்கொள்ள வைத்தார் ஜமால் டாக்டர். ஜமால் டாக்டர் ஊரிலிருந்த முக்கியமான இதய நோய் நிபுணர். ஆனால் ஜமால் டாக்டர் என்றதும் எனக்கு அந்த விஷயம்தான் ஞாபகம் வரும்.

ஒரு நாள் நானிருந்தபோதுதான் அந்த தொலைபேசி அழைப்பு வந்தது.

மாமா வழக்கம்போல பேசிக்கொண்டிருந்தார். தொலை பேசி அழைத்தது. வழக்கம்போல கொஞ்ச நேரம் மாமா எடுக்கவில்லை. பிறகு எடுத்துப் பேசினார். ஜமால் டாக்டர்தான். அவர் மனைவிக்கு கடுமையாக வயிற்றை வலிப்பதாகவும், தான் கொடுத்த மருந்து மாத்திரைகளால் எந்த பிரயோஜனமும் இல்லை எனவும் ஜமால் சொன்னார்.

அப்போது இரவு மணி ஒண்ணு.

ரிசீவரை ஜமாலின் மனைவி வயிற்றில் வைத்துக் கொள்ளும்படி மாமா சொன்னார். அதன்படி செய்திருப்பார்கள்.

பின் மாமா அவருடைய ரிசீவரிலிருந்து கொஞ்ச நேரம் ஓதினார். ஒரு ஐந்து நிமிஷம் ஓதியிருப்பார்.

"இப்ப எப்டி இருக்கு?" என்று அடிக்கொருதரம் கேட்டுக் கொண்டார்.

ஐந்து நிமிஷத்தில் ஜமால் டாக்டர் மனைவிக்கு வலி குறைந்து தூக்கமும் வந்து விட்டது. ஃபோனை வைப்பதற்குள் தூங்கிவிட்டதாக ஜமால் டாக்டர் ஆச்சரியப்பட்டு ஃபோனிலேயே சொன்னார்.

எனக்கு அது உலக அதிசயங்களில் ஒன்றாக இருந்தது. ஒரு டாக்டர் தன் மனைவிக்கு வயிற்றுவலி என்று மாமாவிடம் சொல்கிறார்! மாமாவும் ரிசீவரை வயிற்றில் வைக்கச் சொல்லி ஓதிப்பார்த்து நிமிஷங்களில் குணப்படுத்துகிறார்! ஆனால் அதிலெல்லாம் ஒன்றுமில்லை என்பதை சீக்கிரமே மாமா எனக்குப் புரியவைத்துவிட்டார்.

கெஞ்சிக் கூத்தாடி ஜமால் டாக்டர் மாமாவுக்கு ஈஸிஜி எடுத்தார். பின்பு அவரே கொண்டு வந்திருந்த ஏதேதோ மாத்திரைகளை அவசியம் போடச்சொல்லி வேண்டுகோள் கொடுத்துவிட்டுச் சென்றார்.

வாசலில் அவரை வழியனுப்ப நான் போனபோது அவர் சொன்னார்.

"ஒண்ணுமே புரியலெ. கிட்டத்தட்ட பதினெட்டு மணி நேரமாச்சு ஹார்ட் அட்டாக் வந்து. இவ்வளவு நேரமும் சிகரெட்டெ குடிச்சிகிட்டு எப்புடி இருந்தாஹான்னு தெரியலெ. How did he withstand?"

எனக்குத் தெரியும். அதுதான் மாமா.

அதற்குப் பிறகு மாமா ஒவ்வொரு செஷனிலும் எங்களையெல்லாம் டாக்டரைக் கூட்டி வந்ததற்காகத் திட்டிக் கொண்டிருந்தார்.

"மனுச ஒடம்பெப் பத்தி உங்களுக்கு என்னா தெரியும்? சுகர், பி.பி., கொலஸ்ட்ரால் இதெல்லாம் ஒரு நோயே அல்ல. இதெல்லாம் நோய்க்கான அறிகுறிகள். அவ்வுளவுதான். மனுச ஒடம்புலேயே ரொம்ப ஸ்ட்ராங்கானது எது எது தெரியுமா? மொதல்ல ஹார்ட். அப்பறம் கண்ணு. மனுசனெ ஆண்டவன் கிள்ளுக் கீரையாட்டம் படைச்சிக்கிறான்னா நெனைச்சிங்க?" என்று பொரிந்து தள்ளினார்.

பிற்பகல் இரண்டரை மணிக்கு நல்லடக்கம். பஸ்ஸில் போவது சாத்தியமே இல்லை. அப்போதே பதினோறு மணியாகி

விட்டிருந்தது. உடனே ஒரு கார் பிடித்துப் போனாலும் இரவு ஒன்பது பத்துக்குத்தான் போய்ச் சேர முடியும். போய்ப் பிரயோஜனமில்லை. பார்க்க முடியாது. அடக்கி விடுவார்கள். மாமாவைத் தவிர வேறு யாரும் பார்ப்பதற்குத் தகுதியானவர்கள் கிடையாது. என்றாலும் காருக்குச் சொன்னேன்.

அப்போதுதான் அந்த செய்தியை கார் பிடிக்கப் போன பையன் சொன்னான். கடலூர் பக்கத்தில் ஏதோ கலவரமாம். சிதம்பரம் பக்கம் போகும் பஸ், காரையெல்லாம் அடித்து நொறுக்குகிறார்களாம்.

நான் முடிவு செய்துவிட்டேன். போக வேண்டாம். மாமாவே தடுத்து விட்டார். ஆனால் நான் போகாதது பற்றி பல மாதங்களுக்கு பானு குறையாக சொல்லிக்கொண்டே இருந்தாள். பானு என்ன, சிஷ்யர் குழாமில்கூட பலருக்கு என் மீது வருத்தம்.

இப்போதெல்லாம் மாமாவின் இடத்தை மெய்தீன் பிடித்துக் கொண்டுவிட்டார் என்று கேள்விப்பட்டேன். மாமா அவரின் கனவில் வந்து ஓதக் கொடுக்கிறாராம். அவரும் மாமா சொன்னபடி எல்லாருக்கும் ஓதச்சொல்லி எழுதிக்கொடுக்கிறாராம். எனக்கும் இஸ்மு வேண்டுமா என்று ஒரு சிஷ்யர் கேட்டார். நான் வேண்டாம், மாமா என் கனவில் வந்து வாங்கிக் கொள்ளச் சொன்ன பிறகு வாங்கிக் கொள்கிறேன் என்று சொல்லிவிட்டேன்.

நான் மாமாவைப் பார்த்தது அவர் காலமாவதற்கு மூன்று மாதங்களுக்கு முன்பு. அதுவும் கொஞ்ச நேரம்தான்.

எப்போதும்போல உள்ளே போய், கொஞ்ச நேரம் அமைதியாக, நேராக உட்கார்ந்திருந்துவிட்டு, "அப்ப பெய்ட்டுவரன் மாமா" என்று சொல்லிவிட்டுக் கிளம்பினேன்.

ஊருக்கு அவசியம் வரவேண்டும் என்று சொன்னேன். ஏன் அதை முதலிலேயே சொல்லவில்லை என்று எனக்கே தெரியவில்லை. விருந்தாளிகள் வந்து டீயெல்லாம் குடித்துவிட்டு, கிளம்பும்போது, "சாப்பிட்டுப் போகலாமே" என்பது மாதிரி இருந்தது என் செயல்.

ஆனால் மாமா ஒன்றும் சொல்லவில்லை. வருகிறேன் என்பதுபோல தலையாட்டினார். குனிந்து அவர் காலைத் தொட்டுத் தடவி என் கண்களில் ஒற்றிக் கொண்டேன். அதுதான் நான் அவரை இந்த உலகில் கடைசியாகப் பார்த்தது.

எனக்குப் பிரியமானவர்கள் விஷயத்திலெல்லாம் இப்படித்தான் நடக்கிறது. சேச்சிமா இறந்த போதும் என்னால் போய்ப்

பார்க்கமுடியவில்லை. என் பாட்டனார் வாப்ச்சி இறந்த போதும் போகமுடியவில்லை. ஆனால் யோசித்துப் பார்க்கும்போது அப்படி நடப்பது நல்லதுதான் என்று தோன்றுகிறது. நமக்கு மிகவும் உவப்பானவர்களை இறந்த நிலையில் பார்ப்பதைவிட, உயிருடன், உணர்ச்சியுடன் அவர்கள் பதிவில் இருப்பதே மேல் என்று பட்டது.

மாமா இறந்த நேரத்தை மட்டும் கவனமாகக் கேட்டுக் குறித்துக் கொண்டேன். எங்கள் பயிற்சியில் இறந்த நேரம் மிகமிக முக்கியமானது. மாமா சொல்லிக்கொடுத்த மிக முக்கியமான பாடங்களில் அதுவும் ஒன்று. 11.20-க்கு மாமா காலமானார் என்பது நம்பகமான தகவலாக இருந்தது.

சரியாக 11.15-க்கே முறைப்படி உட்கார்ந்தேன்.

இந்த பாருப்பா, இறப்புங்குறது ஒண்ணும் கெடையாது. அது ஒரு மாயை. ஓடம்பு போயிடுது. நீ-ங்கறது ஓடம்பு இல்லையே? நா மௌத்தாப் போனதா சொல்லப்பட்ட பிறகும் நீங்க விரும்பினா என்னோட தொடர்பு கொள்ளலாம். எங்கிட்டருந்து செய்திகளெ வாங்கிக்கலாம். ஆனா என்னா, இவ்வளவு டீட்டெய்ல்டா பேச முடியாது. ரொம்ப சுருக்கமா இருக்கும். அவ்வுளவுதான்.

அவர் சொன்னது ஞாபகம் வந்தபோது திடீரென்று அந்த வலி தோன்றியது.

என் குதவாய்க்குள் ஆயிரம் குண்டூசிகளை ஒரே நேரத்தில் ஏற்றியது மாதிரி. அது மாதிரி ஒரு அனுபவம் எனக்கு ஏற்பட்டதே இல்லை. புதுமாதிரியான வேதனையாக இருந்தது. மாமா என்று மானசீகமாக அலறிக்கொண்டே சாய்ந்தேன்.

ஒரு நிமிடம்தான்.

குத்தல்கள் நின்று விட்டிருந்தன.

ஏற்கனவே கண்ட கனவைப் பற்றி பானுவிடம் சொன்னபோது அவள்தான் நான் ஆச்சரியப்படும் வகையில் ஒரு விளக்கத்தைக் கொடுத்தாள்.

“மாமா ஏன் வீட்டுல உக்காராம, ஒரு தோட்டம் மாதிரி இருந்த வெட்ட வெளியில உக்காந்து இருந்தாஹான்னு புரியலெ” என்று சொன்னேன்.

“அப்ப அது *மய்யத்தாங் கொல்லெ!*[1] மௌத்தாப் போவப் போறேன்னு உங்கள்ட்ட சொல்லிக்கிறஹாம்மா” என்று வியந்து கொண்டே சொன்னாள் பானு.

1. மய்யத்தாங் கொல்லை - அடக்கஸ்தலம்.

நான் அசந்தே போனேன். அந்த இழை எனக்கு எப்படி பிடிபடாமல் போனது?

ஆனால் அதன் பிறகுதான் மாமாவின் செய்திகள் எனக்கு விரைவாகவும் தெளிவாகவும் கிடைக்க ஆரம்பித்தன.

"நீங்க கரெக்டா கற்பனெ பண்ணினா எந்த மூளையிலெ எந்த அறிவு இருந்தாலும் அதெ நீங்க எடுக்க முடியும்...ஒரு ப்ராப்ளம் வருது...அதையொட்டித்தானே டென்ஷன் வருது? நீங்க ரிலாக்ஸ் பண்ணுங்க, குளிங்க போயி, கைகாலெ கழுவுங்க, அந்த பிரச்சனையெ கம்ப்ளீட்டா மறந்துடுங்க...மறக்க முடியாதுதான் மோதிக்கிட்டிருக்கும்...மோத மோத தட்டிகிட்டே இருங்க...தட்டின பிறகு அந்த still small voice தானாகவே பேச ஆரம்பிக்கும்... இதுக்கு பாதெ இப்புடித்தான், இப்புடித்தான் தீர்க்கணும்னு வழி காட்டும்..."

இடிந்து விழுந்தாலென்ன

இந்த வீடு?

பொக்கிஷம் கீழே உள்ள போது!

உண்மைதான். ஆமாம். அதுதான் ப்ரேக்கிங் பாய்ண்ட்.

ப்ரேக்கிங் பாய்ண்ட்டை உடைத்து விட்டேன்.

முற்றும்

முனைவர் நாகூர் ரூமி தனது 25 ஆண்டு கால ஆங்கிலப் பேராசிரியப் பணியில் கிடைத்த அனுபவத்தால் தலைமுறைகள், பாடத்திட்டங்கள், இவற்றைத் தாண்டி சிந்திக்கக் கூடியவர் .ஒரு மாணவன் கல்லூரி வளாகத்தைவிட்டு வெளியேறும்பொழுது கடமைகள் அவனைத்துரத்துவது போலவே, எதிர்காலக் கனவுகளும் அவனைத் தடுமாறச் செய்கின்றன. அவன் நிதர்சனத்தை எதிர்கொள்ளும்போது பிரச்சனைகள் இலக்கிலிருந்து அவனை வெகுதூரத்திற்கு விலகிச்செல்ல வைத்துவிடுகின்றன என்பதை நன்கு உணர்ந்தவர் ரூமி. அதனால் இளைஞர்களுக்கும் அவர்களை வழிநடத்திச் செல்லும் நிலையிலுள்ள பெற்றோர்களுக்கும் உதவும் வகையில் இந்த நூலை எழுதியுள்ளார்.

ஒரு பிரச்சனையை சமாளிப்பது என்பது வேறு, அதற்குத் தீர்வுகாண்பது என்பது வேறு. உதாரணமாக சரளமாக ஆங்கிலத்தில் பேசுவதற்கோ, எழுதுவதற்கோ கஷ்டமாக இருந்தால் அவசரத் தேவைக்கு அமிர்த்தாஞ்சனை பயன்படுத்துவதைப் போல ரெபிடெக்சை வைத்து சமாளிக்கலாம். ஆனால் சுயமாக ஆங்கிலத்திலேயே சிந்திக்க வேண்டுமென்றால்?...

மன்னிக்கவும், இந்த சேவைக்கான வசதி தங்களிடம் இல்லை என்று அடிமனதிலிருந்து ஒரு குரல் ஒலிக்கும். அது ஆழ்மனதில் உங்களை அறியாமலேயே பதிவான ஒரு வாய்ப்பாடு.

ஒருவர் படித்து வளர்ந்த சூழலும், அவரைப் பாதித்த சம்பவங்களும்தான் இதற்குக் காரணம்.

ஒருவருடைய ஆழ்மனதில் அடிக்கப்பட்ட ஆணியை அகற்ற முடியுமா? தன்னைத் தானே ஒருவரால் புடம் போட்டுக்கொள்ள முடியுமா? என்றால், முடியும் என்பதே இந்தப் புத்தகம் தரும் பதில்.

விளையும் பயிர் முளையிலேயே தெரியும். நம் வாழ்க்கையை சற்றுப் பின்னோக்கிப் பார்த்தால் நம் வாழ்விற்கான வித்து ஒரு சிறிய பாராட்டிலோ, பெரிய பேரிழப்பிலோ பொதிந்திருந்தது தெரியும்.

ஒரு திறன் வெளிப்படுவதற்கான விசை எந்த திசையிலிருந்து வருகிறது என்பதை க்ரஹித்துக்கொள்ளும் விழிப்புணர்வோடு ஒருவர் இருந்தால் விரும்பியதெல்லாம் அவருக்குக் கிடைக்கும் என்கிறார் நாகூர் ரூமி.

பக்கம்: 120 | விலை ₹ 80 | ISBN : 978-93-82577-75-1

Alpha Meditation
An Introduction

Prof. Dr. A.S. Mohamed Rafee has been teaching Alpha Meditation for more than a decade. Thousands have benefited from the practice. He has already written a book on alpha meditation in Tamil. But this book has been written in English for the benefit of the wider public.

Alpha Meditation is a cure-all. This introduction is sure to be of immense help to the enthusiastic reader and the ailing. The benefits of Alpha meditation are numerous: health, wealth, success in education, career, business, solution to long-pending family problems and fulfillment of legitimate desires, to name a few. It will kindle the Alladin's lamp in you. It is also possible to learn the meditation from the author himself who teaches the meditation once in a month in cities like Chennai.

He has so far authored 35 books on various subjects like spirituality, religion, self-improvement, personality development, literature, biography and translation. His book on Islam received the Tirupur Tamil Sanga Award and his translation of Homer's Iliad into Tamil received the Nalli-Thisai Ettum Award for 2009. This Associate Professor and HOD of English writes under the *nom de plume* of Nagore Rumi.

Pages | 168 Price: Rs.150 | ISBN: 978-81-92465-71-5